D1771330

பகைபாவம் அச்சம் பழியென நான்கும்
இகவாவாம் இல்லிறப்பான் கண்.

பகை பாவம் அச்சம் பழியென

நான்கு பெருஞ்சித்திரச் சொற்கள்

பாவெல் சக்தி

எதிர்
வெளியீடு

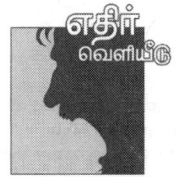

பகை பாவம் அச்சம் பழியென
நான்கு பெருஞ்சித்திரச் சொற்கள்
பாவெல் சக்தி

முதல் பதிப்பு: ஜனவரி 2025

எதிர் வெளியீடு,
96, நியூ ஸ்கீம் ரோடு, பொள்ளாச்சி - 642 002
தொலைபேசி: 04259 226012, 99425 11302

விலை: ரூ. 399

Pakai paavam accam paliyena naanku peruñcittirac corkal
Pavel Sakthi

Copyright © Pavel Sakthi
First Edition: January 2025

Published by
Ethir Veliyeedu, 96, New Scheme Road, Pollachi - 2
email: ethirveliyedu@gmail.com
www.ethirveliyeedu.com

ISBN: 978-81-19576-14-2
Cover Design: Santhosh Narayanan
Printed at Jothy Enterprises, Chennai.

All rights reserved. No part of this book may be reprinted or reproduced or utilised in any form or by any electronic, mechanical or other means, now known or hereafter invented, including photocopying and recording, or in any information storage or retrieval system, without permission in writing from the publisher.

பாவெல் சக்தி

1987இல் மதுரை மாவட்டம் எழுமலை கிராமத்தில் பிறந்த இவர், ஆரம்பப் பள்ளிக்கல்வியை நாகர்கோவிலிலும், மேல்நிலைப் பள்ளிப்படிப்பை எழுமலையிலுமாகப் பயின்று, இளங்கலைப் பட்டப்படிப்பிற்காக மீண்டும் நாகர்கோவில் வந்து 20 ஆண்டுகள் கடந்துவிட்டன. வரலாறிலும் சட்டத்திலும் முதுகலைப் பட்டப்படிப்பை முடித்து, கடந்த 2011 முதல் நாகர்கோவில் மாவட்ட நீதிமன்றத்தில் வழக்கறிஞராகப் பணியாற்றி வருகிறார். 'பின்நவீனத்துவமும் அடையாள அரசியலும்', 'என்.ஜி.ஓ-க்கள் ஓர் ஏகாதிபத்திய அபாயம்' என இரண்டு மொழிபெயர்ப்புகளும், 'நகர்துஞ்சும் நள்யாமத்தில் செங்கோட்டு யானைகள் எடுத்துப்படித்த VIII தஸ்தாவேஜ்கள்' என்ற சிறுகதைத்தொகுப்பும், 'தொல்பசிக்காலத்து குற்றவிசாரணை அறைக்குள் மூடிமுத்திரையிடப்பட்ட 8 தடயக்குறிப்புகள்' என்ற குறுநாவல்களும், சிறுகதைகளும் அடங்கிய கதைத்தொகுப்பும் 'தீ எரி நரக மந்திரக்கிழவனின் செக்கர் நிறத்தொரு மரணம்' என்ற நாவலும் வெளிவந்துள்ள நிலையில் இது இவரின் இரண்டாவது நாவல். மனைவி: சங்கரி. மகள்: மார்க்சியா.

அலைபேசி எண்: 88708 87589

யிந் – நகரங்கள் நாய் குடலெனச் சுருங்கிக்கிடக்கிறது

மனிதரல்லா ரரக்கர்களின் துணையுடன்
ஒவ்வொரு நாளும் ஒவ்வொரு கொலைகளின் வழியாக
தனது முட்டாள்தனங்கள் அத்தனையையுமது
முடித்தும் வைக்கிறது – பின்னதே னாளில்
முடித்த கையோடுநா ணக்கேடற்று தொடங்கவும் செய்கிறது

இவ்வாறு மனிதர்களுக்கது கொலைகளைக் குழப்பங்களை
வெற்றிகரமாகப் பழக்கப்படுத்தவும்
அல்லது அவற்றை யவர்களுக்க தன்
அன்றா டட்டவணையின் துணையுடன்
முடிந்தளவு பயிற்றுவிக்கவும் செய்தாலும்

இத்தனை கொலைகள் செய்தும் மனிதனதில்
கைத்தேறவில்லை என்ற குறைபாடு மதற்கு
எப்போதும் இருந்து வருகிறது
ஆனாலும் அள் ளள்ளக் குறையாத
அக்கொலைக் குழப்பங்களை
உள்ளேத் தள்ளத்தள் ளதன் சோம்பல் வயிறு
மனிதனின் பைத்தியத்தினளவு
யகண்டிருப்பதைக்கண் டேற்படுத்துவதற்குப் பதிலாகச்
இரத்தமும் பயப்படுகிறது என்னவோ உண்மைதான்

நாய்மேய் வதற்கும் பேய்வாழ் வதற்கும்
பயப்படும் அதனி டங்களிலெல்லாம் நேரங்களிலெல்லாம்
தன் நிழல்மிதித்து மனிதனவன் நாக்கில் மட்டும்
உயிர்கொண் டோடிக்கொண்டிருக்கிறான் அல்லது
காமாசோமாவென்று துண்டு வெட்டப்பட்டுத்
தரைச் சாய்க்கப்பட்டிருக்கிறான்

கதைகளும் கனவுகளும் காதல்களும் கொலைகளும்
அதை யுருவாக்குபவர்களின் யகக்கடவுள்களுமென
பார்ப்பதற்கெல்லாமே வேறுபாடற்றத் தெருநாய்கள்போல

"அதிர்ஷ்டசாலிகள் நகரங்களில் வாழ்வதில்லை"
யென்ற சொற்க ளச்சடிக்கப்பட்டப் பதாகையை
கழுத்துக்களிலும் சிலநேரங்களில் கால்களிலும்
இ...ழுத்துக்கொண்டும் அணிந்துகொண்டும்
இன்னுமி ன்னும்மே ராளமானத் துன்பங்களை
அனுபவிக்க வேண்டியயிந் நகரங்களைக்
காரணமின்றி வெறுமனேச் சுற்றிவருகிறது

யிவையனைத்தும்

பகலிற்கும் இரவிற்கும்
நேரம் கொடுப்பவ ரெல்லோர் கண்களுக்கும்
வெயிலையு மழையையும்
உணர்வோ ரெல்லோர் சொரணைகளுக்கும்
உணவை யும்பசி யையும்
சுவைக்கு மெல்லோர் துணிகரங்களுக்கும்
தெளிவாகவேத் தெரிகிறது

யென்பதால்

எதை நினைத்து நீங்கள் வாழ்கிறீர்களோ
அதைக் கொடுக்காத இந்த நகரங்களுக்கும் அவர்களுக்கும்
யதை னினைத் துனீங்கள் முடிவெடுக்கிறீர்களோ
அதைக் கொடுக்காத திந்தக் கதைகளுக்கும தன்
கதாபாத்திரங்களுக்கும் – பின்
யனையல்லாது யிவை யத்தனையுமறிந்திருக்கும்

ஐந்து வருடங்களுக்கு முன் சந்தித்த முதல் நாளிலிருந்து
எழுத்தாளனாக மட்டுமே என் முழு நினைவிலிருக்கும்
“ஸ்ரீ வட்ஸ மூடன்” பாலாஜி பிரசன்னாவிற்கும்
யிதுகாறுமவன் மறைத்து வைத்திருக்கும்
அழகுமிகு வெண்கை மகளிரையொத்த
அவனெழுத்துக்க ளத்தனைக்கும்

யிந்நூல்.

"இருந்தாலும், நான் இதை உங்களுக்குச் சொல்லியாக வேண்டும்: இங்கு சொல்லியிருப்பது போன்ற பிரளயம் எதுவும் ஏற்பட்டதேயில்லை. நோவா என்ற ஒருவனும் இருந்ததில்லை... முன்பு ஒரு வெள்ளப் பெருக்கு ஏற்பட்டதுண்டு... ஆனால் அவ்வெள்ளப் பெருக்கு எத்துணைதான் பெரியதாக இருப்பினும், அது பூமி முழுவதையும் மூழ்கடிக்கக் கூடியதாக இருந்திருக்க முடியாது; ஒருவேளை சமவெளிகள் அதில் மூழ்கி இருக்கலாம்; ஆனால் மலைகள் எல்லாம் மூழ்கி இருக்க முடியாது. இந்த நூலைப் படிப்பதால் கெடுதல் ஒன்றுமில்லை, ஆனால் அது சொல்லுகின்ற அனைத்தையும் நீங்கள் அப்படியே நம்ப வேண்டியதில்லை"

– அந்தோன் சேகவ் (மூன்று ஆண்டுகள்)

I

கடந்த சில வாரங்களாக மாலை ஏழுமணியை நெருங்க முடியாமல் தவிக்கும் சிறிய கடிகாரமும், பின் அவர் மட்டுமே நம்பிக்கொண்டிருக்கும் பதினெட்டாம் நூற்றாண்டைச் சேர்ந்த சர்வேயர்ஸ் காம்பஸ் ஒன்றும் தங்களுக்கு இங்கு என்ன வேலையென புரியாமல் மேஜைமீது அவரைப்போலவே குழம்பிக்கொண்டிருப்பதாக அவனுக்குப்பட்டதும் சிரித்துக்கொண்டான். இத்தனை வருடங்களில் ஏன் இந்த இரண்டைத்தவிர வேறு எதையும் அதில் நிரந்தரமாக வைப்பதில்லையென அவரிடம் அவன் கேட்டதுமில்லை; அவர் சொன்னதுமில்லை. புத்தகங்களே இல்லாத இந்த சிறிய அறையில் எங்கிருந்து பழைய புத்தகங்களின் மணம் பரவுகிறது என்று ஒருமுறை அவன் கேட்டபோது, ஜோஸ் தனது கோட்டைக் கழற்றிக்கொடுத்தது நினைவுக்குவரவே கையில் வைத்திருக்கும் பூங்கொத்தை முகர்ந்து பார்த்தபடி அந்தச் சிரிப்பை நீட்டித்துக்கொண்டான்.

அப்படி நீட்டித்துக்கொண்ட சரியாக பதிமூன்று நிமிடங்கள் கழித்து அழுக்கடைந்த வெளிர்மஞ்சள் ஒளியும், புரியாத பாதி ஓவியமும், சுவரை அலங்கரிக்கும் தூசுக்களிலான பிளாஸ்டிக் பூக்களும் சூழ்ந்த அந்த அறைக்குள், வெளியே குறுகி நீண்டிருக்கும் சாக்கடையின் நிறத்தைப் பிரதியெடுத்தது போலிருக்கும் ஒரு கோட்டை அணிந்தபடி எண்பது வயதை நெருங்கும் ஜோஸ் நுழைந்தார்.

அவரைப்பார்த்ததும் அமைதியாக எழுந்து கையில் வைத்திருக்கும் பூங்கொத்தை கொடுத்துவிட்டு, எதுவும் பேசாமல் அறையைவிட்டு வெளியேற முயலும்

அவனது இயல்பை அறிந்த அவர் அவனை அமரும்படி கை காட்டினார்.

"உங்களுக்கு என்னை மாதிரி வேற யாரையாவது அறிமுகப்படுத்தவா?"

அவன் முகத்தைப் பார்க்காமல் அவர் கேட்டு முடிப்பதற்குள் "தேவை இருக்காதுன்னு நினைக்கிறேன் டாக்டர்" என்ற பதில் அவனிடமிருந்து வந்து விழுந்தது. அவர் எதிர்பார்த்த பதில்தான்.

"இல்ல இனிமேல்தான் தேவை இருக்கும்னு நினைக்கிறேன்!"

மென்மையாக சிரித்தபடி கொண்டு வந்திருந்த பையிலிருந்து இரண்டு கோப்பைகளை வெளியில் எடுத்தார். புட்டியில் மீதமிருந்த விஸ்கியை இருவருக்கும் சரிசமமாக ஊற்றினார். ஒன்றை அவனிடம் கொடுக்க, கொஞ்சமாகக் குடித்துவிட்டு கோப்பையை மேசைமீது வைத்தான். அப்படி அவன் வைப்பதற்குள் அவர் முழுவதுமாக குடித்து முடித்திருந்தார்.

"என்னோட நீண்டகால க்ளைண்ட்ன்னு உங்களை சொல்லிக்கிறதுல பெருமைப்படவா? இல்ல வருத்தப்படவான்னுகூட இப்பவர என்னால ஒரு முடிவுக்கு வர முடியல. ஒரு அட்வகேட்டா உங்களுக்கு அப்படி நிறைய பேரு இருக்கலாம், ஆனா இங்க... இது என்னோட கடைசி வொர்கிங் டே. அப்டீனா உங்களுக்கும் இதுதான் கடைசி செஷன்னு நினைக்கிறேன். இத்தனை வருஷங்கள்ல நீங்க என்கிட்ட எதையும் மறச்சதில்லை. அப்படி நீங்க சொன்ன விஷயங்களை நான் மறைக்கிறது தப்புன்னு எனக்குத் தெரிஞ்சாலும் அந்த விஷயங்கள் இதுக்கு முன்ன எப்படி இந்த இடத்தை விட்டு இதுவரை எங்கயும் போனதில்லையோ, அதேமாதிரிதான் இனிமேலும். திரும்பவும் கேக்குறேன், உங்களுக்கு வேற யாரையாவது...?"

மறுத்து தலையசைத்தான்.

"கடைசியா என்கிட்ட சொல்ல ஏதாவது?"

"ஹோப் யு என்ஜாய் யுவர் ரிடையர்மன்ட் ஃலைப் டாக்டர்"

கைகொடுத்துவிட்டு எழுந்தவனைப் பார்த்து முகத்தைச் சோர்வுடன் சுருக்கிக்கொண்டார் ஜோஸ்.

"சரி எனக்கு உங்ககிட்ட சொல்ல வேண்டியது இருக்கும்தானே?"

அமைதியாக அமர்ந்தவனது கண்களைப் பார்த்தார்; அதில் எந்த உணர்ச்சியும் இல்லை.

"பொதுவா ஒரு சம்பவம் தொடர்பா மனுஷனோட கோபம், பழி வாங்குற உணர்ச்சி, வெறி எல்லாமே ஒரு குறிப்பிட்ட கால அளவுக்குள்ளதான் வீரியமா இருக்கும். அந்த கால அளவு தாண்டிடுச்சுன்னா அது கொஞ்சம் கொஞ்சமா குறைய ஆரம்பிக்கும். தெளிவா சொல்லணும்னா ஆரம்பத்துல ஒருத்தர் மனசுல இருக்குற கொலைவெறி காலம் கடக்க கடக்க கடத்தி சித்ரவதை செஞ்சு விட்றதுலயோ, கை கால் வெட்டுறதுலயோ வந்து நிக்கும். அப்புறம் அதுவும் குறைஞ்சு அதவிட சின்ன பழிவாங்கல்கள்ல வந்து நிக்கும். கடைசியா அந்த சம்பவத்தைப் பத்தி யோசிக்கும்போது ஒருவித விரக்திதான் உள்ளுக்குள்ள உருவாகுமே தவிர ஆரம்பத்துல இருந்த வேகம் இருக்காது. காரணம் பழி வாங்குறவனுக்கும் அப்படி அவனத் தூண்டுறவனுக்கும் இடைல இருக்கக்கூடிய உணர்ச்சி விதிகள் அப்படி. பத்து இருபது வருஷம் கழிச்சு பழிவாங்குறதெல்லாம் ரொம்ப அபூர்வம்."

அவர் பேசிக்கொண்டிருக்கும்போது அதுவரை அந்த அறையைச் சுற்றிப் பறக்கும் ஒரு கொசுவை மட்டுமே பார்த்தபடி இருந்த அவன் சட்டென்று பார்வையை அவர் மீது திருப்பி "ம்..." கொட்ட ஆரம்பித்தான்.

பயமுறுத்தும் பாவனையில், அடுத்து அவர் என்ன சொல்லப் போகிறார் என்று தெரியும் தோரணையில், பேச்சை நிறுத்தச்சொல்லும் விதத்தில் அந்த "ம்" மெதுவாகச் சொல்லப்பட்டுக் கொண்டிருந்தாலும் அவர் பேசுவதை நிறுத்தவில்லை. அதேநேரம் அவனது கவனத்தைத் திசை திருப்பும் நோக்கில் மூன்று மெழுகுப் பொம்மைகளை பைக்குள் இருந்து எடுத்துப் புரட்டிப் பார்த்தபடி பேசத் தொடங்கினார்.

ஒருவன் இன்னொருவனை எட்டி மிதிக்கும் ஒன்றும், அப்படி கீழே கிடப்பவனின் மார்பில் அவன் வலது காலால் மிதித்தபடி கத்தியைக்கொண்டு குத்த முயலும் ஒன்றும், குத்தியப்பின் இறந்துபோனவனை இரத்தம் ஒழுக அவன் தூக்கிக்கொண்டு நடக்கும் ஒன்றும் என மொத்தம் மூன்று பொம்மைகளும் அவர் எதிரில் அமர்ந்திருக்கும் அவனது கண்களுக்கும் தெளிவாகத் தெரிந்தது.

“ஆனா எப்பவும் தன்கூடவே இருக்குற, எந்த தொந்தரவும் கொடுக்காத, பணத்துல, அதிகாரத்துல என எல்லா விதத்திலயும் தன்னைவிட கீழ இருக்குற ஒருத்தன் கைக்கு தான் ஆசைப்பட்ட, தன் வாழ்க்கையோட அர்த்தமே அதுலதான் இருக்குன்னு நினச்ச முக்கியமான ஒரு பொருள், அதுவும் முழுசா திரும்ப அடையவே முடியாத விதத்துல சாதாரணமா கைவிட்டு போகும்போது அவனோட பழி வாங்குற உணர்ச்சிக்கான கால அளவுக்கு வரைமுறையே இருக்காது. எத்தனை வருஷம் ஆனாலும் அவன் கைவிட்டுப்போன அந்தப் பொருளைப் பாக்க பாக்க அவனோட பழி வாங்குற உணர்ச்சி அதிகரிக்குமேத் தவிர குறையாது. இதுல பொருள் கிடைச்சவன்மேல எந்தவொரு சின்ன தவறுமே இல்லைனாலும் சரி, பழி வாங்குறவனே முன்ன நின்னு அந்தப் பொருளை அவனுக்கு கொடுத்திருந்தாலும் சரி, இங்க பழி வாங்குறவர் கொஞ்சம் லாஜிக்கா யோசிச்சாலோ இல்ல தன்னைத்தானே சமாதானப்படுத்திக்கிட்டு பாவம் பாத்து அவன விட்டாலோ மட்டும்தான் அந்த பழி வாங்குற விளையாட்டு ஒரு முடிவுக்கு வரும். ஏன்னா அந்த ரெண்டு பேருக்கும் இடைல இருக்கக்கூடிய எந்த விதிகளும் சரிசமமானது இல்ல. இங்க பழி வாங்குறது முக்கியம் இல்ல, பழி வாங்குற சந்தர்ப்பத்தை உருவாக்குறதுதான் முக்கியம். அதுக்காக அவங்க எவ்வளவு காலம்னாலும் வெய்ட் பண்ணுவாங்க. பல்வேறு வழில பழிவாங்குறதப்பத்தி யோசிச்சு யோசிச்சுப் பாப்பாங்க. காரணம் இந்த மாதிரி குற்றங்கள்ல ஈடுபடக்கூடியவங்களோட பெரிய குறையே ரொம்ப பர்ஃபெக்ட்டா இருக்குறதுதான். அதுனாலதான் அவங்களால எதையுமே உடனடியா செய்யமுடியாது. அதிகமான குற்றங்களையும் செய்யமுடியாது. முன்ன சொன்ன பழிவாங்கலை சைக்காலஜிக்கல் டிசீஸ்ல சேக்க முடியாது. ஆனா இது... அதுனாலதான் உங்களுக்கு வரக்கூடிய கனவுகள்...”

அவர் பேசிக்கொண்டிருக்கும்போதே அவன் சட்டென்று இரு கைகளையும் தட்ட கொஞ்சம் பயந்துதான் போனார் ஜோஸ்.

“ஒண்ணுமில்ல டாக்டர், இரத்தமே இல்லாத கொசுதான். எப்பவும்போல ரொம்ப யோசிக்காதீங்க”

கைகளைத் துடைத்தபடி எழுந்தவன் மீதமிருக்கும் விஸ்கியை ஒரே மடக்கில் குடித்துவிட்டு கதவினருகே சென்றவன் பின் எதையோ யோசித்தபடி ஜோஸை நோக்கித் திரும்பினான்.

“ரொம்ப பர்ஃபெக்ட்டா இருக்குறவங்க அதிகமா குற்றம் செய்ய முடியாதுதான் டாக்டர். ஆனா செய்யுற குற்றத்தை ரொம்ப பர்ஃபெக்ட்டா செய்ய முடியும்.”

பதிலுக்கு ஜோஸ் எதையோ சொல்ல முயல அதைக் கண்டுகொள்ளாமல் அறையைவிட்டு வெளியேறினான்.

அந்த வருடத்தில் அதுதான் என்னுடைய முதல் விடுமுறைநாள். ஏறக்குறைய இன்றிலிருந்து இருபது வருடங்களிருக்கும். இந்த அறையில் இப்போதிருக்கும் அழுக்குகளும், குழப்பங்களும், ஒழுங்கின்மையும் தங்களது தவறுகளை முழுமூச்சாக செய்வதற்கு எனது அனுமதியை பெற்றிருந்ததை எப்படியோ தெரிந்து கொண்டவன்போல அல்லது ஏதோ அந்த அனுமதி உத்தரவை அவன்தான் அச்சடித்ததுபோல அவற்றோடு வந்து அவனும் சேர்ந்துகொண்டபோது குடும்பம், தொழில் என இரண்டிலும் மிகக்குறைவானதும் அதிமோசமானதுமான மதிப்புச் சதவீதத்தை பெற்றிருந்த ஒருவனாக மறைகழண்டுச் சுற்றிக்கொண்டிருந்தேன்.

ஆனால் நகரின் மிக மோசமான உளவியல் மருத்துவன் என்ற பெயருக்குச் சொந்தக்காரனான ஒருவனின் அறையை அன்று அவன் ஏன் தேர்ந்தெடுத்தானென இன்றுவரை எனக்குப் புரியவுமில்லை; அதேநேரம் அவனிடம் அதைக் குறித்து நான் கேட்டதுமில்லை.

வாரங்களாக ஒருவரும் எட்டிப் பார்க்காத அறைக்குள் இனிமேலும் இருக்க முடியாதென்று வெளியேறி எங்கெங்கோ சுற்றிவிட்டு மீண்டும் திரும்பிவந்தபோது, ஏப்படி எனது இறுதி வேலைநாளில் பூங்கொத்துடன் காத்திருந்தானோ அதைப்போலவே மங்கலாகிப்போன அந்த இரவில் மேசைமேலிருந்த கடிகாரத்தையும் காம்பஸையும் பார்த்தவாறு அமைதியாக அமர்ந்திருந்தான்.

பொங்கி வந்த உற்சாகத்தை வெளிக்காட்டிக்கொள்ளாமல் ஒருவித இறுமாப்புடன் அவன்முன்னமர்ந்து மேசை இழுப்பறைக்குள் முக்கியமான ஏதோ ஒன்றைத் தேடுவதுபோல் சில நிமிடங்கள் பாவனை செய்தேன். ஆனாலும் என் ஆர்வத்தை அடக்கமுடியவில்லை அல்லது அடுத்து என்ன செய்வதென்று தெரியவில்லை. நிமிர்ந்து ஒரு “ம்” கொட்டினேன். அவன் பார்வையைத் திருப்பவில்லை.

பின் என்னுடைய அந்த “ம்”மிற்கும் அன்றைய முதல் வார்த்தையாக என்னிடமிருந்து வெளிப்பட முயன்ற – இன்று ஞாபகமில்லாத – ஒரு வார்த்தைக்கும் இடையில் எதுவும் சொல்லாமல் சட்டென்று எழுந்து சிரித்தபடியே வெளியேறினான்.

“அழுக்கைவிட மோசமானவனாக இருப்பானோ? அவன் நோயாளியா? இல்லை என்னை அப்படி நினைக்கிறானா?”

முதல் ஒரு நிமிடம் இப்படி அவனைக்குறித்து மனதிற்குள் திட்டிக்கொண்டாலும், பின்னாட்கள் போலல்லாமல் எப்போதும் சுறுசுறுப்பாக ஓடிக்கொண்டிருந்த மேசைக் கடிகாரத்தின்கீழ் இரண்டு ஐநூறு ரூபாய் நோட்டுக்கள் இருந்ததைப்பார்த்து அந்த ஒரு நிமிடத் திட்டுக்களை என் பக்கமாகத் திருப்பிக்கொண்டதோடு, “ஒருவேளை எனது அறையே அவனுக்கு சிகிச்சை அளிப்பதில் வெற்றிக்கண்டுவிட்டது என்பதை உணர்ந்து கொண்டானா?” என்று பெருமையும்வேறு பட்டுக்கொண்டேன்.

என்றாலும் அவன் மறுநாளும் திரும்பி வருவான் என்றோ, அவனுடனான எனது மாலைநேரச் சந்திப்புகள் பல வருடங்கள் தொடர்ந்து நீளும் என்றோ அப்போது நான் என் கனவிலும் நினைக்கவில்லை. வயதான உளவியல் மருத்துவர்களிடம் க்ளைண்ட் என்று அறிமுகமாகி அவர்களை நம்பவைத்துக் கொல்லும் மனநோயாளி ஒருவனைக் குறித்து கல்லூரி நாட்களில் படித்த ஒரு செய்தி மட்டும்தான் அவ்வப்போது நினைவினோரத்தில் தட்டுப்பட்டுக் கொண்டிருந்தது. நாங்கள் சந்தித்து மூன்று மாதங்கள் முடிந்திருந்த ஒரு செஷனில் “அவன் என்னைக் கொல்ல வரவில்லை, அவன் கொல்லப் போவது இன்னொருவனை” என்று சொன்னபோதுதான் எனக்கு நிம்மதியும் ஆசுவாசமும் ஏற்பட்டது.

எது எப்படியோ அவன் சொன்னதுதான் சரி. ஒரு கொலைக்கு அல்லது பழிவாங்கலுக்கு முன்னோடியாக ஒரு கொலையை - ஒரே ஒருவனைத் தவிர - வேறு எவரும் சந்தேகப்படாதவாறு கச்சிதமாகச் செய்துமுடித்து விட்டான். அந்த ஒருவனுக்கும்கூட அந்த அரைகுறை சந்தேகம் முறைப்படியாக சென்றுசேரவேண்டுமென முடிவு செய்ததும் அவன்தான்.

அப்படி அவன் யாரைக் கொல்லக் காத்திருந்தானோ அந்தச் சந்தேகத்திற்கு உரியவன் ஒருநாள் என்னைத் தேடி வந்தபோதுதான் அதையும் நான் தெரிந்துகொண்டேன். ஆனாலும் எதுயெது எங்கிருந்து தொடங்க வேண்டும்? எங்கு சென்று முடிய வேண்டும்? என்று தீர்மானிக்க வாழ்க்கையும் கனவும் கதைகளா என்ன?

அது அவனுக்கும் தெரியும். அந்த இன்னொருவனுக்கும் தெரியும்.

மெல்ல மெல்ல இருள் விலக 'கேப் ரோடு *Cape Road*' என்று தமிழிலும் ஆங்கிலத்திலும் எழுதியுள்ள மங்கிய கருப்பு மஞ்சள் நிறத்திலான பழமையான பெயர் பலகை ஒன்றைக்கடந்து விஜய் நடக்க ஆரம்பிக்கிறான். ஆனால் அவனது காலடி ஓசை அவனுக்கேகூட கேட்கவில்லை. அந்த ஆச்சர்யம் விலகுவதற்குள், ஆள் அரவமற்ற அந்தப் பிரதான தார் சாலையில் வாகனங்களோ, மனிதர்களோ, பறவைகளோ, அதன் சத்தமோ என எதுவுமே இல்லாதது அவனுக்கு பதட்டத்தை ஏற்படுத்துகிறது. சாலையின் இருபுறங்களிலும் கடைகள் அடைக்கப்பட்டிருக்கின்றன. மரங்கள்கூட சிலைபோல அசையாமலிருக்கின்றன.

முதலில் இடது ஓரமாக நடப்பவன், பின் அப்படியே சாலையின் நடுவிற்குச்சென்று வெள்ளைக்கோடுகளின்மீது நடக்க ஆரம்பிக்கிறான். உள்ளே வைத்திருக்கும் புத்தகங்கள், ஆவணங்கள் வெளியே தெரியும் புத்தம் புதிய கருப்புநிற லெதர்பேக்கையும், பூட்டப்படாத சாம்பல்நிற லஞ்ச் பேக்கையும் ஒருசேர வலதுகையில் பிடித்திருக்கிறான். இடது கையில் வழக்கறிஞருக்கான கோட் கவுன் தொங்குகிறது. அது பழையதாகவும், கிழிசலாகவும் இருக்கிறது. 'இன்' செய்யப்பட்ட அரைக்கை வெள்ளை சட்டை. கருப்புநிற பேன்ட். அதேநிறத்தில் பெல்ட் மற்றும் சூ. பின் பாக்கெட்டில் வைக்கப்பட்டுள்ள பர்ஸ் வெளியேப் பிதுங்கித்தெரிகிறது. இவை அனைத்தும் கோட் கவுனைப்போல நைந்தேக் காணப்படுகிறது.

நேரம் பார்க்க இடதுகையைத் தூக்கும்போதுதான் வாட்ச் கட்டவில்லை என்பதைக் கவனிக்கிறான். "திரும்பிபோய் கட்டி வரலாமா?" என்பதுபோல கால்களைத் திருப்பி நடந்துவந்த சாலையை அதன் நடுவில் நின்றவாறே திரும்பிப் பார்க்கிறான்.

நீண்டுகிடக்கும் சாலையும், அதன் அமைதியும் அவனுக்குப் பதட்டத்தைக் கடந்து பயத்தையும் கொடுக்கிறது. அதனால் சாலையின் நடுவிலிருந்து மீண்டும் இடது ஓரத்திற்கு வருகிறான். அப்படி வருபவன் வாட்ச் இல்லாத தனது இடதுகையை மணி பார்ப்பதுபோல அடிக்கடி பார்த்துக்கொண்டே வேகமாக நடக்க ஆரம்பிக்கிறான். அப்படி ஒருமுறை குனிந்து நிமிரும்போது மரங்கள் சட்டென்று அசைய ஆரம்பிக்கின்றன; பறவைகள், காகங்கள் பறக்கின்றன; கனரக வாகனங்கள் சாலை முழுவதையும்

நிரப்பியபடி அவன் முன்பும் பின்புமாக வேகமாகப் பாய்கிறது. ஆனாலும் ஓசைகள் எழவில்லை. அந்த வாகனங்களை ஓட்டும் மனிதர்கள் தெரிவதில்லை. சாலையிலும் மனிதர்கள் இல்லை. அவனும் இதுவரை அல்லாதவாறு கூடுதலாக மாஸ்க் அணிந்துள்ளான். அதைத் தொட்டுப்பார்த்து பதட்டமடைகிறான்.

திடீரென்று நிகழ்ந்த இந்த மாற்றம் அவனது நடையையும் தாறுமாறாக மாற்றுகிறது. இப்போது அதே சாலையில் இடதுபுறமாக பழைமையான துருப்பிடித்து எழுத்துக்கள் அரைகுறையாக அழிந்திருந்த 'ஜோஸ் சாமில் & டிம்பர் டிப்போ' என்ற பெயர் பலகை கொண்ட சாமிலுக்குள் வேகமாக நுழைகிறான்.

சாமிலின் அகலமான நுழைவாயிலின் இருபுறமும் நடுத்தரமான மரத்தடிகளும், அதைக்கடந்து உள்ளே செல்பவனின் இருபுறமும் மிகப்பெரிய மரத்தடிகளும் அடுக்கி வைக்கப்பட்டுள்ளன. அதன் நடுவில் பழமையான, தொடர்மழையினால் பச்சையேறியதுபோல காட்சியளிக்கும் ஓடுகளினாலான அலுவலகக் கட்டிடம் ஒன்று காணப்படுகிறது. நின்று அதை உற்றுப்பார்ப்பவன் கண்களுக்கு உள்ளே எவரும் இல்லாதது தெரிகிறது. மங்கலாகத் தெரியும் தகப்பனார், தாத்தா போன்ற தோற்றமுடைய மார்பளவிலான இருவரின் புகைப்படங்கள் உள்ளே சுவரில் இருப்பதைப் பார்க்கிறான். இரண்டிலும் போடப்பட்டிருக்கும் மாலை அன்று காலை வாங்கிப்போட்டதாகத் தெரிகிறது.

பத்திகள் தங்களை எரித்து முடிக்க இன்னும் கொஞ்ச தொலைவு இருக்கிறது.

அதிலிருந்து கசியும் புகைமணம் அவனுக்குள் செல்வதாகக் கண்களை மூடி உணருகிறான். கண்களைத் திறக்கும்போது அந்த இருவரின் புகைப்படங்களுக்கு இடது ஓரமாக ஒருவரின் புகைப்படம் இருக்கிறது. அது அவன் கண்களுக்கு மங்கலாகத் தெரிகிறது. இப்போது அவன் சிறிதுதூரத்தில் தெரியும் மரங்கள் அறுக்கும் இயந்திரங்களிருக்கும் உயரமான ஓட்டுக்கட்டிடத்தை நோக்கி நகர ஆரம்பிக்கிறான். அவன் அப்படி நகர நகர மரங்கள் அறுக்கும் ஓசை மெல்ல மெல்ல கேட்கத் தொடங்குகிறது.

அதுதான் அவன் காதுகளில் விழும் முதல் ஓசை.

பின் அதை நெருங்கிச் செல்லச் செல்ல அந்த ஓசை அதிகமாகிறது. அங்கு இடுப்பில் குட்டையான அழுக்கு டவலை மட்டும் கட்டிக்கொண்டு வயிறு ஒட்டிப்போன ஒல்லியான, அதிக வயதானவொருவர் முககவசம் அணிந்தபடி மரத்தடிகளை மேல்கீழாக வேகமாக ஓடிக்கொண்டிருக்கும் இயந்திர ரம்பத்தின் நடுவில்விட்டு இரண்டு துண்டுகளாக்கிக் கொண்டிருப்பதைப் பார்க்கிறான்.

அந்த மனிதன்தான் அவன் கண்களுக்குத் தெரியும் முதல் மனிதன்.

அருகே சென்றதும் அவர் முகம் அவனுக்குத் தெரிகிறது. வயிற்றைவிட ஒட்டிப்போன கண்களும் கன்னங்களும். கொஞ்சமேயிருக்கும் உடலிலும், கலைந்த தலைமுடிகளிலும் முழுவதும் மரத்துகள்கள் அப்பியிருக்கின்றன. அப்படி அவரைப் பார்ப்பது அவனுக்கு அச்சமூட்டுகிறது. அவன் தேகத்திலும் அதிர்ச்சி கூடுகிறது. ஆனால் அந்த மனிதன் இவனைக் கண்டுகொள்ளாமல் தடிகளைத் துண்டாக்குவதிலேயே முனைப்பாக இருக்கிறார். இவன் மாஸ்கை கழட்டாமலேயே அவரிடம் ஏதோ கேட்கிறான். அந்த இயந்திரச் சத்தத்தில் அது அவர் காதில் விழவில்லை. மீண்டும் கேட்கிறான். அவர் இவன் பக்கமே திரும்பவில்லை. இப்போது மாஸ்கை கழட்டி விட்டு அருகில் செல்பவன் அவர் காதில் ஏதோ சொல்கிறான்.

அந்த ரம்பத்தின் குறுக்கே விட்டு சிதைக்கப் போவதுபோல அவன் முகத்தை அவர் ஏறெடுத்துப் பார்க்கிறார். இப்போது அவனுக்கு அந்தப் பார்வை அச்சமூட்டுகிறது. நான்கு அடிகள் பின்னோக்கி நகர்கிறான். அவனை அவர் மேலும் கீழுமாக ஒரு மரத்துண்டை பார்ப்பதுபோல பார்த்துவிட்டு அதிக முகச்சுழிப்புடன் அவரும் நான்கைந்து அடிகள் பின்சென்று இயந்திரத்தின் ஸ்விட்ச்சை அணைக்கிறார். மயான அமைதி.

அந்த அமைதியை விரும்பாத அவர் அவனை மீண்டும் முறைத்துப் பார்த்துவிட்டு இடதுபுறமாக நகர்ந்து கொஞ்சம் தள்ளியிருக்கும் ஒரு குழிக்குள் இறங்குகிறார். அது மரப்பொடிகள் நிறைத்து வைத்திருக்கும் குழி. அங்கிருக்கும் செவ்வக வடிவிலான ஒரு தகர இரும்பு டின்னை எடுத்து அதில் மரப்பொடிகளை அள்ளி ஒரு ஓரமாக ஒதுக்கிப் போடப்போட உள்ளே புதைத்து

வைக்கப்பட்டிருக்கும் மூன்று சவப்பெட்டிகள் ஒவ்வொன்றாக வெளியே தெரிய ஆரம்பிக்கிறது.

ஒவ்வொன்றாகத் திறக்கிறார். முதல் பெட்டியில் ஒரு வளர்ந்த பெண் குழந்தையும், இன்னொன்றில் அதன் தங்கை வயதில் இருக்கும் குழந்தையும் படுக்க வைக்கப்பட்டிருப்பது மங்கலாகத் தெரிகிறது. இவன் அதை ஓடிப்போய் பார்க்கிறான். மூன்றாவது பெட்டி திறக்கப்படுகிறது. ஆனால் அதில் எவருமில்லை. அவன் அவரை சந்தேகத்தோடு பார்க்க அவர் ஒரு திசையை நோக்கி கைகாட்டுகிறார்.

அப்போதுதான் அவன் கண்களுக்கு அந்தக் குழிக்கு எதிர்புறமாக ஒரு ஓரத்தில் ஒருவன் சங்கிலியால் கட்டிப்போடப்பட்டு கிடப்பது தெரிகிறது. அவனைப் பார்க்கும்போதுதான் சட்டையில்லாமல், நோய்முற்றி படுத்துக்கிடப்பதுபோல அவன் கண்களுக்கு மங்கலாகத் தெரிகிறது. சந்தேகத்தோடு இரண்டாவது முறை பார்க்கிறான். இப்போது அவன் அருகில் புத்தம் புதிய வழக்கறிஞருக்கான கோட் கவுன் ஒன்று கிடப்பதும் அவனுக்குத் தெரிகிறது.

உடனடியாக தனது இடது கையைப் பார்க்கிறான். கோட் கவுன் இல்லை; ஆனால் வாட்ச் கட்டப்பட்டிருக்கிறது. இப்போது மற்ற சத்தங்கள் நிற்க, அதன் நொடிமுள் சற்றும் சத்தம் அவனுக்கு மட்டும் கேட்க ஆரம்பிக்கிறது. என்ன நடக்கிறது என்றுத் தெரியாமல் அதிர்ச்சியுடன் நேரத்தைப் பார்க்கிறான் காலை 5.50. இப்போது சுற்றிலும் அதிகாலைக்கான இருளும் வெளிச்சமும் அந்த இடத்தை சூழத் தொடங்குகிறது. மெல்ல அந்த குழியை எட்டிப் பார்க்கிறான். புத்தம் புதிய வாட்ச்மேன் உடையுடன் அந்த மூன்றாவது சவப்பெட்டியிலிருந்து ஐநூறு ரூபாய் நோட்டுக்கட்டுகளாக எடுத்து வீச ஆரம்பிக்கிறார்.

அதிர்ச்சியுடன் அவன் "அண்ணாச்சி.... அண்ணாச்சி" என்கிறான்.

அவன் பயத்தில் மெல்ல முனங்குவது அவருக்குக் கேட்காததுபோல இடதுகையால் பணத்தை எடுத்து வீசிக்கொண்டேயிருக்கிறார். அது அவன் கால்களை நிறைத்துக்கொண்டிருக்கிறது. இப்போது மீண்டும் அந்தக் குழியினுள் பார்க்கும் அவனுக்கு அவரது வலதுகையில் இயங்காத மரமறுக்கும் ஒரு இயந்திர ரம்பம் இருப்பதைப் பார்க்கிறான். அவன் பார்ப்பதைப் பார்க்கும் அவர் சட்டென்று பணத்தை தூக்கியெறிவதை நிறுத்தி அவரும்

அவனைப் பார்க்க ஆரம்பிக்கிறார். அவர் கையில் இருக்கும் இயந்திரம் இயங்கத் தொடங்குகிறது.

அந்தச் சத்தம் கேட்டு எதிரில் இவனைப்போன்றத் தோற்றத்துடன் படுத்துக்கிடப்பவன், இவன் திடுக்கிடும் வண்ணம் எழுந்து இவனை நோக்கி சங்கிலியுடன் வேகமாக ஓடி வருகிறான். பயத்தில் இவன் அவனைக்கண்டு கண்கள்மூடி விலக, அந்த ஒரு நொடியில் அணைத்த இயந்திரத்தின் ஸ்விட்சை அவர் மீண்டும் போடுகிறார். எப்படி அவர் அதற்குள் அங்கே சென்றார் என்று இவன் குழம்புவதற்குள், ஓடி வந்தவன் மரத்துண்டிற்குப் பதிலாக தனது தலையை அந்த ரம்பத்தில் விட்டு துண்டாக்குகிறான்.

சிதறும் இரத்தத்துளிகள் இவனது வெள்ளை சட்டை எங்கும் தெறிக்கிறது. வெட்டப்பட்ட தலையை எடுத்துவந்து அவர் அவன் கைகளில் கொடுத்துவிட்டு அவனைக்கடந்து வேகமாக நடந்து செல்கிறார். இந்த அனைத்து சம்பவங்களிலும் ஓடிவந்தவனின் முகம் அவனுக்கு கொஞ்சம் மங்கலாகவேத் தெரிகிறது. இதுவரை பிதுங்கி வெளியேத் தெரிந்து கொண்டிருந்த பர்ஸ் கீழே விழ, அவன் மெல்லத் திரும்புகிறான். ஆனால் அவன் தலை அவனது கழுத்தில் இல்லை; அவன் கைகளில் இருக்கிறது.

அவன் முண்டமாக தனது தலையை தானே தனது இரு கைகளிலும் தாங்கியபடி நிற்க கனவு கலைகிறது; ஆனால் அவனால் எழ முடியவில்லை.

பகை

கனவிலிருந்து விழித்த விஜய் எந்தவித சலனமுமில்லாமல் கட்டிலிலேயே சாய்ந்தமர்ந்தான். எவ்வளவு அமைதியாக யோசித்துப் பார்த்தும் அவனுக்கு அந்தக் கனவு குறித்து ஒன்றும் புரிபடவில்லை. வழக்கம்போல அவனை அது அல்லல்படுத்த ஆரம்பிக்க அந்தக் குழப்பத்தில் ஆறு மணிக்கான அலாரம் அடிப்பதைக்கூட அவன் கவனிக்கவில்லை.

"சமீபமா பகல்லதான இப்படி திருதிருன்னு முழிச்சிட்டு இருப்ப, இப்ப என்ன காலைலேயே கழண்டுருச்சுபோல?"

அலாரத்தை நிறுத்திவிட்டு எரிச்சலுடன் அபர்ணா விஜய்யைப் பார்த்தாள். அவன் பதிலேதும் சொல்லவில்லை. அவள் மீண்டும் அவனைத் திட்டத் தொடங்கினாள். ஆனால் அது அவன் காதுகளில் விழவில்லை. அவள் திட்டிக் கொண்டிருக்கும்போதே விஜய் பேசத் தொடங்கினான்.

"இல்ல, சில சமயம் வித்தியாசமான கனவு எல்லாம் வரும். நானும் அதப்பத்தி பெரும்பாலும் யோசிக்கிறது இல்ல. இன்னைக்கு என்னடான்னா கனவுக்குள்ள கனவு வருது. அதுவும் ஒண்ணுக்கொண்ணு சம்மந்தமே இல்லாம"

அபர்ணா தலையிலடித்துக் கொண்டாள்.

"நானும் உடம்புக்கு எதோன்னு நினைச்சிட்டேன்... நீயும் உன் கனவும்"

சலித்தபடி கட்டிலிலிருந்து இறங்க விஜய் அவள் கையைப் பிடித்தான்.

"ஏய்... என்ன கனவுன்னு கேளேன்"

அவள் கொஞ்சம்கூட அவனைக் கண்டுகொள்ளவில்லை; அறையை விட்டு வெளியேறி நேராக சாராவின் படுக்கையறைக்குள் நுழைந்தாள். தரையில் விரிக்கப்பட்ட மெத்தையில் உறங்கிக் கொண்டிருந்த அவளைச் சுற்றிலும் பொருட்கள் கலைந்து கிடந்தன. அபர்ணா அவற்றை ஒதுங்கவைக்க ஆரம்பித்தாள்.

சத்தம் கேட்டு அரைகுறையாக கண் விழித்த சாரா சட்டென்று ஞாபகம் வந்தவளாக அவளது ஆறாம் வகுப்பு கணக்கு மற்றும் ஆங்கிலப் புத்தகங்களின் அடியில் கிடந்த Psychopathology of Everyday Life புத்தகத்தை மறைக்க இரண்டு மூன்று தடவை முயற்சித்துப் பார்த்தாள்; பலன் கிடைக்கவில்லை. அடுத்த சில நொடிகளிலேயே அது அபர்ணாவின் பார்வைக்கு அகப்பட்டது. அவ்வளவுதான் சாரா ஆழ்ந்து தூங்குவதுபோல நடித்துக்கொண்டாள். அபர்ணா மீண்டும் எரிச்சலுடன் விஜய்யை நோக்கித் திரும்பினாள்.

"அதானப் பாத்தேன். வா... வா... என்ன கனவுன்னு சொல்றேன், கேளு"

"நீ படிக்குற கண்ட கண்ட புக்ஸை எல்லாம் கொடுத்து அவள ஸ்ட்ரஸ் பண்ணாதன்னு எத்தனை தடவை சொல்லிருக்கேன். அப்புறம் அவளும் உன்ன மாதிரியே புரியாத கனவெல்லாம் கண்டுட்டு அலையச் சொல்றியா?"

"நீ நினைக்குற மாதிரி புத்தகம்லாம் இது இல்லடி..."

விளக்கம் சொல்ல முற்பட்டவனைக் கண்டுகொள்ளாமல் அந்தப் புத்தகத்தை அவன்மீது தூக்கி எறிந்தாள்; கொஞ்சம் தடுமாறிப் பிடித்தான்.

"ஏண்டி என் பதிலும் வேணாம், என் கனவும் வேணாம்னா என்னடி அர்த்தம்?"

கிச்சனை நோக்கி நடந்து கொண்டிருந்த அபர்ணாவை சமாதானப்படுத்தும் பொருட்டு அந்தப் புத்தகத்தைப் பற்றி பேசிக்கொண்டே விஜய் அவள் பின்னாலேயே சென்றான்.

"சொல்றத முழுசா கேளு. இது என்ன சொல்ல வருதுன்னா, நாம ஒண்ண மறக்க நினைக்கும்போது, இல்ல மறக்க நினைக்குற ஒரு விஷயத்துல ஒண்ண மறந்து இன்னொன்ன மட்டும் ஞாபகத்துல வைக்க நினைக்கும்போது, அது சம்மந்தமான இன்னொன்ன

மறந்து, மறக்க வேண்டியத மறக்காம மறக்கக்கூடாத ஒண்ண மறந்து போயிடுறோம். இந்த மறக்குற எண்ணம்தான் நாம நிஜமாவே மறக்க நினைக்குற எண்ணத்துக்கும் ஞாபகம் வைக்க நினைக்குற எண்ணத்துக்கும் இடையில ஒரு அடிஷ்னல் கனெக்ஸனை ஏற்படுத்தி, நமக்கு விருப்பமான அந்த மறக்குற செயலுக்கான பிராசஸையும், ஞாபகம் வைக்குறதுக்கான முயற்சியையும் மிஸ் பண்ண செய்யுது. அதுனால நம்ம விருப்பத்துக்கு எதிரான ஒண்ண நாமளே மறந்து போயிடுறோம். அப்புறம் என்ன நடக்குதுன்னா...."

பேசிக் கொண்டிருந்தவனை திரும்பிப்பார்த்தாள் அபர்ணா.

"அய்யா சாமி போதும்ப்பா உன் விளக்கம். இப்படியே பேசிப் பேசி ஒருநாள் இல்ல ஒருநாள் நீ என்னையும், என் பிள்ளையையும், ஏன் பகத்தையும்கூட மறக்கத்தான் போற, அது நடக்கத்தான் போகுது"

அவள் பேசி முடிக்கவும் விஜய் மொபைல் ஒலிக்கவும் சரியாக இருந்தது.

"போ, போ அவன்தான் கால் பண்றான். நேத்தே ஏதோ முக்கியமா உன்கிட்ட பேசணும்னு சொன்னான்"

வேறு வழியில்லாமல் அந்த உரையாடலை முடித்தவன் வலுக்கட்டாயமாக அவளை இறுக்கி அணைத்து காதோரம் முத்தம் கொடுத்துவிட்டு மீண்டும் படுக்கையறைக்கு ஓட அபர்ணா கூச்சத்துடனும் கோபத்துடனும் கிச்சனை நோக்கி நடக்க ஆரம்பித்தாள்.

"இப்பதாண்டா உன்னைப் பத்தி பேசிட்டு இருந்தோம். உனக்கு சாவே கிடையாது"

"என்ன பேசிருப்பீங்கன்னு தெரியும். உங்க சண்டைல என்னை இழுக்காதீங்க. அப்புறம் சொல்ல வந்த விஷயத்தை மறந்துருவேன்"

"பார்றா, நாங்க பேசுன விஷயமே அந்த மறக்குறத விஷயத்தைப் பத்திதான். அதாவது மறக்குறது முட்டாள்தனம் இல்ல, மறக்க விரும்பாத ஒண்ண, மறக்க வேண்டிய ஒரு விஷயத்துக்கு பதிலா மறக்குறதுதான் முட்டாள்தனம்..."

“டேய்... டேய்.. டேய்... நிறுத்து... நிறுத்து. உன் செத்துப்போன தியரிய கேக்க எல்லாம் இப்ப நேரம் இல்ல. கொஞ்சம் முக்கியமான பிரச்சனை. ஏ.டபிள்யூ.பி.எஸ் வரை போகணும்”

“சரிவிடு, அபர்ணா மாதிரியே இந்த வாழ்க்கைல இவ்வளவுதான் கத்துக்கிடனும்னு உனக்கு நீயே எழுதி வச்சுகிட்ட, உங்கள்ட்ட பேசி ஒரு பிரயோசனமும் இல்ல. ம்... என்ன விஷயம்?”

“விஷயமெல்லாம் இருக்கட்டும். ஆனா நீதான் போகணும். ஜூனியர்ஸ் யாரையும் அனுப்ப முடியாது”

விஜய் சட்டென்று அமைதியானான்.

“டேய் புரியுது... ஆனா வேற வழி இல்ல. உன்னைத் தவிர வேற யாரையும் இதுக்கு அனுப்பவும் முடியாது. உனக்கே தெரியும், நீ ஸ்டேஷன்லாம் போக மாட்டேன்னு முடிவு பண்ணதுலருந்து உன்னை நான் கூப்பிடுறதே இல்ல. இது மகி சம்மந்தப்பட்ட விஷயம். விஷயம் வெளிய தெரிஞ்சா நல்லா இருக்காது. அதான் கேக்குறேன்”

“அவனா? இப்ப எந்தக் குடும்பத்தை அழிச்சான்? நல்லா கேட்டுக்கோ, பொருள கடத்துறீங்க, விக்குறீங்க அது வேற, ஆனா அவன் செய்யுறது பாவம். இதுல தேவையில்லாம என்னையும் சேக்காத”

“நீ சொல்றதுக்கு முன்னாடி அத நானே அவன்ட்ட சொல்லிட்டேன். இந்த உதவியும் அவனுக்காக நான் உன்கிட்ட கேக்கல. அந்தக் குடும்பம் ஒண்ணா சேரணும். அவ்வளவுதான். ஒரு வாரம் மட்டும் டைம் வாங்கிக்கொடு. இதுக்கு மேல உன்னை தொந்தரவு பண்ண மாட்டேன்; இதுதான் கடைசி”

“இப்படித்தான் ஒவ்வொரு தடவையும் சொல்ற. டேய் நல்லா புரிஞ்சுக்கோ. எனக்கு அவன் பண்ற வேலை மட்டும் இல்ல; நீ பண்றதும் சுத்தமா பிடிக்கல. அதான் ஒதுங்கிட்டேன். நீயும் இதெல்லாம் விட்ரு. இது உனக்கு எப்பனாலும் ஆபத்துதான்”

இப்போது பகத் அமைதியாக இருந்தான்.

“டேய் கோவிச்சிக்கிட்டியா... இதான் கடைசி, இதுக்கு மேல என்னை தொந்தரவு பண்ணக்கூடாது”

விஜய் சொன்ன அடுத்த நொடி நினைத்த காரியம் முடிந்துவிட்ட சந்தோஷத்தில் பகத் சொல்ல வேண்டிய இன்னொரு விஷயத்தையும் சொல்லி முடித்தான்.

“சொல்ல மறந்துட்டேன். அந்த ரெசார்ட் மேட்டர்ல கொடுக்க வேண்டிய பணம் சாமில்ல ரெடியா இருக்கு. போற வழில அப்பாட்ட இருந்து வாங்கிட்டுப் போய் தமிழ்ட்ட கொடுத்துரு.”

விஜய் தலையைப் பிடித்துக்கொண்டான்.

“டேய் நீயெல்லாம் திருந்தவே மாட்ட. அந்தாளப் பாத்தாலே எனக்கு ஆகாது. ஏன்டா காலைலேயே இப்படி படுத்துற? இதுல அவனை வேற பாக்கணுமா?”

“உனக்கு முன்னாடி கண்டிப்பா திருந்திருவேன். இப்ப மொபைலை அபர்ணாட்ட கொடுங்க தம்பி”

“வேணாம்பா... நீயே கால் பண்ணிப் பேசிக்க, இப்பக் கிட்ட போனா அப்புறம் நான் யாருங்குறத நானே மறந்துருவேன்”

சிரித்தபடியே விஜய் அழைப்பை துண்டித்ததும் சாரா உள்ளே நுழைந்த சாரா கட்டிலின்மீது ஒருசாய்த்து அமர்ந்தபடியிருந்த விஜய்யை பின்புறமாக ஓடிவந்து கட்டிப்பிடித்தாள்.

“ஹலோ விஜய் சார், அம்மாட்ட உன் கெஞ்சல் வேலைக்கு ஆகலப்போல”

“ஃபிராடு முழிச்சுதான் இருந்தியா?”

“அவ என் ரூம் வந்தது, புக் எடுத்தது, உன் ரூம் வந்து கத்துனது, நீ அவ பின்னாடியே போய் கெஞ்சுனது; கொஞ்சுனதெல்லாம் எனக்கு தெரியும் தம்பி. முழிச்சுதான் இருந்தேன். காதுல அரைகுறையா எல்லாம் விழுந்துச்சு. அப்புறம் ஏதோ எச்சி துப்புனது மாதிரி ஒரு சத்தம் கேட்டுச்சே, அம்மாக்கு முத்தம்தான கொடுத்த?”

அதுவரை அவனைக் கட்டிப்பிடித்துக்கொண்டு பேசிக்கொண்டிருந்தவள் அவன் கைக்குள் அகப்படாதவாறு கொஞ்சம் பின்னால் விலக, சாராவை பிடிக்க பின்னால் கை விட்டு துழாவினான் விஜய்; அவள் சிக்கவில்லை.

“அம்மாவவிட உனக்குதான் அதிக முத்தம் கொடுத்துருக்கேன்னு சொன்னதெல்லாம் பொய்தான? நீதான் ஃபிராடு”

அருகில் வந்து அவன் முதுகில் செல்லமாகக் கடிக்க அவனிடம் அகப்படும் சாராவை இடதுபுறமாக அப்படியே இழுத்துப்பிடித்துக்கொண்டு கொஞ்ச ஆரம்பித்தான்.

“அடியே, உண்மை தெரியாம பேசாத. ஒருத்தங்களுக்கு அதிகமா முத்தம் கொடுத்தா அன்பு குறைஞ்சிரும்னு ஒரு ஆராய்ச்சி கட்டுரை வந்துருக்கு. நீதான் காலையிலேயே பாத்தியே? அதிகமா முத்தம் கொடுக்க கொடுக்க உங்கமாவுக்கு என் மேல கோவம்தான் அதிகமா வருது. அதான் உனக்கு கொஞ்சம் கம்மி பண்ணி டெஸ்ட் பண்ணிட்டு இருக்கேன். இப்ப பாரு ஒவ்வொரு நாளும் அப்பாமேல உனக்கு பாசம் எப்படி அதிகமாகுது...?

சாமாளித்தவனின் முதுகில் மீண்டும் சாரா கடித்தாள். வலியால் கத்தும் அவனும் தப்பி ஓடும் அவளுமாக இருவரும் செல்லமாகச் சண்டையிட, அந்த விளையாட்டின் ஊடே அபர்ணா பகத்திடம் பேசிக்கொண்டிருந்தது விஜய்க்கு கேட்டது.

“நீயாச்சு அவனாச்சு எதையாவது பண்ணுங்க. அவனுக்காக நீ பண்றதும் பிடிக்கல; உனக்காக அவன் பண்றதும் பிடிக்கல. இடைல என் தலையை உருட்டாதீங்க”

அழைப்பை துண்டித்த அபர்ணாவின் காதுகளுக்கும் சாரா விஜய் சண்டையிடுவது கேட்டது.

“இன்னைக்கும் லேட் ஆச்சு ரெண்டு பேருக்கும் மதியச் சாப்பாடு கிடையாது”

சத்தம்போட்டபடியே அவள் அவர்களை நெருங்கி வருவதை உணர்ந்த இருவரும் அலுவலகத்திற்கும் பள்ளிக்கும் கிளம்ப அங்குமிங்கும் அவளைக் கடந்து ஓடினர்.

நகரில் ஓரளவு வசதி கொண்ட அப்பார்ட்மெண்ட். அவரவர் காலை அவசரங்களில் வீட்டிலிருந்து வெளியேறிக் கொண்டிருந்தார்கள்.

“அப்புறம் அவன ஸ்டேஷன் கூட்டிட்டு போக வேண்டாமாம். வெளியே எங்கயாவது நிக்க வச்சுப்பியாம். ஒரு வாரம் டைம் கேக்குறான்போல. பஸ் டிக்கெட்டை உனக்கு அனுப்புவான்...”

விஜய்யையும் சாராவையும் வழியனுப்ப வந்த அபர்ணா சொல்லிக் கொண்டிருக்கும்போதே மிக அமைதியான குரலில் அதை இடைமறித்தான் விஜய்.

“ஸ்டேஷன்ல கேட்டா அதக் காமிக்கணும். மீதி விஷயத்த அவன்ட்ட கேட்டு தெரிஞ்சுக்கணும். உன்கிட்ட சொன்னா நீ கோபப்படுவன்னு என்கிட்ட சொல்லச் சொன்னான். அதான சொல்ல வர?”

அவனது மனநிலையை உணர்ந்தவள் அவனைக் கட்டிப்பிடித்து முத்தம் கொடுத்துவிட்டு ஒரு சின்ன சந்தேகத்துடன் சாராவிடமிருந்து ஸ்கூல் பேக்கை வாங்கித் திறந்துப் பார்த்தாள். காலையில் பார்த்த அதே புத்தகம். விஜய் ஓட, அவன் பின்னாலேயே அபர்ணாவிடமிருந்து அந்தப் பையைப் பிடிங்கிக்கொண்டு சாராவும் ஓட அபர்ணா கத்தினாள்.

“சாய்ந்திரம் இங்கதான வரணும். அப்பாவையும் மகளையும் அப்பப் பாத்துக்கிறேன்”

ஓடிச்சென்று லிப்ட் முன்னால் நின்ற விஜய்யும் சாராவும் அது நிரம்பி வழிவதைப் பார்த்து “இது எப்போதும் நடக்கும் வாடிக்கையான ஒன்று” என்பதுபோன்ற சலிப்புடன் ஒருவரையொருவர் பார்த்துக்கொண்டு படியிறங்கத் தொடங்கினார்கள்.

“எப்படியும் என்னை டார்ச்சர் பண்ணி உன் கனவ சொல்லாம விடமாட்ட, அத இப்பவே சொல்லலாம்ல, எனக்கும் டைம் சேவ் பண்ண மாதிரி ஆச்சு”

அவனது கனவு குறித்து நேரம்போகாமல் கேட்பதுபோன்ற பாவனையுடனும், அலட்சியத்துடனும் சாரா அவனைப் போலியாகச் சீண்டினாள்.

"இனிமேல் உன் கனவை பத்தி அபர்ணாவத் தவிர வேற யார்ட்டையும் எதுவும் சொல்லாத அப்படீன்னு, நேத்து என் கனவு என் கனவுல வந்து சொல்லிருச்சு. அதுனால இனி நான் உன்கிட்ட அதப்பத்தி சொன்னா அது கோவிச்சுக்கும், திரும்ப வராது. அதுனால இனி நான் உன்கிட்ட என் கனவப் சொல்லப்போறது இல்லை"

அவனும் நக்கலாக சொல்லிவிட்டு அவளிடமிருந்து முகத்தைத் திருப்பிக்கொண்டான்.

"பார்ரா... சொல்லாட்டாப் போ... எனக்கென்ன?"

அவளும் அவனுக்குப் போட்டியாக முகத்தைத் திருப்பிக்கொண்டாள். இருவரும் பேசிக்கொள்ளாமல் அமைதியாக படியிறங்க, அவர்கள் காலடி ஓசையும் மனிதர்களின் இரைச்சல்கள் மட்டுமே அவர்களைச் சுற்றியிருந்தது. அதில் கூடுதல் ஓசையாக கீழிருந்து மேலாக அவசர அவசரமாக ஏறிவந்த வட மாநிலத்தைச் சேர்ந்த அப்பார்ட்மெண்ட் செக்யூரிட்டியின் காலடியோசையும் சேர்ந்துகொள்ள அவர் பின்னாலேயே அவர் வளர்க்கும் பூனையையும் ஓடி வந்தது. சாரா அதைத் தூக்கிக் கொஞ்சினாள்.

"மேல லிப்ட் வாசல்ல எதோ பைஹ்ட்டாம். சண்டைல யாருக்கோ வேஷ்டியை உருவிட்டாங்களாம். சார் பாத்துச்சா?"

சாரா சிரிக்க, விஜய் முகத்தை சீரியஸாக வைத்துக்கொண்டான்.

"இல்லயே"

"தினமும் இது ஒரு ராவடி சார். ஜட்டி போடாம எதுக்கு சார் சண்டைக்கு போகணும்? இப்ப நம்ம பாண்டும் சேந்து அவுருது"

சாரா "க்ளுக்" என்று சிரித்தபடி பூனையை அவரிடம் கொடுத்தாள். அதைத் தூக்கி வைத்துக்கொண்டு சலித்தபடி அவர்களைக் கடந்து சென்றவர் நான்கைந்து படிகளை ஏறியதும் நின்றார்.

"விஜய் சார் சொல்ல மறந்துட்டேன். போன தடவை நீங்க சொன்ன கனவு சூப்பர் சார். அத என் கனவு மாதிரி என் வொய்ப்க்கு போன்ல சொன்னேன். அது ரொம்ப ஹேப்பியா சிரிச்சிட்டு இருந்துச்சு. இப்ப தினமும் 'இன்னைக்கு என்ன கனவு... சொல்லு, சொல்லு'ன்னு டார்ச்சர் பண்ணுது. புதுசா எதாவது கனவு கண்டா சொல்லுங்க சார்"

ஆச்சரியப்படுவதுபோல முதலில் வாயை மூடி விஜய்யைப் பார்த்த சாரா, அவனது அப்பாவி முகத்தைக் கண்டதும் சத்தமாகச் சிரித்தாள்.

“சார் என்னையும் கனவையும் மறந்துறாதீங்க சார்”

செக்யூரிட்டியின் குரல் மேலேயிருந்து ஒலித்தது.

“நாம ஒண்ண மறக்க நினைக்கும்போது, இல்ல அந்த மறக்க நினைக்குற ஒரு விஷயத்துல ஒண்ண மறந்து இன்னொன்ன மட்டும் ஞாபகத்துல வைக்க நினைக்கும்போது...”

காலையில் விஜய் அபர்ணாவிடம் சொன்னதை அவனைப்போலவே அதே பாவனையில் சொல்லி அவனைச் சீண்ட, சட்டென்று சுதாரித்துக்கொண்டு அவள் கைகள் இரண்டையும் பிடித்துக் கெஞ்சினான்.

“இனி நீ என்ன வேணும்னாலும் சொல்லு, கேக்குறேன். அம்மாட்ட மட்டும் இதச் சொல்லிறாத”

“அது எப்படி முடியும் மிஸ்டர் விஜய்? நீங்க இப்படி ஊர் முழுக்க பிரபலமாகுறத அம்மா கேள்விப்பட்டா சந்தோஷப் படுவாங்கதான...?”

அவளது நக்கலைப் பார்த்து மீண்டும் மீண்டும் கெஞ்சினான்.

“சரி... சரி... அப்டீனா என்ன கனவு கண்டேன்னு சொல்லு”

“இவ்வளவுதான, இது ஒரு பெரிய விஷயமா?”

உற்சாகத்துடன் சிரித்தபடி தொண்டையைக் கனைத்து ஆரம்பித்தான்.

“அப்பா எப்பவாவது ட்ரிங்க்ஸ் பண்ணுவேன்னு உனக்கு தெரியும்ல. அப்படி பண்ணா மறுநாள் காலைல எனக்கு கொஞ்சம் தலைவலி இருக்கும்ல. கனவுல நான் நல்லா குடிச்சிட்டுதான் காலைல எந்துரிக்கிறேன். ஆனா சுத்தமா வலி இல்லை. அது பகத் அப்பாவோட சாமில் மாதிரியான ஒரு இடம். எல்லாம் தெரிஞ்ச மாதிரி சிகரெட் பத்த வச்சிட்டு மரப்பொடிக கொட்டி வச்சிருக்க கிடங்கப் பாத்து போறேன். கொஞ்சம் பொடிகள அள்ளி வெளிய போட்டுட்டு உள்ளப் பாத்தா கட்டுக்கட்டா பணம். அப்புறம் அந்த டின்ல எவ்வளவு

அடங்குமோ அவ்வளவையும் அள்ளி போட்டுட்டு வெளிய வரேன். அவ்வளவுதான்; கனவு கலைஞ்சிருச்சு”

படிக்கட்டுகளின் ஊடாகவும் அவர்களைப் போலவே அவர்களைக் கடந்து செல்லும் ஆட்களின் மத்தியிலுமாக அவன் வேகமாக சொல்லி முடித்தான்.

“உண்மையச் சொல்லு, இதுதான் கனவா? இல்ல நீயா ஒரு கதை விடுறியா? அதுவும் ரொம்ப ஷார்ட்டா சொல்றியே! வழக்கமா கால் மணிநேரத்துக்கு குறைஞ்சு நீ ஒரு கனவையும் சொன்னது இல்லையே”

அப்பார்ட்மென்ட் பார்க்கிங்கில் நிறுத்தி வைக்கப்பட்டிருந்த அவனது பழைய எஸ்டீம் காருக்குள் ஏறியவாறே அவளை நம்பவைக்கும் விதமாக சாராவிடம் என்னென்னவோ சொல்ல ஆரம்பிக்க, அவள் நம்ப மறுத்து “போதும்” என்று சைகை காட்டியதும் சிரித்தபடியே கார் கண்ணாடிகளை இறக்கினான்.

“நீ சொல்ற கனவுல கொஞ்சம் லாஜிக் இருக்கு. ஒருபக்கம் பணம் பிடிக்காதுங்குற. இன்னொரு பக்கம் அதுக்காக ஓடுற. இப்படி எல்லாம் சேந்து இந்தக் கனவு வந்துருக்கலாம். ஆனாலும் உன்ன நம்ப மாட்டேன்”

விஜய் கார் அவனது அப்பார்ட்மென்ட் வளாகத்தை விட்டு எப்போதும்போல ஊர்ந்து வெளியேறியது.

பெயர்பலகை இல்லாத சாமிலின் துருவேறிய இரும்பு கேட்டினை கடந்து காரை ஓர் ஓரமாக நிறுத்தினான் விஜய். சாமிலின் அகலமான நுழைவாயிலின் அருகே நடுத்தரமான மரத்தடிகளும், அதைக்கடந்து உள்ளே செல்ல செல்ல மிகப்பெரிய மரத்தடிகளும் இருபுறமுமாக அடுக்கி வைக்கப்பட்டிருந்தன. அதன் நடுவில்தான் இளவரசுவின் அலுவலகக் கட்டிடம் இருந்தது. இளவரசு அவரது தகப்பனார் தாயாரின் மார்பளவிலான புகைப்படத்தை வணங்கிக் கொண்டிருந்தார். மாலைகளின் கீழாக பத்திகள் நறுமணப்புகையைப் பரப்பிக் கொண்டிருந்தன. அவர் திரும்ப விஜய் கண்களை மூடி வணங்கிக் கொண்டிருப்பதைப் பார்த்தார். அவன் கண்களைத் திறக்கும் வரை காத்திருக்கவில்லை. அவன்மீது பெரிதாக பிடிப்பு இல்லாத அவரைப்போலவே அவரது சொற்களும் வேண்டா வெறுப்பாக வந்து விழுந்தன.

“இது ஸ்டேஷனுக்கு... இது உனக்கு”

அவர் குரல் கேட்டும் விஜய் கண்களைத் திறக்கவில்லை. முழுவதுமாக கும்பிட்டு முடித்தபின்தான் திறந்தான். அவன் திமிரைக் கண்டு முணுமுணுத்துக் கொண்டே இரண்டு இரண்டாயிரம் ரூபாய் கட்டுகளை முதலிலும், ஒரு இரண்டாயிரம் ரூபாய் கட்டை இரண்டாவதும் எடுத்து மேசையில் தூக்கிப்போட்டார். முதல் இரண்டு கட்டுகளை வாங்கிய அவன் இரண்டாவது கட்டை தொடவில்லை.

“இது உனக்கு ஒண்ணும் சும்மா கொடுக்குறது இல்ல. எங்க வேலையா ரிசார்ட் போயிருக்க. அங்க நடந்த சண்டைல உன் கார், போன் எல்லாம் உடைஞ்சிருக்கு. உனக்கெல்லாம் நான் கடன்காரனா இருக்க விரும்பல”

வெறுப்புடன் அவர் கொடுத்த பணத்தை தனது அலுவலகப் பையினுள் திணித்துவிட்டு இறங்கி நடந்தவனை நோக்கி கை தட்டினார். என்ன சொல்லப் போகிறார் என்பதை உணர்ந்தவனாக அவர் வீசும் வார்த்தைகளுக்காக திரும்பாமல் அப்படியே நின்றான்.

“தெரிஞ்சோ தெரியாமலோ எனக்கு கொஞ்சம் ஹெல்ப் பண்ணிருக்க. அதுக்காக எப்பனாலும் எதுனாலும் வெக்கபடாம

கேளு; தரேன். அதுவும்கூட அப்பன் மகனை ஒதுக்கிட்டான்னு ஊர் உலகம் பேசிறக்கூடதுல்ல, அதுனாலதான்"

விஜய் எதுவும் பேசவில்லை. திரும்பாமலேயே சாமிலை விட்டு வெளியேறினான்.

காலை பரபரப்பிலிருந்தது நீதிமன்ற வளாகம். வழக்கறிஞர்கள் சேம்பர் கட்டிடத்தின் அருகில் விஜய் காரை நிறுத்தினான். அலுவலகப் பை மற்றும் லஞ்ச் பேக்குடன் காரிலிருந்து இறங்கியவனைக் கடந்து அங்குமிங்கும் அவசரத்தில் வழக்கறிஞர்கள், குமாஸ்தாக்கள் நகர்ந்து கொண்டிருந்தனர். அதில் சிலர் இவனுக்கு வணக்கம் வைத்தனர்; இவன் சிலருக்கு வணக்கம் வைத்தான். மாறிமாறி கைகளை உயர்த்திக்கொண்டார்கள். ஒருவரின் குரலும் பரிமாறிக் கொள்ளப்படாத, இரைச்சல்களுக்கு நடுவிலான அந்த சைகையைப் பார்ப்பதற்கு ஒரு சடங்கு போலிருந்தது.

இப்படியானவர்கள் முதல், வழக்கிற்காக வந்தவர்கள், வழக்கறிஞருக்காக காத்திருப்பவர்கள் வரையிலான அனைவரையும் கடந்து முதல் தளத்திலிருக்கும் அவனது அலுவலகத்திற்குள் நுழைந்தான் விஜய்.

பூட்டில்லாமல் வெறுமனே சாத்தியிருந்தது அலுவலகம். வயதாகிப்போன மரக்கதவும் இரும்பு கொக்கிகளும் சேர்ந்த அந்தக் கதவைத் திறக்க எழுந்த சத்தமானது விஜய் காதுகளைக் கூச வைத்தது. கோட், கவுன், வெள்ளை சட்டைகள் தொங்கும் ஹேங்கர் முதல் மேஜைகள்மீது கிடந்த கேஸ்கட்டுகள், சட்டப் புத்தகங்கள் மட்டுமல்லாமல் எல்லாவிதமான புத்தகங்களும் பரவியிருந்த புத்தக அலமாரிகள், இருக்கைகள் வரை எல்லாமே சரிந்தும் கோணலாகவும் ஒழுங்கில்லாமலும் இருந்தது. அழுக்குச் சுவர்களும், தூசுக்களும் வெளிச்சத்தைக்கூட ஒருவித இருளாக மாற்றிக் காண்பித்தது.

இவை எதுவும் விஜய்யை எப்படிக் கண்டுகொள்ளவில்லையோ, அதேபோல அவனும் அவற்றைக் கண்டுகொள்ளவில்லை.

மின்விசிறி, ட்யூப் லைட்டுக்கான ஸ்விட்ச்களை வரிசையாக தட்டினான். அவை எந்தவித பதட்டமுமில்லாமல் தனக்கான கால அவகாசத்தை எடுத்துக்கொண்டு மெதுவாக சுற்றவும், எறியவும் ஆரம்பித்தன. ஆனால் எப்போதும்போல அவனுக்குத் தேவையான சிகரெட், தீப்பெட்டி, ஒரு கேஸ் கட்டு, இரண்டு புத்தகம் என அவன் கண்மூடி கைவைக்கும் எல்லா இடங்களிலிருந்தும் ஒவ்வொன்றாக வெளிவந்தன. சிகரெட் பற்ற வைத்துவிட்டு நீதிமன்றத்திற்கு கிளம்பத் தயாரானான்.

சாவகாசமாக அந்தச் சுவர்கள் போலவே அரைகுறை அழுக்கு வெள்ளை வேட்டியுடன் உள்ளே நுழைந்தார் விஜய் குமாஸ்தா. அவரைப் பார்த்தவுடன் எழுந்த சிரிப்பை அப்படியே அடக்கிக்கொண்டான். அவரும் பாக்கெட்டிலிருந்து ஒரு சிகரெட்டை எடுத்து பற்ற வைத்துவிட்டு அவன் முகத்தைப் பார்க்காமல் அலுவலகத்தை ஒழுங்குபடுத்த முயன்றவாறே முனங்கத் தொடங்கினார்.

“போகும்போதே வாய வச்ச, பின்ன எங்க வெளங்கும்? ஏழு லட்சம்... ஏழு லட்சம்... ஒரேயடியா போயிருச்சு. வெறும் அஞ்சுகிலோ தங்கம். இங்க மாத்தி அங்க கொடுத்தா போதும். அப்படியே கைமேல வந்து விழுந்துருக்கும். கேரளா பார்டர்ல ரெடியா நின்னான். நீ வாய் வச்ச நேரம் எவனுக்குப் பணம் தேவையோ அவன் பொட்டுன்னு போய்ட்டான். சாவுற வரை இங்கயே கெடந்து குப்பை கொட்டணும்னு எனக்கு எழுதிருக்கு”

மெல்லிய சிரிப்புடன் கையிலிருக்கும் *Rights of Accused* புத்தகத்தை விஜய் அமைதியாக திருப்பிக்கொண்டிருக்க அது அவருக்கு மேலும் எரிச்சலூட்டியது.

“ஒருநாள் இல்ல ஒருநாள் எனக்கும் விடிவுகாலம் வரும். அன்னைக்கு இந்த வக்கீல் சேம்பரையே கவர்மெண்டுட்டருந்து வெலைக்கு வாங்குறனா இல்லையான்னு பாரு...”

முகத்தை இறுக்கமாக்கிக்கொண்டு அன்று முதல் தடவையாக அவனது முகத்தைப் பார்த்து கத்தினார். கோட் கவுன் மாட்டிக்கொண்டே அவருக்கு கேட்கும் விதமாக அவனும் முனங்கினான்.

“அதுக்கு எதுக்கு ஒருநாள் இல்ல ஒருநாள், நீ குமாஸ்தா சங்க செகரட்டரிதான? நீயும் உங்க ட்ரஸரரும் சங்கத்துல இருக்குற பணத்த எல்லாம் எடுத்துட்டுப்போயி இன்னைக்கே டிஸ்ட்ரிக்ட் ஜட்ஜப் பாத்து நல்ல ரேட்டாப் பேசி முடிச்சிற வேண்டியதுதானே?”

அவரும் விடவில்லை.

“சேம்பரு கிடைக்காட்டாலும் இந்த ஆபிஸ மட்டுமாவது வெலைக்கு வாங்கி நான் வக்கீலாவும், எனக்கு கீழ நாலு வக்கீலையும் நான் வச்சுக்கல, என் பேர நான் மாத்திக்கிறேன்”

விஜய் மொபைல் ஒலித்தது. அழைப்பு மகேந்திரனிடமிருந்து என்றதும் விஜய் முகத்தை எரிச்சல் சூழ்ந்தது.

"கோர்ட்லதான் இருக்கேன்"

"இப்ப கோர்ட் டைம்"

"சரி வெய்ட் பண்றேன்"

எவ்வளவு முடியுமோ அவ்வளவு சீக்கிரமாக அவனைத் துரத்திவிட நினைத்தான் விஜய்.

"சரி கேண்டீனுக்கு வந்துரு"

கோட் கவுனை கழட்டி கையிலிருக்கும் கேஸ் கட்டையும், புத்தகத்தையும் குமாஸ்தாவிடம் கொடுக்க அவர் ஒன்றும் புரியாமல் முழித்தார்.

"அப்பன குத்துன இந்தக் கேஸ்க்கு நீதான் சரியான ஆளு. வக்கீல் ஆகணும்னு கொஞ்ச நேரத்துக்கு முன்னாடி ஆசப்பட்டல்ல, இந்தப் புக்கை படிச்சிட்டுப் போய் நீயே இந்தக் கேஸை நடத்து"

கழட்டிய கோட் கவுனை அவருக்கு மேலாக பொன்னாடை போர்த்துவதுபோல போர்த்திவிட்டு பணம் இருக்கும் பையையும், லஞ்ச் பேக்கையும் தூக்கிக்கொண்டு வேகமாக வெளியேறியவனைப் பார்த்து கோபத்துடன் கத்தினார்.

"அப்பன குத்துன கேஸ்க்கு நான்தான் சரியான ஆளுன்னு பீஸ்கூட வாங்காம கேஸ் வாங்குனது நீ? வாய்தாக்கு மட்டும் நானா?"

"நீ வேணா குழியத் தோண்டி உங்கப்பனை நாலு குத்து குத்து. உனக்கும் ப்ரீயா கேஸ் நடத்துறேன்"

படிக்கட்டில் இறங்கியபடி விஜய்யும் சத்தமாகக் கத்தினான்.

"அப்படி நடந்தா அதுக்கு நான் நல்ல வக்கீலாப் பாப்பேன். உன்கிட்ட வர மாட்டேன்"

சிரிப்பை அடக்கியபடி காரினுள் பைகளைத் தூக்கிப் போட்டுவிட்டு கேண்டீனை நோக்கி நடக்க ஆரம்பித்தான். கேண்டீனில் கூட்டம் மொய்த்தது. விஜய் வருவதைப் பார்த்து மகேந்திரன் கையசைக்க பல்லைக் கடித்துக்கொண்டு அவனெதிரில் அமர்ந்தான் விஜய்.

“இரண்டு டீ”

மாஸ்டரிடம் சைகையாலே மகேந்திரன் கை காண்பித்தான். விஜய் சிகரெட் ஒன்றை பற்ற வைக்க அதே பாக்கெட்டிலிருந்து அவனைக் கேட்காமலேயே மகேந்திரனும் ஒன்றை எடுத்து பற்ற வைத்தான். அமைதியின்மை விஜய்யை சுற்றி முழுமையாக சூழ்ந்தது.

“ம் சொல்லு”

“பகத் எதாவது சொன்னானா? இல்ல நான் ஆரம்பத்துல இருந்தே சொல்லிறவா?”

“இல்ல, முழுசா சொல்லு”

“என்னோட காலேஜ் மெட் அவ. பணமும் திமிரும் அழகும் அவகிட்ட நிறைய இருந்ததுனால படிக்கும்போது அவ கிட்டல்லாம் யாரும் நெருங்க முடியாது. அம்மா கிடையாது. வீட்டுக்கு ஒரே ஒரே பொண்ணு. அதுனால பயங்கர செல்லம். அவங்கப்பா யார்னு தெரியும்ல? நம்ம சரக்க ஒருநாள் பெங்களூர் ஹைவேல மடக்கிப் புடிச்சு விடவேமாட்டேன்னு அடம் புடிச்ச ஒரு எஸ்பி கைல ரெண்டு லட்சம் கொடுத்து ஆஃப் பண்ணோமே? அவரு பொண்ணுதான். அப்பதான் மெதுவா அவர்ட்ட அவளப் பத்தி விசாரிச்சேன். அவரோட டிரைவர் ஒரு பீசிகூட ஓடிப் போயிருச்சுன்னு சொன்னாரு. அப்புறம் அவரோட செல்வாக்குல அவன வேலைய விட்டுத் தூக்குனாரு. அப்புறம் அவன் எங்க வேலைக்கு போனாலும் அவன வேலையை விட்டு தூக்குறதுதான் அவரோட ஒரே வேலை. ஒரு கட்டத்துல அவருக்கே போர் அடிச்சிருச்சு போல; விட்டுட்டாரு. எல்லா இடத்துலயும் துரத்தி விடுறவனுக்கு, வெறும் பத்தாங்கிளாஸ் படிச்சவனுக்கு வேற என்ன வேலை கிடைக்கும்? அங்க சுத்தி இங்க சுத்தி ஒரு ஸ்கூல்ல வாட்ச்மென் வேலை கிடைச்சது. அவர்ட்டதான் அவ எங்க இருக்கான்னு கேட்டு தெரிஞ்சுகிட்டேன். அப்ப அவளுக்கு ஒரு பிள்ளைதான். இப்பதான் ரெண்டு இருக்கு. ஆரம்பத்துல என்கிட்ட அவப் பேசக்கூட இல்ல. அழகு மட்டும் இல்ல அந்த திமிரும் அப்படியேதான் இருந்துச்சு. அப்புறம் மெது மெதுவா அவ என் பக்கம் திரும்புனா. இதுக்கே ஆறு மாசம் நாக்கு தள்ளிருச்சு. அவன் பயங்கர குடிகாரன். தினமும் அவள அடிக்காத நாள் இல்ல. பாக்க பரிதாபமா இருக்கும். நேர்ல பாக்கும்போது

ஆறுதல் சொல்வேன். இப்படித்தான் எங்களுக்குள்ள பழக்கம் ஆரம்பிச்சது. அப்புறம் அவன் இல்லாத நேரம் அவ வீட்டுக்கு போறதும், அவ நான் கூப்பிடுற இடத்துக்கு வரதும் வழக்கமாக எப்படியோ அவனுக்கும் விசயம் தெரிஞ்சிருச்சு. ஒதுங்கிட்டேன். கொஞ்சநாள் ஒரு பிரச்சனையும் இல்ல. நாலு நாளைக்கு முன்னாடி நடந்த ஒரு சண்டைல வீட்ட விட்டு வெளிய வந்துட்டா. அவள வீட்டுக்கு போகச் சொல்லவும் முடியல; கூட வச்சுக்கவும் முடியல. ‘அவன்கூட மறுபடியும் சேந்து வாழ்ந்தா தூக்கு மாட்டிருவேன்’னு சொல்றா. அவன் என்னடான்னா நேரா எஸ்பிட்ட போய் கம்ப்ளைன்ட் பண்ணிருக்கான். அவரு நம்மாளுங்குறதுனால பிரச்சனை ஒண்ணும் இல்ல. ஆனா அவன் பழைய போலீஸ்ங்குறதுனால இத கொஞ்சம் ப்ராப்பரா முடிச்சு விட சொல்றாரு. அதான் மகளிர் ஸ்டேஷன்க்கு பார்வர்ட் பண்ணிருக்காரு. உனக்குத்தான் அங்க நல்ல பழக்கமாச்சே. முன்ன மாதிரி இருந்தா...(வரும் கோபத்தை அடக்கி விட்டு) நீ போனதுல இருந்து பகத்தும் மாறிட்டான்; நானும் பெருசா எதுவும் பண்றதும் இல்ல. ஒரு வாரம் மட்டும் டைம் கிடைச்சா போதும். அதுக்குள்ள அவள எப்படியாவது சம்மதிக்க வச்சி வீட்டுக்கு அனுப்பிருவேன். ஸ்டேஷன்ல கேட்டா சென்னைக்கு போய்ட்டோம்னு சொல்லிரு. டிக்கெட் உனக்கு அனுப்பி வச்சுடுறேன்”

அவன் முகத்தைப் பார்க்க விரும்பாமல் அரசமரத்தின் நடுவிலிருந்து ஒரு இலை உலர்ந்து உதிர்ந்து பல கிளைகளில் சிக்கியும், ஓய்வெடுத்தும், காற்றின் உதவியால் கடந்தும், பறந்தும் தரையை நோக்கி வருவதும், பின் தரையில் கிடந்தும், நகர்ந்தும் அருகிலிருக்கும் சாக்கடையில் விழுந்து அதன் அழுக்கு நீரோடு மிதந்து செல்வதும், இறுதியில் எல்லா குப்பைகளும், இலைகளும் சிக்கிகொண்டிருக்கும் ஒரு இடத்திற்கு சென்று அதுவும் சிக்கிக்கொள்வதையும் மட்டுமே பார்த்துக் கொண்டிருந்தான் விஜய்.

அவன் இப்படி நிறுத்தாமல் ஒப்பித்ததைப் பார்த்த விஜய் “சரி முடிச்சிட்டு கூப்பிடுறேன்” என்ற மட்டோடு நிறுத்திக்கொண்டான். மகேந்திரனும் புரிந்துகொண்டதுபோல தலையாட்டிவிட்டு கிளம்பினான்.

கிளம்பிய மகேந்திரனைக் கைகாட்டிபடி விஜய்யை நோக்கி வந்த அவனது வழக்கறிஞர் நண்பர்களில் இருவரில்

ஒருவன் “இன்னைக்கு ஜவுளி போடாமலேயே பாக்கெட் நிரம்பிருச்சுபோல? என் பாடுதான் திண்டாட்டம். வேட்டைக்கான எடுபுடி சாதனங்களை இன்னும் கழட்ட முடியல” என்று அணிந்திருக்கும் கோட் கவுனை அசைத்துக் காண்பிக்க விஜய் சிரித்துக்கொண்டான்.

“உன் குமாஸ்தாவ நம்பர் ஒன் கோர்ட்ல பார்த்தேன். ஒரு கேசுக்கு எப்படி வாய்தா வாங்கணும்னு அவர்ட்டதாண்டா கத்துக்கணும்”

அதில் இன்னொருவன் சொல்ல விஜய் “அவசரத்துல சொல்ல மறந்துட்டேனே” என்றபடி தலையில் கை வைத்தான்.

“போனதடவை சொன்ன மாதிரி ரொம்ப டீப்பால்லாம் போகல மச்சான். இன்னைக்கு உனக்கு ஹெர்னியா ஆப்பரேசனாம். அதுனால உன்னால கோர்டுக்கு வர முடியலையாம். ஜட்ஜ் அம்மாவும் கேர் பண்ணி உன்ன ரொம்ப விசாரிச்சாங்க. அதுனால எவ்வளவு முடியுமோ அவ்வளவு சீக்கிரம் கேம்பஸ விட்டு ஓடிரு. அந்தக் கோர்ட் ஓஏ'வோடதான் உன் ஆளு இங்க டீ குடிக்க வந்துட்ருக்காரு”

“நீ அந்தம்மாட்ட போய் சொல்லாம இருந்தா போதும்டா”

அவசர அவசரமாக கையெடுத்து கும்பிட்டு விட்டு விஜய் கிளம்ப, தூரத்திலிருந்து இவர்களை நோக்கி வந்து கொண்டிருந்த விஜய்யின் முன்னாள் சீனியர் “என்னடா எனக்கு முன்னயே உனக்கு எல்லாம் கீழ இறங்கிருச்சுபோல” என்று அவர் பங்குக்கு அவனைச் சீண்டினார்.

“வேண்டாம் வேண்டாம்னு சொல்ல சொல்ல எனக்குன்னு ஒரு குமாஸ்தா ரெடி பண்ணி தந்தீங்க பாத்தீங்களா? அப்ப அது தெரியல. ஆனா நான் ஆபிஸை விட்டுப் போறேன்னு சொன்ன கடுப்புல எனக்கு நீங்க வச்ச ஆப்புன்னு இப்பதான் தெரியுது”

“பாத்துடா தையல் பிரிஞ்சிறப் போகுது... பச்சை உடம்பு வேற”

நிற்காமல் நகர்ந்த விஜய் கண்களுக்கு தூரத்தில் குமாஸ்தாவும், அந்தக் கோர்ட்டின் ஓஏ'வும் பேசிக்கொண்டு வருவது தெரிந்தது. குமாஸ்தாவை நோக்கி ‘உனக்கு இருக்கு’ என்று விஜய் விரல் உயர்த்த வழக்கம்போல அவர் அதைக் கண்டுகொள்ளவில்லை.

வழக்கமாக செல்லும் சுற்றுப் பாதையைத் தவிர்த்து இரண்டு மூன்று குறுகலான சாலைகளுக்குள் நுழைந்து தமிழ் இன்ஸ்பெக்டராக இருக்கும் காவல் நிலையம்முன் காரை நிறுத்தினான் விஜய். அவனை ஆவலுடன் வரவேற்ற இரண்டு மூன்று போலீஸ்காரர்களுக்கு தனது கையிலிருக்கும் பையைக் காண்பித்தான். அவர்கள் உற்சாகமானதும் நேராக இன்ஸ்பெக்டர் அறைக்குள் நுழைந்தான். தமிழ் முதுகை காண்பித்தபடி ஃப்ளாஸ்கிலிருந்து டீ ஊற்றிக்கொண்டிருந்தான்.

“வா விஜய், உக்காரு. டீ சாப்டு”

திரும்பிப் பார்க்காமலேயே விஜய்க்கும் டீ ஊற்றி எடுத்து வந்தான். விஜய் அதை எதுவும் கண்டுகொள்ளவில்லை. இரண்டு இரண்டாயிரம் ரூபாய் கட்டுக்களை தமிழ் மேஜை ட்ராயரை இழுத்து உள்ளே போட்டுவிட்டு கிளம்பத் தயாரானான். தமிழ் மெதுவாக ஆரம்பித்தான்.

“இந்த வக்கீல்கள் எல்லாம் போலீஸ் ஸ்டேஷன்ல வந்து காத்துக்கெடந்து, பத்தும், பன்னெண்டும் படிச்சவன பார்த்து ‘சார் சார்’னு கெஞ்சுறதெல்லாம் எதுக்குன்னு சொல்லு? அஞ்சு பத்துனு இங்க படிப்பு இல்ல விஷயம், அதிகாரமும் பணமும்தான் விஷயம். நீ சொல்ற மாதிரி நாங்க மனுசனுகளே கெடையாதுதான்; அதிகார வெறிக்கு அலையுற மிருகங்கதான். ஆனா அதுதான இப்ப உன்னையையும் என்னையையும் இங்க உக்கார வச்சிருக்கு”

“இங்க பாரு, உன்கிட்ட நான் அட்வைஸ் கேக்க வரல. உனக்கு சேர வேண்டியது இங்க இருக்கு, நான் கிளம்புறேன்”

“இரு இரு அவசரப்படாத”

விஜய் சலிப்புடன் அமர்ந்ததும் தமிழ் சிகரெட் பற்றவைத்தான்.

“வேணுமா?”

பதிலை எதிர்பார்க்காமல் மறுபடியும் பேச ஆரம்பித்தான்.

“நீ பகத்ட்ட பேசுனது எனக்கு எப்படி தெரியும்னு பாக்குறியா? இத்தனை நாள் உன் அண்ணன்கூட இருக்கேன். அந்தக் கூட்டத்துல எனக்கும் ஆள் இல்லாமலையா போய்ரும். நீ

என்ன வேணாலும் சொல்லிக்க. ஆனா பாரு நானும் பகத்தும் இல்லைனா நீ இப்ப உள்ள இருந்திருப்ப. ஏன்னா நீ அடிச்சு உடைச்ச இடம் அப்படி. ஒன்னு எம்எல்ஏ மகளோட கன்னம். இன்னொன்னு சைபர் கிரைம் இன்ஸ்பெக்டர் மகனோட வாய். தாடை பிஞ்சிருச்சு. உன்னை சமாதானம் பேசத்தான அப்பா வரச் சொன்னாரு... அவனுக பண்ணதும் தப்புதான். அத பகத்தே சமாளிச்சிருப்பான். அதுக்குன்னு யாரு எவருன்னு தெரியாம, அதுகளோட வந்தவங்க வீடியோ எடுக்குறாங்கன்னு தெரிஞ்சும் அங்க சண்டை போட்டது எல்லாம் கொஞ்சம் ஓவர் இல்லையா? உன்னைய உள்ளத் தள்ள அவ்வளவு வெறியோட இருந்தாணுக. ஆனா அதே அந்த வீடியோதான் அவங்களுக்கும் சிக்கல்னு கொஞ்சம் புரிய வைச்சு.... ஏதோ எனக்கு அவங்க ரொம்ப க்ளோஸ்னால இதெல்லாம் சமாளிக்க முடிஞ்சது. இல்ல எல்லாமே தலைகீழா ஆகிருக்கும். அப்புறம் இதுல அஞ்சு காசுகூட எனக்கு இல்ல, எல்லாம் அங்கங்க பிச்சு கொடுக்குறதுக்குதான்”

கொஞ்ச நாட்களாக விஜய்க்கு தன்னைச் சுற்றி ஏதோ தவறாக நடக்கிறது என்ற எண்ணம் அடிக்கடி தோன்றிக்கொண்டே இருந்தது. ஆனாலும் அந்த உள்ளுணர்வை அவன் பெரிதாக எடுத்துகொள்வதில்லை.

“நான் ஏன் இங்கு இருக்கிறேன்? தன்னை எது இந்த இடத்தில் கொண்டு வந்து நிறுத்தியிருக்கிறது? இந்த நேரத்தில் இந்த நபர்களின்முன்பு நான் இல்லாவிட்டால் என்ன நடந்துவிடப் போகிறது?”

இதுபோன்ற சில கேள்விகள் மட்டும் அவ்வப்போது அவனுக்குள் வந்து போவதுண்டு. அந்த கேள்விகளுக்கு பதில்கள் எப்படி இல்லையோ அதுபோலவே அந்தக் கேள்விகளுக்கான காரணங்களும் தெளிவாக அவனிடம் இருப்பதில்லை. அப்படிப்பட்ட மனநிலைதான் காலையில் பகத் பேசியதிலிருந்து அவனிடம் நிலை கொண்டிருந்தது. இப்போது அது உச்சத்தில் சென்றது.

“சின்ன வயசுல இருந்து உங்க கூட்டம் எல்லாத்தையும் பாத்துட்டுதான் இருக்கேன். இந்தக் கதையெல்லாம் உன் அல்லக்கைகக்கிட்ட சொல்றதோட நிறுத்திக்கோ. அதே வீடியோவ வச்சு இப்ப நெனச்சாலும் உன் சீட்டுக்கு

இன்னொருத்தனை கொண்டு வரமுடியும். அப்புறம் மாசம் மாசம் உன் அக்கவுண்ட்ல விழுற அரசாங்க பணத்தையும், இந்த மேஜைல விழுற அநியாயமா நீ சம்பாதிக்குற பணத்தையும் அப்படியே நிறுத்தவும் முடியும், பாக்குறியா?"

விஜய்யைப் பற்றி தமிழுக்கு நன்றாகவேத் தெரியும்; குலைய ஆரம்பித்தான்.

"இப்ப என்ன நடந்துருச்சுனு இவ்வளவு கோபப்படுற? 'அது ஒரு பிரச்சனையில்ல. ரைட்டர்ட்ட பேசி வாங்கிறலாம். சப் இன்ஸ்பெக்டர் நம்மாளுதான். இன்ஸ்பெக்டர்கூட மறுபேச்சு பேச மாட்டாரு. அது நம்ம ஸ்டேஷன்தான்?'னு, நீங்க சொல்ற அளவுக்குத்தான் நாங்களும் உங்களுக்காக உழைக்கிறோம். ஆனா பாரு என்னை எப்பவுமே ஒதுக்கி வச்சுதான் பாக்குற. பகத்ட்ட இருந்து கொஞ்சம் கத்துக்கோ விஜய். சம்பாதிக்குற வயசுல இப்படி முறுக்கிட்டு அலைஞ்சா, அதுவும் இந்த தொழில்ல பொழைக்க முடியுமா சொல்லு?"

விஜய் எழுந்தான்.

"இதுவரை நீ கொள்ளையடிச்சு சேத்து வச்சதை அனுபவிக்கவே உன்கூட இன்னும் நூறு பேரு வேணும். இன்னும் எதுக்காக இப்படி வெறிபுடிச்சு அலையுற? எல்லா நேரமும் உன்னை இந்த பணமும் அதிகாரமும் காப்பாத்தாது"

"நீங்களும் நாங்களும் படிக்குற சட்டம் நீதியையும், நியாயத்தையும் பணத்துக்கும் அதிகாரத்துக்கும் பக்கத்துலதான் உக்கார வச்சிருக்கு. அந்தப் பணமும் அதிகாரமும்தான நம்மளையும் இங்க எதிர் எதிர்ல சமமா உக்கார வச்சிருக்கு. இப்படி பக்கத்து பக்கத்துல இருக்குற அதுகூட நாம முறுக்கிக்கிட்டா நீதியையும் நியாயத்தையும் யார் காப்பாத்துறதாம்?"

ட்ராயரிலிருந்து பணத்தை எடுத்து தனது இரண்டு பாண்ட் பாக்கெட்டிலுமாக சொருவி வைத்துக்கொண்டு விஜய் பின்னாலேயே பேசியபடி வந்த தமிழ், இதை சொல்லிவிட்டு சத்தமாகச் சிரித்தான்.

"நீ சொல்றதும் ஒருவகைல சரிதான். ஆனா இதெல்லாம் என்கிட்ட சொல்லி ஒரு பிரயோசனமும் இல்ல. பகத்ட்ட சொல்லு. உன் வீர உரையை கேட்டு முறுக்கேறி கொள்ளையடிக்க உங்களுக்கு இன்னும் நிறைய பிளான் போட்டுத் தருவான்"

“ஒருநாள் உனக்கும் உண்மையான அதிகாரத்தோட ருசி தெரியவரும் விஜய். அப்ப சந்திப்போம். மர்டர் கேஸ்ல மதியம் ஒரு எவிடென்ஸ் இருக்கு. உங்க அண்ணன்தான் அக்யூஸ்ட்டுக்கு ஆஜர் ஆகுறான். அவனுக்கு சாதகமாத்தான் சொல்லப் போறேன். அதுக்கும் சேத்துதான் இதுல பணம் இருக்கு, தெரியுமா?”

தமிழ் ஸ்டேஷனை விட்டு வெளியேறினான். அவன் எப்போதும் கிளம்புவான் என்று ஏதிர்பார்த்து காத்துக்கொண்டிருந்த அந்த மூன்று போலீஸ்காரர்களும் விஜய்யை சூழ்ந்து கொண்டனர். விஜய் முகத்தை விரக்தி சூழ்ந்தது.

“கொடுக்குறத கொடுத்தாச்சு, உங்களுக்கு சாய்ந்தரம் டிஸ்ட்ரிபியூஷன் நடக்கும்”

“அவரு கொடுக்குறது இருக்கட்டும், நீங்க தாங்க சார். அதான கடமை கண்ணியம் கட்டுப்பாடு”

வெறுப்படைந்தவனாக பையினுள் கைவிட்டு நோட்டுக்கட்டை வெளியே எடுக்காமலேயே உள்ளேயே எண்ணி ஆளுக்கு இரண்டு இரண்டு இரண்டாயிரம் நோட்டுக்களை எடுத்துக் கொடுத்துவிட்டு ஸ்டேஷனை விட்டு வெளியே வந்தான்.

வெளியே ஒருவர் பிச்சையெடுக்கவும் திராணியின்றி ஸ்டேஷன் வெளியில் படுத்துக்கொண்டிருந்தார். விஜய் கண்களுக்கு அவர் காக்கி உடையணிந்த தமிழ்போல தோன்ற உள்ளுக்குள் சிரித்தபடியே அவருக்கு நூறு ரூபாய் போட்டுவிட்டு காருக்குள் ஏறினான். உள்ளே அமர்ந்தபடி பையிலிருக்கும் பணக்கட்டை எடுத்து இடது பான்ட் பாக்கெட்டில் வைத்தான். பகத்திற்கு கால் செய்தான்; அவன் வழக்கம்போல எடுக்கவில்லை.

விஜய் காரை அணைத்து மகளிர் காவல் நிலையத்தின் வெளியேவே நிறுத்தினான். உள்ளே வராந்தாவில் பொலெரோ முன்னிருக்கையில் அமர்ந்தவாறு யூடுப்பில் பட்டிமன்றம் ஒன்றைப் பார்த்து வாய் நிறைய சோறுடன் அடக்கமாட்டாமல் சிரித்தபடி சாப்பிட்டுக் கொண்டிருந்தார் லேடி இன்ஸ்பெக்டர். அந்த செல்போன் ஸ்டாண்டின் அடியில் இரண்டாயிரம் ரூபாய் நோட்டில் மூன்றை வைத்துவிட்டு எதுவும் பேசாமல் ஸ்டேஷனுக்குள் நுழைந்தான். நுழையும்போது வாட்ச்மேன் ஏதோ அங்கேயே நிரந்தரமாக தங்கிவிட்டவர்போல அவரது இரு பெண் குழந்தைகளுடன் விளையாடிக் கொண்டிருந்தார். பார்ப்பதற்கு நடுத்தர வயதுபோல தோற்றம் கொண்டவராக இருந்தாலும் வாடி வதங்கிப்போய் இருக்கும் அவரையும், அந்தக் குழந்தைகளையும் கடந்துதான் விஜய் உள்ளே சென்றான்.

இரண்டு பெண் காவலர்களும் சீருடை அணியாத ஒரு ஆண் காவலர் ஒருவரும் உள்ளே அமர்ந்து சாப்பிட்டுக் கொண்டிருந்தார்கள். விஜய்யைப் பார்த்ததும் அவர்கள் முகங்களும் உற்சாகமடைந்தது.

"வாங்க, எப்படி இருக்கீங்க? சவுக்கியமா?"

"நல்லா இருக்கேன், நீங்கல்லாம் எப்படி இருக்கீங்க?"

"பல குடும்பமும் பல குட்டியுமா இங்க நல்லா இருக்கோம்"

சிரித்துவிட்டு மூன்று இரண்டாயிரம் நோட்டுகளை எடுத்தான். அவர்களின் நடுவிலிருக்கும் பொதுவான சாப்பாடு பாத்திரம் ஒன்றின் அடியில் வைத்துவிட்டு இன்ஸ்பெக்டர் இருக்கையின் எதிரில் போடப்பட்டிருந்த இருக்கைகளில் ஒன்றில் சென்றமர்ந்தான்.

"என்ன வக்கீலே பேண்ட் பாக்கெட்டு பிதுங்கித் தளும்புது? உள்ள எதுவோ பெருசா இருக்கும் போல?"

அவர்களில் ஒரு பெண் காவலர் சொன்னதும் மற்ற இருவரும் வாயிலிருக்கும் சோற்றுப்பருக்கைகள் தெரிக்குமளவிற்கு சிரித்தார்கள். விஜய் கூச்சத்தில் நெளிந்தான்.

“சும்மா எடுத்து காமிங்க வக்கீலே. நான் மட்டும்தான பாத்தேன். இவங்கல்லாம் என்ன பாவம் செஞ்சாங்க? பாத்துட்டு போட்டும், கூச்சப்படாம காமிங்க”

“எக்கா எக்கா போதும்கா. இங்க உங்க கண்ணைவிட்டு எதுவும் தப்ப முடியாதுன்னு எனக்கும் தெரியும். இது வேறொரு கேஸ் சம்மந்தப்பட்ட பணம். இந்த மேட்டர்ல வந்த பணமா இருந்தா இப்படி கிள்ளியா கொடுப்பேன்? அள்ளில கொடுத்துருப்பேன்?”

கழுவாத கையுடனும், டிபன் பாக்சுடனும் அவர்கள் அப்படி சிரிப்பதைப் பற்றியும், சாப்பிடுவதைப் பற்றியும் கவலைப்படாத பாவனையில் இன்ஸ்பெக்டர் உள்ளே நுழைந்தார். கை கழுவிக்கொண்டே விஜய்யிடம் பேச ஆரம்பித்தார்.

“இன்னும் ரெண்டத் தள்ளுங்க. வெளிய நிக்குறவன எவ்வளவு மெரட்ட வேண்டியது இருக்கு, அவனைத் துரத்திவிட வேண்டியது இருக்கு, அதுவுமில்லாம ஏதோ காய்ச்சல் ஒண்ணு நாடுவிட்டு நாடு பரவுதாம். இங்கயும் பரவி வருதுன்னு ஒரு ரிப்போர்ட் வந்துருக்கு. இன்னைக்கு எங்களுக்கு அது சம்மந்தமா ஒரு மீட்டிங் இருக்கு. எப்படியும் நாளைல இருந்து அதுக்கும் ஏதோ செலவு வப்பானுகன்னுதான் நினைக்கிறேன். உங்கள மாதிரி ஆளுகள விட்டா எங்க கைகாசுக்கே சிக்கல் வந்துரும்”

விஜய் கூடுதலாக இரண்டு நோட்டுகளை எடுத்து வைத்தான்.

“விஜய் உண்மையிலேயே அன்னைக்கு ரெசார்ட்ல என்னதான் நடந்துச்சு?”

விஜய் எதுவோ சொல்ல முற்பட்டான்.

“நீ கொடுத்ததும் அவங்க கொடுத்ததும் ஒரு பார்மல் கம்ப்ளைன்ட்ன்னு மட்டும் தெரியும். திரும்பத் திரும்ப அதையே சொல்லி வெறுப்பேத்தாதீங்க”

“நீங்க அவரப் பாத்துருப்பீங்க. பகத்தோட க்ளோஸ் ப்ரண்ட். டாக்டர். அவர்தான் அதோட ஓனர். அந்த ரெசார்ட்ல அப்பாவுக்கும் கொஞ்சம் ஷேர் உண்டு. வேற ஒரு கடன் சம்மந்தமா இந்த ரெசார்ட்ட டாக்டர் சூருட்டியா கொடுத்துருக்காரு போல. அந்த கடன் கொடுத்த பார்ட்டி அடியாட்களை கூட்டிட்டு உள்ள புகுந்து ப்ராபர்ட்டிய பொஷசன் எடுக்கப்போறதா தகவல்

வந்துச்சு. அதுக்குதான் நான் அங்க போனேன். அதுக்கப்புறம் நடந்ததுதான் உங்களுக்கு தெரியுமே”

“நல்ல சமாளிக்குறீங்க. அங்க கோடிக்கணக்குல பணமும் பொடியும் எக்ஸ்சேஞ் ஆனதா ஒரு தகவல் இருக்கு. ஏதோ எனக்கு தெரியாம நீங்க மட்டும் பெருசு பெருசா ஏதோ பண்றீங்க. நம்மளையும் அப்பப்ப கவனிச்சுகோங்க வக்கீல் சார்”

“அதுக்கு நீங்க பகத்ட்டதான் சொல்லி வைக்கணும்”

விஜய் கடமைக்கு சிரித்தான். இன்ஸ்பெக்டர் இருக்கையில் வந்தமர்ந்ததும் அவர் அருகில் சென்று வந்த விஷயத்தைச் சொல்லி முடித்தான்.

“அதெல்லாம் நான் பாத்துக்கிறேன். மேட்டர் முடிஞ்சதும் எங்களை கவனிச்சா மட்டும் போதும். பகத்தும் காலைல போன் பண்ணி சொன்னான். மகேந்திரனை மட்டும் கொஞ்ச நாள் அமைதியா இருக்கச் சொல்லு விஜய். அவனால என் யூனிபார்ம் கழன்ட்ரும் போல”

அவனுக்கு பேசுவதற்குகூட வாய்ப்பு தராமல் எல்லாவற்றையும் சட்டென்று முடித்தார் இன்ஸ்பெக்டர். விஜய்க்கு இப்போதும் தன்னை சுற்றி என்ன நடக்கிறது என்று புரியவில்லை.

“எல்லாமே அவனால் முடியும்போது நான் எதற்கு இங்கே?”

விஜய் ஸ்டேஷனை விட்டு வெளியே வந்தான். எப்போது அவன் வெளியே வருவானென்று காத்திருந்தார் வாட்ச்மேன்.

“சார் நீங்கதான் அவன் வக்கீலா? அவ அந்த டாக்டர்கூட இங்கதான் இருக்குறான்னு எனக்கு நல்லாவே தெரியும் சார். அவங்களை இங்க கூட்டிட்டு வராம இருக்க எவ்வளவு கொடுத்தீங்க?”

விஜய் பதிலேதும் சொல்லவில்லை. அவர் முகத்தையும் பார்க்கவில்லை. அவன் பின்னாலேயே அவர் வந்தார்.

“நானும் போலீசா இருந்தவன்தான் சார். எனக்கும் கொஞ்சம் தெரியும். வேலைக்கும் போய்ட்டு, சமையல் பண்ணி, ரெண்டு பொட்டப் புள்ளைகள வச்சு பாக்குறது ரொம்ப கஷ்டமா இருக்கு சார். அவள மன்னிச்சு ஏத்துக்குறேன். எப்படியாவது வரச் சொல்லிருங்க சார்”

விஜய்யைப் பார்த்து கையெடுத்துக் கும்பிட்டார். அவரைப்போலவே அந்த இரண்டு வயது குழந்தையும் கையெடுத்துக் கும்பிட்டு அவனைப் பார்த்துச் சிரித்தது. அது அவனுக்குள் ஏதோ செய்ய அவரிடம் எந்தப் பதிலையும் சொல்ல முடியாமல் அப்படியே ஸ்தம்பித்து நின்றான். மகேந்திரன் அனுப்பிய போலி பஸ் டிக்கெட்டை காண்பிக்க முயற்சி செய்தான்; பின் அதையும் செய்ய முடியாமல் தவித்தான். இறுதியில் ஒரு முடிவுக்கு வந்தவனாக கட்டிலிருக்கும் மீதிப் பணத்தை அப்படியே எடுத்தான்.

"நான் ஒண்ணு கொடுத்தா மறுக்கக்கூடாது. எனக்கு என்ன பண்றதுன்னு தெரியல. இதைக் குழந்தைகளுக்காக வச்சுகோங்க"

அப்படியே வாட்ச்மேன் கையில் திணித்தான்; அவர் சிரித்தார்.

"இன்னும் நான் அந்த நிலைமைக்கு வரல சார். குடிப்பேன்தான். ஆனா உழைக்காம குடிக்க மாட்டேன். இப்படி வாங்குறது எல்லாம் போலீஸ் வாழ்க்கையோட போயிருச்சு. அதுதான் என்னோட இந்த நிலைக்கு காரணம்னு நினைக்கிறேன் சார். ரெண்டு பேரும் உழைச்சா குடும்பம் நல்லா இருக்கும்னுதான் அவள அடிச்சேன். பணத்துக்காக எல்லாம் இல்ல. இப்படி வர பணம் நிலைக்காது சார்"

அவர் சிரித்துக்கொண்டே வாங்க மறுத்தார்.

"இல்ல, இது நல்ல வழில வந்தப் பணம்..."

மீண்டும் எதையோ சொல்ல வந்து அப்படியே நிறுத்தி, அந்தப் பணக்கட்டையே பார்த்தபடி அப்படியே நின்றான்.

"உங்களுக்கும் வீட்ல சின்னப் புள்ளைக இருக்கா சார்?"

விஜய் தலையாட்டினான்.

"நீங்க இந்தப் புள்ளைகளை பாசமா பாக்குறதுல இருந்தே தெரியுது சார்"

சட்டைப் பையிலிருந்து ஐம்பது ரூபாய் பணத்தை எடுத்தார்.

"பாப்பாக்கு ஐஸ்கிரீம் வாங்கிக் கொடுங்க சார். நோட்டுலதான் சார் அழுக்கு. சம்பாதிச்ச விதத்துல இல்ல"

கசங்கிய நோட்டுடன் காரில் ஏறிய விஜய் கண்ணாடி வழியாக அவர்கள் மூவரும் செல்வதைப் பார்த்துக் கொண்டேயிருந்தான். அப்படி அவன் பார்த்ததைப் பார்த்த மூத்தவள் தூக்கி வைத்திருந்த அந்தச் சிறிய குழந்தை அவனுக்குக் கை காட்டியது. பதிலுக்கு கை உயர்த்திய அவனுக்கு அது தாங்க முடியாத வேதனையைக் கொடுத்தது. கார் கண்ணாடியை வேகமாக ஏற்றியவன் "ஓ"வென்று உள்ளேயிருந்தபடி கத்தினான். அவன் குரல் அவனுக்கே விசித்திரமாக ஒலித்தது. கோபத்திலும் வெறுப்பிலும் பகத்திற்கு கால் செய்தான். "கால் யூ லேட்டர்" என்ற குறுஞ்செய்தியுடன் அவன் அதைத் துண்டித்தான்.

விஜய் ஃபயர் ஸ்டேஷனை இன்னொரு பாதை வழியாகக் கடந்து சென்ட்ரல் லைப்ரரியின் சந்து வழியாகச் சென்று காரை நிறுத்தினான். அங்கிருந்து பார்த்தபோது தனக்கு முன்பாக தூரத்தில் மகேந்திரன் முதுகை காட்டிக்கொண்டு நிற்பது அவனுக்குத் தெரிந்தது. அவன் காத்திருக்கட்டும் என்ற வெறுப்பில் லஞ்ச் பேக்கை எடுத்து சாப்பிட திறந்தவனுக்கு கைகாட்டிய அந்தக் குழந்தையின் நினைவு வர அதை மூடி வைத்தான். மகேந்திரனிடமிருந்து தொடர்ச்சியாக அழைப்புகள் வரத் தொடங்கியது.

முதலில் கட் செய்தான். மீண்டும் அழைப்பு வர எடுத்து “ஸ்டேஷன்ல இருக்கேன்” என்று அமைதியாக சொல்லியபடி துண்டித்தான். சிறிதுநேரம் கழித்து மூன்றாவது அழைப்பு வர “முடிஞ்சது இதோ வரேன்” என்று மீண்டும் துண்டித்தான். கோபம் குறைய ஒரு சிகரெட் பற்ற வைத்துவிட்டு காருக்குள் அமர்ந்தபடியே அவனை கை தட்டி அழைத்தான். கேட்கவில்லை என்றதும் ஹார்ன் அடித்தான்.

விஜய்யைப் பார்த்ததும் பான்ட் பாக்கெட்டினுள் கைவிட்டு ஐநூறு ரூபாய் நோட்டுக்கட்டை எடுத்தபடி அருகில் வந்தான். கோபத்தில் நரநரவென்று பல்லைக் கடித்தான் விஜய்.

“ஒழுங்கா கொண்டுபோய் விட்டுரு”

மகேந்திரன் அந்த நோட்டுக்கட்டை நீட்டி எதுவோ பேச முற்பட்டான்.

“இறங்குனா உன்னக் கொன்னுருவேன். அதான் உள்ளேயே இருக்கேன். எதுவும் பேசாத.. கிளம்பு”

விஜய் அவனது இடது ஓரத்தில் வைத்திருந்த இரும்பு கம்பியை பிடித்திருப்பதை அவன் எந்த உணர்ச்சியுமின்றி பார்த்தான். அப்படி பார்த்துக்கொண்டே அந்த நோட்டுக்கட்டை அவனது இடதுபக்கம் எரிந்து கொண்டிருந்த குப்பைகளின் நடுவில் வீசினான். கட்டில் கங்கு பற்றத் தொடங்கும் வரை அதையேப் பார்த்துக் கொண்டிருந்தான். பின் பதிலுக்கு முறைத்துவிட்டு அவன் திரும்ப வெறுப்பில் காரைக் கிளம்பினான் விஜய்.

கார் தனியார் பார் ஒன்றிற்குள் நுழைந்தது. லஞ்ச் பேக்குடன் படியேறி மேலே சென்றான்.

பகை பாவம் அச்சம் பழியென நான்கு பெருஞ்சித்திரச் சொற்கள் ✺ 53

"வாங்கண்ணே... வீட்ல அண்ணி பாப்பா எல்லாம் சௌக்கியமா?"

அவன் வருகை அங்கே பழக்கமானதுபோல நலம் விசாரித்தவாறே அவனுக்கு ஒரு இடத்தை ஸ்பெஷலாக ஒதுக்கி அவனிடம் கேக்காமலேயே விஸ்கி டபுள் லார்ஜ் ஊற்றினான் இளைஞன் ஒருவன். விஜய் பகத்திற்கு மறுபடியும் கால் செய்தான்.

"என்மேல கோபத்துல இருப்பேன்னு தெரியும். எனக்கு வேற வழி தெரியல; சாரிடா"

அழைப்பை துண்டித்துவிட்டு ஒரு வாய்ஸ் மெசேஜ் மட்டும் பகத்திடமிருந்து வந்து விழுந்தது. பகத்தின் குரல் இது அனைத்தும் ஆரம்பித்த ஒரு இடத்திற்கு விஜய் நினைவுகளைத் திடீரென்று கொண்டு சென்றது.

இதே பாரில் இதே இடத்தில் கோர்ட் கேண்டீனில் விஜய் சந்தித்த அவனது வழக்கறிஞர் நண்பர்கள் இருவர், சீனியர் மற்றும் அவனது குமாஸ்தாவுடன் அமர்ந்து மாலைநேரத்தில் மதுவருந்திக் கொண்டிருந்தான்.

"மச்சான் பாப்பா யூகேஜிதான படிக்குது?"

விஜய் தலையாட்ட கேள்விகேட்ட நண்பர்களில் ஒருவன் எதுவும் சொல்லாமல் குடிக்க ஆரம்பித்தான்.

"அத ஏண்டா இப்பக் கேக்குற?"

இன்னொருவன் குழம்பினான்.

"எவனாவது குடிக்கக் கூப்பிட்டா உடனே வயித்த கழுவி காயப்போட்டுட்டு அப்படியே வந்துற வேண்டியது. ஏன் எதுக்குன்னு எதுவும் கேக்குறது கிடையாது. ஆமா இன்னைக்கு பார்ட்டி எதுக்குன்னு தெரியுமா?"

அவன் முழித்தான்.

"அபர்ணா கன்சீவ் ஆனப்ப நாம பார்ட்டி கேட்டோம் ஞாபகம் இருக்கா?"

"ஆமா"

“அதுக்குத்தான்டா இப்ப பார்ட்டி வைக்கிறான். நீ எதுக்குன்னு நெனச்ச?

“அப்ப அபர்ணா ரெண்டாவது கன்சீவ் ஆகலையா?”

அவர்கள் இருவருக்குமான உரையாடலில் விஜய் சீனியர் நுழைந்தார்.

“அப்படி ஆனா அதுக்குப் பார்ட்டி அடுத்த ஜென்மத்துலதான் வைப்பான்”

“அதுக்கும் என்கிட்டதான் கடன் கேப்பான்”

பதிலுக்கு விஜய் குமாஸ்தா இதை கமுக்கமாக அவரிடம் சொல்ல அது தெளிவாகவே அனைவரது காதுகளிலும் விழுந்தது. அவர்களது சிரிப்புக்களின் மத்தியில் பகத்திடமிருந்து விஜய்க்கு அழைப்பு வந்தது.

“டேய் பழைய பகையை மனசுல வச்சு அந்த எம்எல்ஏ ஆளுக அப்பாவ காலைல எஸ்டேட்ல வச்சு குத்திட்டானுக”

விஜய் அமைதியாக இருந்தான். அவனுக்கு அவர்மேல் இருக்கும் பகை பகத்திற்கு புரிந்தது.

“டேய் நீ நினைக்குற மாதிரியெல்லாம் ஒண்ணும் நடக்கல. நம்மாளுக உடனே ஹாஸ்பிட்டல்ல சேத்துட்டாங்க. கான்சியஸ் இருக்கு. நானும் அவர்கூடத்தான் இருக்கேன்”

“அப்புறம் என்ன?”

“நீ இப்படி சொல்வேன்னு தெரிஞ்சுதான் உன்கிட்ட சொல்லாமகூட இங்க கிளம்பி வந்துட்டேன். இப்ப அது பிரச்சனை இல்ல. இங்க இருக்குற நம்ம குடோவ்னை நைட் எரிக்க ப்ளான் பண்ணிருக்காணுக. அத நான் பாத்துக்குவேன். ஆனா பெங்களூர் பார்ட்டிக்கு நாம அனுப்புன சரக்க இங்க கேரளா பார்டர்ல வச்சே தூக்கிட்டானுக. மகேந்திரனால சமாளிக்க முடியல. தூக்குன சரக்கோட பெங்களூர்ல இருக்குற அவனுக குடோவ்னுக்கு எடுத்துட்டு போயிட்ருக்குறதா தகவல் வந்துருக்கு. உனக்கு நிறைய டைம் இருக்கு. மொத்தம் நாலு லாரி. ஒண்ணுகூட மிஸ் ஆகிறக்கூடாது. என்ன பண்ணுவியோ தெரியாது. நாளைக்கு சரக்கு... பார்ட்டி கைல இருக்கணும்”

"டேய் என்ன எதுக்குடா இந்த விஷயத்துல..."

"இப்போதைக்கு எதுவும் கேக்காத; யோசிக்காத. என்னாலயும் எதுவும் பண்ண முடியல; யோசிக்க முடியல. மகேந்திரன் கால் பண்ணுவான். அவன் சொல்ற இடத்துக்கு உடனே கிளம்பு"

பகத் அழைப்பை துண்டிக்க விஜய் குழப்பத்தில் ஆழ்ந்தான். அவனது அதிர்ச்சியைப் பார்த்து நண்பர்கள் கேட்கும் கேள்விகள் அவன் காதில் அரைகுறையாக விழுந்தது.

"ஒண்ணுமில்ல, அவரு குடோவ்ன்ல ஏதோ பிரச்சனையாம்"

"அங்க நடக்காம இருந்தாதான் அதிசயம். ஏன் பகத் இல்லையா? ஆமா அவனாலதான் பிரச்சனையே வந்திருக்கும்"

கேள்வியும் எழுப்பி தனக்குத்தானே பதிலும் சொல்லிக்கொண்டார் குமாஸ்தா.

மறுபடியும் அவர்கள் இயல்பாகி குடிக்க ஆரம்பித்தனர். மகேந்திரனிடமிருந்து அழைப்பு வந்துகொண்டே இருக்க அதை எடுக்கவா? வேண்டாமா? என்ற குழப்பத்தில் முதல் இரண்டு அழைப்புகளை தவற விட்டான். மூன்றாவது நான்காவது என விடாமல் அவன் அடித்துக்கொண்டிருக்க எரிச்சலுடன் நெளிந்து கொண்டிருந்தான் விஜய்.

"எப்படியும் விட மாட்டானுக... எதுக்கு இங்க உக்காந்து நெளிஞ்சிட்டு இருக்க...? கிளம்பு"

வெளியே வந்து மகேந்திரன் அழைப்பை எடுத்தான் விஜய்.

"எங்கடா வரணும்?"

இரவிற்கும் குளிருக்கும் நடுவில் வெளிச்சத்தை வீசி மலைப்பாதைகளில் லாரிகள் சென்று கொண்டிருந்தன. அவற்றை விஜய் ஜீப்பில் பின்தொடர்ந்தபடியிருந்தான். முகத்தில் இரத்தக் காயங்களுடன் மகேந்திரன் அவனருகிலும், அவனுக்குப் பின்னால் அவனைப்போலவே அடிவாங்கிய காயங்களுடன் ஐந்தாறு அடியாட்களும் அமர்ந்திருந்தார்கள்.

"எப்பா இன்னும் எவ்வளவு நேரம்ப்பா இப்படியே இவனுக பின்னாடியேப் போயிட்டு இருக்குறது? இருக்குற ரெண்டு பேர பொட்டு பொட்டுன்னுப் போட்டுட்டு லாரியை எடுத்துட்டுப் போகுறத விட்டுட்டு..."

"பின்ன ஏன் ஓடி வந்த? பொட்டு பொட்டுன்னுப் போட்டுட்டு எடுத்துட்டுப் போக வேண்டியதுதான?"

"அப்ப அவனுக எத்தனை பேரு இருந்தானுக தெரியுமா?"

"இப்பவும்தான் இருக்கானுக"

"எங்க?"

"இப்ப வருவானுக பாரு. டேய் எவனாவது ப்ளூடூத் கனெக்ட் பண்ணி பாட்டப் போடுங்கடா"

"எந்த நேரத்துல என்ன...?"

விஜய் மகேந்திரனை அமைதியாக இருக்கும்படி கை காட்ட அடியாள் ஒருவன் அவனது மொபைலில் கனெக்ட் செய்தான். வயலின் இசைகிறது.

"வைஷ்ணவ ஜனதோ தேனே கஹியேஜே பீடு பராயே ஜானேரெ"

ஹேராம் பட பாடல் ஆரம்பிக்க மகேந்திரன் சத்தமாகச் சிரித்தான். விஜய் பாடல் போட்டவனை அதிர்ச்சியுடனும், விசித்திரமாகவும் பார்த்தான்.

"டேய் பாட்டுனா குத்துப் பாட்டுடா"

"அண்ணே இது மாதிரிதாண்ணே இருக்கு"

"டேய் வேற எவனாவது கனெக்ட் பண்ணுங்கடா"

“அண்ணே நம்ம குரூப்ல பாட்டுக் கேக்ககூடிய, பாடக்கூடிய ஒரே ஆள் நான் மட்டும்தாம்ணே”

விஜய் தலையில் அடித்துக்கொண்டான்.

“டேய் என்னடா நீ செய்யிற வேலைக்கும் உன் ரசனைக்கும் சம்மந்தமே இல்லாம இருக்கு”

“அண்ணே சின்ன வயசுல தவுலடிச்சு பெரிய வித்துவானாகணும்னு விரும்புனேன். எங்கப்பனுக்கு அது பிடிக்கல. அவன்கூடப் பொறந்தவனுக எப்பனாலும் சொத்துக்காக அவனை குத்திருவானுகன்னு பயந்தவன் என்னை குஸ்தி க்ளாஸ்ல சேத்துவிட்டான்”

“அப்புறம்?”

“அப்புறம் என்ன? அண்ணன் தம்பிக்குள்ள அவனுக சமாதானமாயிட்டாணுக. எங்கப்பன யாரும் குத்த வரல. என் லைஃப்பை தொலைச்சிட்டியேன்னு சொல்லி நான்தான் அவன தினம் தினம் மூஞ்சிலக் குத்துனேன்”

மகேந்திரனைத் தவிர அனைவரும் சிரித்தனர்.

“டேய் இதுக்காகவே நீ போடுற பாட்ட கேக்கலாம்டா. ஆனா தயவு செஞ்சு இருக்குறதுலேயே கொஞ்சம் சத்தமா ஏதாவது பாட்டு இருந்தா தேடிக் கண்டுபிடிச்சு போடு. நீ பாடுற பாட்டுல அவனுக எந்திரிக்கணும், இன்னும் நல்லா தூங்கக்கூடாது”

“இப்ப பாருங்கணே.. உங்களுக்காக எப்படி ஒரு சிச்சுவேஷன் சாங் போடுறேன்னு?”

‘தனதோம் த தீம்த தோம் த தீம்த’ சங்கமம் பாடல்போட விஜய் தலையைப் பிய்த்துக்கொண்டான்.

வழியில்லாமல் பாட்டின் சத்தத்தைத் அதிகரித்து கார் கண்ணாடிகளை விஜய் இறக்கிவிட்டான். அது முன் செல்லும் லாரி வரை கேட்க, விஜய்யும் பாடல் வரிகளுக்கு ஏற்ப ஹாரன் அடித்தான். லாரியின்மேல் தூங்கிக்கொண்டிருந்த அடியாள் ஒருவன் மூடியிருக்கும் தார்ப்பாயைப் போர்வையை விளக்குவதுபோல அகற்றிக் குப்புறப்படுத்தபடி தலையை மட்டும் லாரிக்கு வெளியே நீட்டினான். நீட்டியவன் ஒன்றும் பேசாமல் ஒரு அரிவாளை எடுத்து விஜய்க்கு நேராக வீசினான். அரிவாள்

ஜீப் கண்ணாடியை துளைத்துவிட்டு சாலையில் விழுந்தது. அனைவரும் திகைக்க மகேந்திரன் விஜய்யை சங்கோஜமாகப் பார்த்தான்.

"ஒரு இருபது நிமிஷம் அமைதியா வா. தாபா வந்துரும். லாரிக நிக்கும். மொத்தம் அவனுக ஆறு பேருதான். அங்க வந்து உன் வீரத்தைக் காட்டு. நம்மாளுகக்கிட்ட எல்லாத்தையும் விசாரிச்சிட்டுதான் வந்துருக்கேன். ரொம்ப மோசமான ரோடு இது. ஒரு லாரி கவுந்தாலும் அவ்வளவுதான். அப்புறம் நாம நெனச்சாலும் எதையும் எடுத்துட்டுப் போக முடியாது. அதுக்கு அவனுக கைலையே அதக் கொடுத்துட்டு திரும்பி போய்றலாம்"

"அண்ணே இந்த நிலைமைல எப்டிண்ணே சண்டை போட? அதுவும் அவனுக காட்டானுகண்ணே. அடிச்சா லாரி ஏறுன மாதிரியே இருக்கு"

"இவனுகளை காப்பாத்தி கூட்டிட்டு வரதுக்கு நான்பட்ட பாடு எனக்குத்தான் தெரியும்"

இறங்கி அரிவாளை எடுத்துக்கொண்ட விஜய் அடியாட்களிடமும் மகேந்திரனிடமும் இதை மட்டும் சொன்னான்: "இப்ப யாரு சண்டை போடப் போறா?"

வெளிச்சத்தில் ஜொலிக்கும் தாபாவிற்குள் லாரிகள் நுழைந்தது. ஒவ்வொரு லாரியிலிருந்தும் தார்ப்பாயை விலக்கிக்கொண்டு இரண்டு மூன்று பேர் கீழே குதித்தனர். அங்கு ஏற்கனவே சில கனரக வாகனங்கள் ஒதுங்கி நிற்க, அதன் ஓட்டுனர்கள் சாப்பிட்டும், டீ குடித்தும், தூங்கியும் ஓய்வெடுத்துக் கொண்டிருந்தார்கள். அவர்களிடமிருந்து பிடுங்கித் தின்றுகொண்டும், தூங்கிக்கொண்டிருப்பவர்களை எழுப்பியும் தொந்தரவு படுத்திக்கொண்டே சென்று அங்கு போடப்பட்டிருக்கும் இருக்கைகளில் அவர்கள் அமர்ந்தனர். ஓரிருவர் கொண்டுவந்த சாராயத்தைக் குடிக்க மற்றவர்கள் நேராக கல்லாப் பெட்டியின்முன் அமர்ந்திருக்கும் முதலாளியை நோக்கிச்சென்றனர். பணநோட்டுகளை அவரிடம் எண்ணிக்கொடுத்துவிட்டு போட்டு வைத்திருக்கும் பரோட்டா, தோசை, இட்லி, சால்னா, சாம்பார் என எல்லாவற்றையும் அதன் குண்டாவோடு தூக்கிக்கொண்டு அவர்கள் இருப்பிடம் நோக்கித் திரும்பினர்.

விஜய் ஜீப் உள்ளே நுழைந்து அமைதியாக ஒரு இடத்தில் நின்றது. அதை அவர்கள் கவனிக்கவில்லை. அவர்களில் மூவர் இப்போது அப்போது அவர்கள் எதிரே வரும் சப்ளையர் தட்டின் மீது கொஞ்சம் பரோட்டாக்களையும், சிக்கன் வகைகளையும் எடுத்து வைத்துக்கொண்டு தாபாவினுள் சாப்பிட காத்திருக்கும் நபர்களுக்காக செல்ல எத்தனிக்க, அவரைத் தடுக்கும் அதிலொருவன் அவற்றை அவனது குண்டாவினுள் போடச் சொல்ல அவன் முதலாளியைப் பார்த்தான். அவர் தலையாட்ட அவனும் அப்படியே செய்துவிட்டு மீண்டும் சமையலறையை நோக்கிச் சென்றான்.

'சௌக்கியமா கண்ணே சௌக்கியமா...' பாடல் விட்ட இடத்திலிருந்து ஒலித்தது.

அரிவாளை வீசியவன் பாடல் வரும் திசையைப் பார்க்க அவன் வீசிய அரிவாள் அவன் அருகிலேயே வந்து விழுந்தது. விஜய் பெரியதொரு லெதர் பையை அதன் பட்டன்களை அவிழ்த்து விரித்து வைத்தான். அதில் பலவிதமான வடிவங்களில், அளவுகளில் வெட்டுக் கத்திகள் இருந்தன. அவனை நோக்கி வரும் அடியாட்களின் கைகள், கால்கள் என அவர்களை

கொல்லாத வண்ணம் அவற்றை வீசத்தொடங்கினான். சிலர் பயந்தனர். சிலர் அதிலிருந்து தப்பித்து வர விஜய் ஜீப்பிற்குள் இருக்கும் அடியாட்களை பார்த்து கத்துகிறான்.

“டேய் ஒரு பேச்சுக்குத்தான்டா சொன்னேன். அதுக்குன்னு அப்படியேவாடா இருப்பீங்க? வாங்கடா டேய்”

மகேந்திரன் உட்பட அனைவரும் இறங்க அந்தச் சில பேரும் சிதறி ஓடினர். விஜய் ஆட்கள் லாரிகளை கிளப்பினர். விஜய் கீழே விழுந்து கிடக்கும் அரிவாள் வீசிய அந்த அடியாளின் அருகே சென்றான்.

“ஹீரோயிசம் காட்ட இது ஒண்ணும் சினிமா கிடையாது. பொருளைக் காப்பாத்திக் கொண்டுபோகும்போது கொஞ்சம் மூளையையும் யூஸ் பண்ணனும். அப்புறம் மொதல்ல உன் வாய்க்குத்தான் குறி வச்சேன். அப்புறம்தான் யோசிச்சேன். சுத்தமாப் பிடிக்காத ஒருத்தருக்காக நான் இதப் பண்றதும், ஒழுங்கா ஒரு கொலைகூட பண்ணத்தெரியாத உன் முதலாளிக்காக நீ இவ்வளவு கஷ்டப்பட்டு வேலை செய்றதும் ரெண்டுமே யார் பெருமைக்கு யாரோ வேட்டைக்குப்போற கதைதான். அதுனால என் கோவத்தை உன்மேல காமிச்சு நான் என்ன பண்ண? போ.. போய் உன் முதலாளிட்ட அடுத்த தடவையாவது அவரை ஒழுங்கா குத்தச் சொல்லு”

விஜய் பேசுவது பிடிக்காமல் அருகில் நிற்கும் மகேந்திரன் தலையில் கைவைத்தவாறு ஜீப் பானட்டில் முட்டியை ஊன்றி நின்றான். விஜய் அவனைப் பார்த்தான்.

“நீ செய்யுற பாவத்துக்கெல்லாம் யார்ட்ட அடி வாங்கிச் சாவப் போறியோ?

“ஆமா நான் பாவம் பண்றேன். அவரு பாவம் பண்றாரு. பகத் மட்டும் புண்ணியமா பண்ணிக் குவிக்கிறான்”

“அவன் என்னைக்குடா பாவம் பண்ணான்? பாவம் பண்ற நீங்க எல்லாம் அவனைச் சுத்தி நின்னு உங்க தேவைக்காக அவனை பாவம் பண்ண வைக்குறீங்க”

“ஆமா அவன் கைக்குழந்தை பாரு. நாங்கதான் தினமும் அவனுக்கு வெள்ளிச் சங்கு நிறைய பாவத்தை நிரப்பி மடில படுக்க வச்சு ஊத்தி திணிச்சிட்டே இருக்கோம்”

பகை பாவம் அச்சம் பழியென நான்கு பெருஞ்சித்திரச் சொற்கள் ✺ 61

மகேந்திரன் ஜீப்பில் ஏற முயன்றான்.

"எங்க வார? போய் லாரில ஏறு. உன்கூட ஊர் சுத்துறதுக்கா வந்துருக்கேன். எனக்கு வேற வேலச்சோலி இல்ல."

மகேந்திரன் முறைத்தான்.

"இதுக்கு ஒண்ணும் கொறச்சல் இல்ல, சரக்க மொத ஒழுங்கா கொண்டுப்போயி சேருடா"

திரும்பி கொஞ்சதூரம் நடந்தவன் மீண்டும் விஜய்யிடம் வந்தான்.

"எப்பவாவது ஒன்னு ரெண்டு தடவை பகத்துக்கு இந்த மாதிரி சில உதவியெல்லாம் பன்றேல்ல. அதுவும்கூட பாவம்தான். அப்படி பாத்தா நீயும் நானும் ஒண்ணுதான். இந்தக் கத்தி வீசுற வித்தையெல்லாம் எதுக்குப் பயன்படுது பாத்தியா?"

விஜய் புரியாமல் முழித்தான்.

"இந்த லாரிகள்ல ஏலக்காய், தேயிலை, மிளகு, மரம் மட்டும்தான் இருக்குன்னு நினைக்கிறியா? ஒவ்வொண்ணுக்கு கீழயும்..."

கார்டால் கொத்தி போடி பொடியாக்கி பவுடரை மூக்கால் உறிவதுபோல செய்து காட்டுகிறான்.

"அதையும் சேத்துதான் நீ காப்பாதிருக்க"

நினைவுகள் பாரமாகி ஒரு இடத்தில் சிக்கி நின்றன.

இப்போது அவன்முன் இருக்கும் லார்ஜை குடித்துவிட்டு லஞ்ச் பேக்கை திறந்து கொஞ்சமாக சாப்பிட்டான். பின் ஒரு சிகரெட் பற்ற வைத்தான். கிளம்பும்போது குடிப்பதற்கு தனியாக அவனது பர்சில் இருந்து பணத்தை எடுத்து விட்டு, டிப்ஸாக அந்த இரண்டாயிரம் ரூபாய் கட்டை அப்படியே வைத்தான். "வேண்டாம்" என்று சொல்ல வாயைக்கூட திறக்க விடாமல் அதைப் பார்த்து அதிர்ச்சியடைந்த பார் இளைஞனிடம் கட்டாயப்படுத்தி கொடுத்துவிட்டு வேகமாக வெளியேறினான். காரினுள் அமர்ந்த அவனது நினைவுகள் மீண்டும் சிக்கிக்கொண்ட இடத்திலிருந்து தொடர்ந்தது.

சாரா அபர்ணா மடியில் படுத்தவாறு உறங்கியபடியிருக்க, விஜய் பகத்துடன் போனில் சண்டையிட்டுக் கொண்டிருந்தான்.

“டேய் அவனப் பத்தி தெரியாதா? உன்னை வெறுப்பேத்த ஏதாவது சொல்லிருப்பான். ரெண்டு லாரில இல்ல. ஒரே லாரிலதான் இருந்துச்சு. அதுவும் அதிகம்லாம் இல்ல. ஒரே ஒரு பாக்ஸ். அதுவும் அந்தப் பார்ட்டியோட சொந்த யூஸ்க்கு. அப்படி எல்லா லாரிலையும் சரக்கு இருந்தா உன்னை ஏன்டா அனுப்பப் போறேன்? நான்தான போய்ருப்பேன்”

“அவன எதுக்குடா இதுக்கு அனுப்புன? பின்ன நீ எதுக்கு இருக்க? இப்ப உன்னை யாரு இங்க வரச்சொன்னா? செத்தா போய்ட்டேன். செத்தேப் போனாலும் சரக்குதான் முக்கியம். அத காப்பாத்திட்டுதான் நீ இங்க வந்திருக்கணும். அவன் என் பொருளக் காப்பாத்தி அதுல நான் தொழில் பண்ணனுமா? அந்த சரக்கெல்லாம் அழிஞ்சு போச்சுன்னே நெனச்சுக்கிறேன். அதுல இருந்து வர ஒரு நயா பைசா என்கிட்ட வரக்கூடாது. எல்லாத்தையும் தீ வச்சு எரிச்சிரு”

பகத் பேசிக்கொண்டிருந்தபோதே இளவரசு குறுக்கே பேச அவன் அவரை அமைதிபடுத்தினான்.

“டேய் விஜய்...”

விஜய் அழைப்பைத் துண்டித்தான். பகத் மீண்டும் அழைத்தான். அவன் எடுக்கவில்லை. மீண்டும் மீண்டும் அழைக்க அபர்ணா எடுத்துப் பேசினாள்.

“சொல்லுடா”

“பிஏ படிக்கும்போது நானும் அவனும் ஒருத்தன் காலை வெட்டுனது சரக்கு பிரச்சனைக்காக இல்ல. அது அப்பாவோட பிஸ்னஸ் எல்லாதுக்கும் நான் வாரிசா இருக்கக்கூடாதுன்னு என்னை வெட்டப் பாத்தான். பதிலுக்கு நாங்க அவன வெட்டுனோம். அப்புறம் கோர்ட்ல வச்சு லாரிய எரிச்ச விஷயமும் எதிர் பார்ட்டிக நம்ம லாரிய எரிச்சதுக்கு பழி வாங்கத்தான். இது எல்லாமே அவனுக்கும் தெரியும். இப்ப பாரு பழைய விஷயத்தை எல்லாம் தோண்டி எடுத்து என்ன பேச்சு பேசுறான்?”

"இரு அவன்ட்ட கொடுக்குறேன்"

அபர்ணா மொபைலை விஜய்யிடம் நீட்டினாள். அவன் வாங்க மறுக்க அவள் அழுத்தியும் கோபமாகவும் மீண்டும் நீட்ட வாங்கினான்.

"ம்"

"டேய் சாரிடா.. கோவிச்சிக்கிட்டியா"

விஜய் அமைதியாக இருந்தான்.

"டேய் அவன் அப்பாவோட ஹாஸ்பிட்டல்ல இருக்கான். நல்லபடியா பேசு. அவன் மனசு கஷ்டப்படப்போகுது"

கோபம் தணிந்தவன் பகத்திடம் "எனக்கு ஒரு உதவி பண்ணுவியா?" என்றான்.

"சொல்றா"

"கைல கத்தி வச்சுருக்கியா?"

"அதெல்லாம் சேப்டிக்கு வச்சுருக்கேன்"

"அதுக்கில்ல, என் சார்பா அந்தாள ரெண்டு இறக்கு இறக்கேன். உன்மேல யாருக்கும் சந்தேகம் வராது. வந்தாலும் உன்னை ஒரேநாள்ல நான் ஜாமீன் எடுக்குறேன்"

பகத்தும் அபர்ணாவும் சத்தம்போட்டு சிரித்தார்கள்.

"என்னடா சொல்றான்? சொல்றா. டேய் அவன் என்ன சொல்லிருப்பான்னு தெரியும். என்னை சாவடிக்கத்தான சொல்றான்"

இளவரசு பேசுவது விஜய்க்கு கேட்க அவனும் சிரித்தான்.

சாராவை விஜய்யும் அபர்ணாவும் பள்ளிக்குத் தயார்படுத்திக் கொண்டிருக்க வீட்டின் அழைப்பு மணி ஒலித்தது. விஜய் கதவைத் திறந்தான். வெளியே தாபா சண்டையின்போது உடனிருந்த அடியாள் ஒரு பெரிய பார்சலோடு நிற்க அவனை யாரென்று விஜய் யோசித்தான்.

“சௌக்கியமா அண்ணே சௌக்கியமா?”

அவன் பாட ஆரம்பிக்க சட்டென்று விஜய்க்கு ஞாபகம் வருகிறது.

“வாங்க கர்நாட்டிக் ஃபைட்டர் சார்”

“அண்ணே பாப்பா மொத வகுப்புக்கு போகுதுல்ல. அதுக்காக அண்ணன் கொடுத்தாப்ள...”

அந்தப் பார்சலை பிரிக்க அதனுள் சாரா ஓட்டிப் பழக புதிய சைக்கிள் ஒன்று இருந்தது.

“ஏன்டா இப்படி....?”

சாரா மகிழ்ச்சியடைந்து அதனருகே ஓடினாள்.

“எல்லாம் சாயந்திரம் ஸ்கூல் போய்ட்டு வந்ததுக்கு அப்புறம்தான். இருங்க டீ போட்டு வரேன்.”

அவளைத் தூக்கிக்கொண்டு அபர்ணா கிட்சனுக்குள் நுழைந்தாள். அவனும் விஜய்யும் அமர்ந்தார்கள்.

“தலைவர் எப்ப கம்போடியாவுக்கு கிளம்புறாரு?”

“அடுத்த வாரம்ணே. அப்புறம் எங்க கேஸ் எல்லாம் எடுக்குறதப் பத்தி அண்ணன் கேட்டுட்டு வரச் சொன்னங்க”

விஜய் யோசித்தான்.

“அண்ணே நம்மாளுக கேஸ் மட்டும் அம்பது அறுபது இருக்கு. அண்ணன் போனா திரும்பிவர குறைஞ்சது ஆறு மாசம் ஆகும். அவரவிட்டா நம்ம கேஸ் கொடுக்குறதுக்கு நம்பிக்கையான ஆள் நீங்க மட்டும்தான். அப்பாக்கும் உங்களுக்கும் இருக்குற பிரச்சனைல எங்கள கை விட்றாதீங்கண்ணே...”

விஜய் பதிலேதும் சொல்லாமல் அவனை இணக்கமாகப் பார்த்தான். அபர்ணா இருவருக்கும் டீ கொண்டு வந்து வைத்தாள்.

"அண்ணி நீங்களும் அண்ணன்ட்ட கொஞ்சம் சொல்லுங்க"

அவள் புரியாமல் விழிக்க விஜய் "அப்புறம் சொல்றேன்" என்பதுபோல கண் காட்டினான்.

அவன் குடித்துவிட்டு கிளம்பினான்.

"பகத்தோட எல்லா கேஸ்லையும் என்னை அப்பியர் ஆகச் சொல்றான்.

"ஆறு மாசம்தான?"

"ஆறுமாசம் இல்ல பிரச்சனை. எனக்கு சுத்தமா பிடிக்காத அந்தாளோட தொழிலுக்கு ஏதோ ஒரு வகைல நான் உதவுறது அம்மாவுக்கு நான் செய்ற துரோகம் மாதிரி இருக்குது. இன்னொரு பக்கம் அம்மா இறந்ததுல இருந்து இப்பவரை ஏதோ ஒரு வகைல எனக்கு உதவி செய்யணும்னு அவனும் என்னென்னமோ பண்றான். எனக்குத்தான் அது எதையும் ஏத்துக்க மனசு வர மாட்டேங்குது. அதுனாலதான் அவன் என்ன கேட்டாலும் மறுக்கவும் முடியாம ஏத்துக்கவும் முடியாம..."

"எப்பவும்போல உன் சீனியர்ட்ட ஒரு ஐடியா கேளேன்?"

"கேக்கலைன்னு நினைக்கிறியா?"

"என்ன சொன்னாரு?"

"அப்புறம் ஏன் லா படிச்ச? இப்படிப்பட்டவங்க மத்தியிலதான் வாழுறோம். இது நம்மோட தொழில். அதுல நம்மோட சொந்த வாழ்க்கையையும், உணர்வையும், வெறுப்பு, விருப்பையும் போட்டு குழப்பிக்கிட்டா ஒரு கேஸ்கூட நம்மால எடுக்க முடியாது. நாம கொள்கை கோட்பாட்டோட இருக்குறதுக்கு சுத்தி நல்லவங்க இருக்குற உலகத்துல ஒண்ணும் நாம வாழல. நீ எடுக்கலைனா இன்னொருத்தர்கிட்ட எல்லாம் போகும். அதுவும் மோசமானவங்ககிட்டதான் போகும். அவன் இன்னும் அவங்களை தப்பு செய்ய தூண்டுவான். இதுதான் நீ உன் அம்மாவுக்கு செய்யுற துரோகம். இதுக்குமேல உன்னோட முடிவு"

இப்படித்தான் சொன்னாரு. அவன் அபர்ணாவிடம் பேசிக்கொண்டிருந்தபோதே அவர்கள் இடையில் ஓடிவரும் சாரா விஜய் மடியில் அமர்ந்தாள்.

“எனக்குப் பிடிச்ச கலர் சொல்லு”

விஜய் முழிக்க, பதில் சொல்லப் போகும் அபர்ணாவை “உஷ்” என்று அதட்டிய சாரா, திணறுபவனிடம் பச்சைநிற சைக்கிளைநோக்கி கை காட்டினாள்.

“பகத் அப்பாட்ட கேட்டுருந்தா எனக்கு என்ன கலர் பிடிக்கும்ல இருந்து என்ன சாக்லெட் பிடிக்கும் வரை சொல்லிருக்கும். உனக்கு இதோ இந்த கருப்பு கோட்டு கவுனை போட்டுட்டு பொய் சொல்லிட்டு அலையுறதுக்கே நேரம் சரியா இருக்கு”

விஜய் அவனது வழக்கறிஞர் நண்பர்களுடன் கோட் கவுனுடன் இருக்கும் புகைப்படத்தைக் காட்டி அவளுக்கான மொழியில் சாரா சொன்னதைப் பார்த்து அபர்ணா வாய்பொத்திச் சிரித்தாள்.

“இதெல்லாம் யாரு உன்கிட்ட சொன்னது?”

சாரா அபர்ணாவைக் கைகாட்ட அவள் சாராவை தூக்கியபடி விஜய்யிடமிருந்து தப்பி ஓடினாள்.

அவன் அபர்ணாவைத் துரத்தியதுபோல காட்சிகள் கடந்தகாலத்திலிருந்து நிகழ்காலதிற்குள் அவனைத் துரத்த விஜய் சாரா பயிலும் பள்ளியிலிருந்து நூறு அடிக்கு முன்பாக காரை நிறுத்தினான்.

குழந்தைகளை அழைத்துச் செல்ல வந்திருக்கும் கார்கள், ஆட்டோக்கள், இருசக்கர வாகனங்களால் அந்த இடமே நிறைந்திருந்தது. கண்கள் மூடி அயர்ந்தான். அழுது, சிரித்து, பயந்து, பதட்டப்பட்ட வாட்ச்மேனுடைய குழந்தைகளின் முகங்கள் அவனுக்குள் கலந்து கட்டித் தோன்றியது. திடீரென்று அந்தக் குழந்தையின் முகத்தில் சாராவின் முகச்சாயல் ஒட்டிக்கொள்ள பதட்டமடைந்து கண்களைத் திறக்க மணி அடித்தது.

பிள்ளைகளை அழைத்தபடி பெற்றோர்கள் வெளியே வந்து கொண்டிருந்தனர். இவனும் பள்ளியின் மெய்ன் கேட்டிற்கு அருகில் சென்று நிற்க, சாரா அவளது வகுப்பு டீச்சரிடம் சொல்லிவிட்டு அவனை நோக்கி வந்து கொண்டிருந்தாள். அருகில் வந்ததும் விஜய் கன்னத்தைக் கிள்ளியபடி சுற்றிவந்து காருக்குள் ஏறினாள். உற்சாகமின்றி காணப்படும் விஜய் காரை நெரிசலின் இடையில் மெதுவாக நகர்த்த சாரா அதைக் கவனித்தாள்.

“இன்னைக்கு பொய் கொஞ்சம் கம்மியா சொன்னியா? ஏன் மூஞ்ச சோகமா வச்சிருக்க?”

“ம்” என்று மட்டும் முனங்கும் விஜய்க்குள் மீண்டும் அந்தக் குழந்தைகளின் முகங்களும், கூடவே அவர்களின் தந்தை முகமும், மகேந்திரனின் முகமும் தோன்றிக்கொண்டே இருக்கிறது.

“சரி விடு இன்னைக்கு என்னை வச்சு எவ்வளவு பொய் சொன்ன? அதச் சொல்லு?”

“ஒண்ணு. ஆனா கொஞ்சம் பெருசு”

எப்போதும் காணாத விஜய்யைப் பார்த்து சாரா முகம் குழப்பத்தில் இறுகியது.

“ஹலோ சார்..”

அவனை ஒரு உலுக்கு உலுக்க அவன் சட்டென்று பிரேக் அடித்தான்.

“ஏன் என்னாச்சு?”

ஏதோ விபத்திலிருந்து தப்பித்தவன்போல மகளைப் பார்க்கிறான்.

“இப்பெல்லாம் சாருக்கு கார் ஓட்டிட்டு இருக்கும்போதே கனவு வருதுபோல? ஒழுங்கா சொல்லு என்னைப் பத்தி என்ன பெரிய பொய் சொன்ன?”

சிறிதுநேரம் குழம்பினாலும் சுதாரித்துக்கொண்டான்.

“ஓ அதுவா? உனக்கு ஸ்கூல் ரெண்டு மணிக்கே விட்ரும்னு பொய் சொல்லி ஒருத்தர ஏமாத்தி அவர்ட்ட இருந்து தப்பிச்சு வந்தேன்டி”

“ஏய் பொய் சொல்லாத. இதெல்லாம் நீ அடிக்கடி சொல்றதுதான். ஒண்ணு என்னை வச்சு பொய் சொல்ற, இல்ல என்கிட்ட பொய் சொல்ற. ஒழுங்கா உண்மையச் சொல்லு. இல்ல உன்னை பழி வாங்குற நேரத்துல கரெக்டா வாங்கிருவேன். எப்பவும்போல இரக்கம்லாம் காட்ட மாட்டேன்”

“ஏய் உன்னை வெறுப்பேத்த சும்மா அடிச்சு விட்டேன். அதப்போய் சீரியஸா எடுத்துக்கிட்டு. சரி வா, மொதல்ல ஆளுக்கு ஒரு குல்ஃபி சாப்பிடுவோம்”

சாரா முகத்தை தூக்கி வைத்துக்கொண்டாள்

“வர வர நீயும் உங்கம்மா மாதிரியே மாறிட்டு வர. என்ன சொன்னாலும் நம்ப மாட்டுற. சரி விடு, வீட்டுக்கே போவோம்”

சிறிதுநேரம் அமைதியாக அவன் காரை ஓட்ட சாராவின் குரல் அதைக் கலைக்கிறது.

“அப்டீனா ரெண்டு வாங்கித் தரணும்”

இழந்துபோன காலைச் சிரிப்பை விஜய் மீட்டெடுத்துக் கொண்டான்.

விஜய்யும் சாராவும் சாலையோர கடை ஒன்றில் குல்பி சாப்பிட்டுக் கொண்டிருக்க அவர்களைப் பார்த்தபடி காரை நிறுத்திய டாக்டர் சாரா பின்னாலேயே வந்து அவளது குல்பியை பிடுங்கிக்கொண்டார். யாரது என்று திரும்பும் அவள் அவரைப் பார்த்து சிரிக்க, விஜய்யும் சிரித்தான்.

“ஏண்டா நேத்துதான் அபர்ணாவுக்கு பிரசவம் பாத்த மாதிரி இருக்குது. அதுக்குள்ள எப்படி வளந்துட்டா பாரேன்?”

“உங்களுக்கு எங்களப் பாக்க வர எங்க நேரமிருக்கு டாக்டர்? நீங்கதான் இப்ப ரொம்ப பிஸியாச்சே. உங்க ரெசார்ட் பிரச்சனைக்கு வந்தாகூட உங்களைப் பாக்க முடியல”

“டேய்... டேய்... அபர்ணாவையும் இவளையும் பாக்க நேரமில்லைன்னு சொல்லு, ஒத்துக்கிறேன். எளவுடுத்த ஆக்சிடென்ட் கேஸ்ல கோர்ட் எவிடென்ஸ்க்கு வரப்பெல்லாம் உன்னத்தான் அடிக்கடி பாக்குறேனே. நீங்கதான் அப்பார்ட்மெண்ட் மாறிப்போனதுல இருந்து என்னை கண்டுக்கவே இல்லையே. அங்க என்னைவிட எவனோ நல்ல டாக்டர் உங்களுக்கு கிடைச்சிட்டான்போல”

டாக்டர் காரை நிறுத்திய இடத்தில் போக்குவரத்து நெரிசல் ஏற்படத் தொடங்குகிறது.

“அடியே மறந்துறாத, என்னை மாதிரியே... இல்ல இல்ல இல்ல... என்னைவிட நல்ல டாக்டரா ஆயிரணும். வேற ஏதாவது எண்ணம் இருந்தா இப்பவே குழிதோண்டி பொதைச்சிரு. அப்புறம் தேங்க்ஸ்டா. நீயும் அவனும் இல்லைனா ரெசார்ட் நம்ம கையை விட்டுப் போயிருக்கும்”

சாராவிற்கு முத்தம் கொடுத்தும் விஜய் கையைப் பிடித்து நன்றி சொல்லிவிட்டும் டாக்டர் காரைக் கிளப்பினார். இருவரும் அவருக்குக் கை காட்டினார்கள். விஜய் பர்ஸிலிருந்து வாட்ச்மேன் கொடுத்த பணத்தை கடைக்காரரிடம் எடுத்துக்கொடுத்தான்.

“அப்பா, இவர்தான உயிரோட இருக்குறவங்களோட ஆர்கனை எடுத்து இன்னொருத்தவங்களுக்கு கொடுக்குறவரு?”

விஜய் உறைந்தபடி சாராவைப் பார்த்தான்.

"நீ பகத் அப்பாட்ட ஒருநாள் இதப் பத்தி பேசி சண்டை போட்டுட்டு இருந்த. நீ போட்ட சத்தம் என் ரூம் வரைக்கும் கேட்டுச்சு. அது கெட்ட விஷயம் இல்லையா?"

அதிர்ச்சியடைந்திருந்தவன் பின் சமாளித்தான்.

"உனக்கு அரைகுறையா கேட்டுருக்குன்னு நினைக்கிறேன். நான் சண்டை போட்டது வேற விஷயத்துக்காக. இது அவரோட வேலை. ப்ரைன் டெத் ஆனவங்கள்ட்ட வேலை செய்யுற மற்ற பார்ட்ஸ் எல்லாம் எடுத்து தேவைப்படுற இன்னொரு மனுஷங்களுக்கு கொடுத்து உதவுறது டாக்டர்ஸ் வொர்க். எதையும் அரைகுறையா கேட்டு குழப்பிக்காத. நல்ல வேலை அவர்ட்ட இதப் பத்தி நீ கேக்கல"

சாரா அதை நம்பாததுபோல நேராக சாலையை பார்த்தபடி அமைதியானாள்.

கையில் காய்கறி பையுடன் அபர்ணா அவர்கள் பின்னால் வந்து நிற்பதைப் பார்க்காமல் வீட்டின் வெளியே நின்றவாறு இருவரும் மாறி மாறி பெல் அழுத்தி விளையாடிக் கொண்டிருந்தனர்.

“என்னடி சத்தத்தையேக் காணும்? உங்கம்மா...”

நாக்கை வெளியே தள்ளியபடி திரும்பிய விஜய் அபர்ணாவைப் பார்த்ததும் அசடு வழிந்தான்.

“நான் செத்தா அப்பாக்கும் மகளுக்கும் சந்தோஷம்தான். ஜாலியா குல்ஃபி சாப்டுட்டு ஊரைச் சுத்தலாம்ல. எங்க நான் பாத்தா கேட்டுருவனோன்னு நினச்சு பார்க்கிங்லயே கை வாயை எல்லாம் துடைச்சு ஒண்ணும் தெரியாத மாதிரி மேல வர வேண்டியது இல்ல பாருங்க”

அபர்ணா சலிப்புடன் கதவைத் திறக்க விஜய்யும் சாராவும் உதட்டைக் கடித்துக்கொண்டு அமைதியாக உள்ளே நுழைந்தனர்.

“அப்படியே சிலை மாதிரி நிக்காம கை கால் கழுவிட்டு வாங்க. காலைல இருந்து உழைச்சு களைச்சு, படிச்சு கிழிச்சு வந்தவங்களை உபசரிக்கணும் இல்ல”

அதே அங்கலாய்ப்புடன் காய்கறிகளை வெளியே எடுத்து வைத்தபடி சொல்ல, விஜய் பூனைபோல பின்னால் வந்து அவளைக் கட்டிப்பிடித்தான். அவனை உதறுபவளிடம் டிபன் பாக்ஸ் ஒன்றை நீட்ட அவள் கண்டுகொள்ளவில்லை.

“சும்மா பிகு பண்ணாதடி. திறந்துதான் பாரேன்”

ஏனோதானோவென்று அபர்ணா அதைத் திறந்தாள். உள்ளே அவளுக்கென்று வாங்கி வந்த இரண்டு சிறிய குல்ஃபி ஐஸ்கள் பாதி உருகியும் உருகாமலும் இருக்க, அதைப்பார்த்து விஜய்யும் சாராவும் அபர்ணாவைபோலவே சலித்தபடி உதட்டைச் சுழித்தார்கள்.

விஜய் 'க்ரைம் நம்பர் 360/2027' என்ற நாவலை எடுத்தபடி டைனிங் டேபிளில் வந்து அமர சாரா ட்யூஷன் கிளம்பிக் கொண்டிருந்தாள். காலையில் நடந்ததுபோலவே இப்போதும் அவள் ஸ்கூல் பேக்கை அபர்ணா திறந்து பார்த்தாள். ஒன்றும் அகப்படவில்லை.

"அங்க போயாவது ஒழுங்கா பாடத்தை படி. உன்மேல ஏகப்பட்ட கம்ப்ளைன்ட் வருது. இன்னைக்கு நீ கிளம்பும்போது ட்யூசன் மிஸ்ட்டருந்து போன் வாங்கி எனக்கு கால் பண்ணு. நானே வந்து கூப்டுட்டு வரேன்"

"ஏன் எனக்கு கீழ் வீட்ல இருந்து மேல வர தெரியாதா?"

சாரா கிண்டலாக முனங்கினாள்.

"வந்தேன்னு வச்சுக்க.."

எழுந்த அபர்ணாவை கையைப்பிடித்து விஜய் சமாதானப்படுத்தினான்.

"இரு ட்யூசன்ல மட்டும் இல்ல, ஸ்கூலுக்கும் வந்து அங்கயும் உன்னப் பத்தி சொல்ல வேண்டியது இருக்கு. ஒழுங்கா படிச்சா உருப்புடுவ, இல்ல உங்கப்பன மாதிரி இப்படித்தான் கண்டத படிச்சு படிப்புல கோட்டை விடுவேன்னா, அப்புறம் உன் இஷ்டம்"

சாரா அதைக் கண்டுகொள்ளவில்லை; கிளம்பிச் சென்றாள்.

"பாரு எப்படி திமிராப் போகுதுன்னு. நாம அப்பா அம்மா பேச்ச கேட்டாதான நம்ம பிள்ளை நம்ம பேச்சக் கேக்கும்"

அபர்ணா விஜய்யைப் பார்க்க விஜய் எப்போதும்போல முகத்தை அமைதியாக வைத்திருப்பது அவளுக்கு எரிச்சலை ஊட்டியது.

"எல்லாத்துக்கும் நீதான் காரணம். காலேஜ் முடிச்ச கையோட கல்யாணம் பண்ணி இருபத்து மூணு வயசுலேயே என் ஆசை எல்லாத்தையும் குழி தோண்டி புதைச்சிட்ட..."

தொடங்குபவளை விஜய் இடைமறித்தான்.

“ஆரம்பிச்சிட்டியா? இனி நாம காதலிச்சது தப்பு, வீட்ல சண்டை போட்டு ஓடி வந்தது தப்பு, என்னை கல்யாணம் பண்ணது தப்பு, அதுக்கு முன்னாடியே வயித்துல சாரா வந்தது தப்பு, ஏன் நீ படிக்காம அரியர் வச்சதுக்கும், அத கிளியர் பண்ணி ப்ராக்டிஸ் பண்ண முடியாம இப்படி வீட்ல இருக்குறதுக்கும்கூட நான்தான் காரணம்னு சொல்லு”

அவளிடம் வம்பு வளர்க்கும் விதத்தில் நக்கலாக முணுமுணுத்துவிட்டு பிஸ்கட் சாப்பிட ஆரம்பித்தான்.

“பின்ன நீ இல்லையா? எக்ஸாம்க்கு பீஸ் கட்ட எத்தனை முறை சொல்லிருப்பேன்? நீ என்ன பண்ண? கல்யாணம் முடியட்டும், பிள்ளை பிறக்கட்டும், ஆப்ரேஷன் பண்ண உடம்பு, பிள்ளை கொஞ்சம் வளரட்டும், ஸ்கூல் போகட்டும்னு சொல்லி சொல்லியே இல்லாம ஆக்கிட்ட...! அப்புறம் இனி நீ வேலைக்கு போய் என்ன செய்யப் போறேன்னு...”

“ஏய் இரு... இரு... இரு... ஏண்டி என் தலைமேல கைவச்சு சொல்லு, லா படிக்குறதுல உனக்கு கொஞ்சமாவது இன்ட்ரஸ்ட் இருந்துச்சு, அப்புறம் ‘அந்த இருபத்தாறு அரியரை நினைச்சாலே தலையெல்லாம் சுத்துதுன்னு’ சொல்லி சொல்லியே நீ மயக்கம் போட்டு நடிக்கலைன்னு”

அவள் கையை தன் தலைமீது கொண்டு வைத்தான். அவளுக்கு தயக்கம் ஒன்றுமில்லை.

“ஆமா இருந்துச்சு. எங்க நான் அரியர் கிளியர் பண்ணி பகத் மாதிரி உன்னைவிட பெரிய வக்கீலாகிருவனோன்னு ஒரு பயம். அப்புறம் அவன் பேச்ச கேட்டுட்டு அலையுற மாதிரி என் பேச்சையும் கேக்க வேண்டிய நிலைமை வந்துருமோன்னு நெனச்சு பயந்துருப்ப. அதான் என் ஆசையை எனக்குத் தெரியாமலேயே குழி தோண்டி புதைச்சிட்ட. இப்ப வந்து இல்லாது பொல்லாதது எல்லாம் சொல்லி சமாளிக்கப் பாக்குற. பொறாமை புடிச்ச புத்தி வேற எப்படி யோசிக்கும்?”

சொல்லிவிட்டு அவளுக்கே சிரிப்பை அடக்க முடியாமல் சிரித்தாள். ஆனால் அப்படி சொன்னதும் விஜய் முகம் சுருங்கியது.

“டேய் எப்பவும்போல சும்மாதாண்டா சொன்னேன். புதுசா முகம் எல்லாம் மாறுது. காலைல என்ன கனவுன்னு கேக்கலைன்னுதான பில்டப் கொடுக்குற?”

ஆனாலும் விஜய் எதையோ யோசித்தவாறு அமர்ந்திருந்தான்.

“சாரி சார். இனிமேல் உங்கள்ட்ட இந்த மாதிரி விளையாடகூடக் மாட்டேன்”

எழுந்து செல்ல முயல்பவளின் கையைப் பிடித்தான். ஆனாலும் அவன் முகம் மாறவில்லை.

“பகத் பண்றது எதுவும் பிடிக்கலடி. எல்லாத்தையும் விட்ருவேன்னு அடிக்கடி சொல்றான். ஆனா முன்னவிட மோசமா எதையாவது ட்ரை பண்றான். இதுவரைக்கும் அவன் சொல்ற வேலைக எதுவும் பெருசா என்னை பாதிச்சது இல்ல. ஆனா இன்னைக்கு நடந்த விஷயத்தைப் பாக்கும்போது எதுவோ தப்பா தோணுது”

“இப்படித்தான் ஒவ்வொரு தடவையும் சொல்ற. போன தடவை அந்த ரெசார்ட் பிரச்சனைக்கு நீ அங்கப் போறதுக்கு முன்னாடியே ஏதோ அங்க தப்பா நடந்த மாதிரி இருந்துச்சு, நீ போனப்ப அங்க வேற மாதிரி ஒண்ணு நடக்க ஆரம்பிச்சதுனு சொன்ன... இந்த தடவை இப்படி சொல்ற. என்னதான்டா உன் பிரச்சனை?”

“அத கன்பஃர்ம் பண்ற மாதிரி இன்னைக்கு ஏடபிள்யூபிஎஸ் இன்ஸ்பெக்டரும் அங்க கோடிக்கணக்குல இல்லீகலா எதுவோ நடந்துச்சான்னு கேக்குறாங்க? நான் என்ன சொல்ல? அந்த டாக்டரும், மகேந்திரனும், சேந்து பெரிய தப்பா எதுவோ பண்றாங்கன்னு போலீஸ் வட்டாரத்துல ஒரு பேச்சு இருக்குது. அது சம்மந்தமா என்ன கேட்டாலும் இவன் சொல்ல மாட்றான். தமிழ் தெரியாத மாதிரி நடந்துக்குறான். கோபத்துல பகத்ட்ட போனதடவை பேசுனது சாரா வரைக்கும் கேட்டுருக்குபோல. வர வழில டாக்டரை பாத்தோம். அவரு போன பின்னாடி இவர்தான் ஆர்கன் மாத்துறவரான்னு கேக்குறா. எப்படியோ சமாளிச்சேன்”

அபர்ணா அதிர்ச்சியடைந்தாள்.

“எனக்கு அவன் நல்லது பண்றானா? கெட்டது பண்றானா?ன்னு ஒண்ணும் புரிய மாட்டேங்குது. அவன்கிட்ட எதுவோ ஒண்ண

நான் மிஸ் பண்றேன், இல்ல கவனிக்க தவறியிருக்கேன்; அதுவும் ரொம்ப வருஷமா... தொடர்ச்சியா...”

இருவரும் அமைதியானார்கள்.

“வர வர நீ பாஸ்ட்டை பத்தி ரொம்ப யோசிக்கிற. அதுனால என்ன மாறப்போகுதுன்னு சொல்லு?”

அவள் சோகமாவதைக் கண்டு, தேவையில்லாமல் அவளை இதற்குள் இழுத்துவிட்டோமோ என்று பேச்சை மாற்றினான்.

“ஆமா வர வர பாஸ்ட்டை பத்தி நான் ரொம்ப யோசிக்கிறேன்தான். அது கொடுக்குற வலி கொஞ்ச நஞ்சம் இல்ல. லா காலேஜ்ல அவனுக உன்னை கடத்துனப்ப அப்படியே விட்டுட்டுப் போயிருக்கணும்னு எத்தனையோ நாள் யோசிச்சுருக்கேன். என்ன யோசிச்சு என்ன பண்ண? என் கிரகம் கல்யாணம், குழந்தை குட்டின்னு அதுகளை காப்பாத்த கோர்ட்டும் வீடுமா இப்ப அலைஞ்சிட்டு இருக்கேன். ம்...”

அவன் சொன்னதின் அர்த்தம் அவளுக்கு கொஞ்சம் தாமதமாகத்தான் விளங்கியது. எழுந்து மெதுவாக அவன் பின்னால் வந்து முட்டியை மடக்கி அவன் முதுகில் குத்தினாள்.

“கடந்த காலத்தோட வலி பெருசா? இல்ல என் அடியோட வலி பெருசா?ன்னு இன்னைக்கு பாத்துறனும்”

அபர்ணாவிடமிருந்து தொடர்ந்து அடி விழ அப்படி குனிந்தபடியே அவளைத் தூக்கி தொடர்ந்து முத்தங்கள் கொடுத்தான். இந்தமுறை அந்த முத்தங்கள் அவனை முழுமையாக மீட்டெடுத்துக் கொண்டது.

பெருந்தொற்று ஊரடங்கினால் வழக்கத்திற்கு மாறான அமைதியுடன் அப்பார்ட்மெண்ட் இருந்தது. தொலைக்காட்சி சத்தம் மட்டும் ஒருசில வீடுகளில் கேட்டுக்கொண்டிருந்தது.

அபர்ணா மொபைல் ஒலித்தது. பகத் அழைத்தான்.

"யாரு?... அப்படியா?.. எப்படி... அய்யய்யோ..."

அபர்ணா ஹாலில் அமர்ந்தபடி பேசிமுடிக்க படுக்கறையிலிருந்து விஜய் வெளியே வந்தான்.

"என்ன விஷயம்?"

"அந்த வாட்ச்மேன் தற்கொலை பண்ணிக்கிட்டாராம்"

"புரியல"

"அதான் நீ ஸ்டேஷன் போனேல்ல. மகேந்திரன் விஷயமா"

"யாரு அவரா? என்ன சொல்ற? யார் போன் பண்ணா?"

"பகத்தான். உனக்கு கால் பண்ணானாம், கிடைக்கலையாம். மறுபடியும் அவங்களுக்குள்ள சண்டைபோல. விரக்தில சாப்பாட்டுல விஷம் கலந்து சாப்பிட்டாராம். அப்புறம்..."

அவள் தயங்குவதைப் பார்த்த விஜய் அவளை கூர்மையாகப் பார்த்தான்.

"அவரு மட்டுமில்ல. அந்த ரெண்டு வயசு குழந்தையும் அவரு மிச்சம் வச்சுருந்த சாப்பாட்ட சாப்ட்டு இறந்துருச்சு"

விஜய் எதுவும் பேசவில்லை. மீண்டும் படுக்கையறைக்குத் திரும்பினான்.

"தொற்றைக் கட்டுப்படுத்த அடுத்த 21 நாளுக்கு முழு தேசத்தையும் பூட்டணும்னு பிரதமர் சொன்னது எவ்வளவு சரின்னு பாருங்க. இப்ப மட்டும் நாம லாக்டவுன் போடலைனா எத்தனை உயிர் போயிருக்கும்."

"அதுக்குன்னு இத்தனை பேரை எந்தவித முன்னேற்பாடும் இல்லாம பசியோட ரோட்ல நடக்க விட்டுக் கொல்லணுமா?"

தொலைக்காட்சியில் விவாதம் போய்க்கொண்டிருந்தது. ஆனால் அது விஜய் காதுகளில் விழவில்லை.

வருடங்கள் ஐந்து கடந்திருந்தது.

உறங்கிக் கொண்டிருந்தவனை அபர்ணா காஃபியோடு வந்து எழுப்பினாள். இருவரிடமும் ஐந்து வருடங்கள் கடந்த முதிர்வும், நாற்பது வயது நெருங்குவதற்குண்டான பொலிவும், அழகும் நிரம்பியிருந்தது.

“விஜய்... விஜய்”

“ம்”

“இன்னைக்கு மர்டர் கேஸ்ல க்ராஸ் இருக்கு, படிக்கணும்னு சொன்னியே...”

“முழிச்சுதான் இருக்கேன். ஒரு அஞ்சு நிமிஷம்...”

நிமிராமல் அப்படியே படுத்துக்கிடந்தான்.

“சாரா நேத்து பேசுனா, ஹாஸ்டல் எல்லாம் செட் ஆகிருச்சாம். அப்புறம் உன்னை தேவையில்லாம பீல் பண்ண வேண்டாம், ரெண்டு வருசம்தான், சட்டுன்னு போயிரும், நீ சொன்ன மாதிரி காலேஜ் இங்க வந்துதான் படிப்பேன்னு சொல்லச் சொன்னா?”

காஃபியை டேபிளில் வைத்துவிட்டு சென்றாள். புரண்டு படுத்த விஜய் சுவரில் மாட்டப்பட்டிருந்த சாரா புகைப்படத்தைப் பார்த்தான். அது அவனுக்குள் ஏதோ செய்ய சாராவிற்கு வீடியோ கால் செய்தான்.

“எப்படியும் நீ காலங்காத்தால கால் பண்ணுவேன்னு தெரியும், நேத்தே அம்மா சொன்னா...”

“ம்”

“தம்பி விஜய், இதுவே தாங்கள் கூடுதலாக ஒரு குழந்தை பெற்றிருந்தால் உங்களின் அன்லிமிடெட் அன்புத் தொல்லையை அங்கயும் கொஞ்சம் ஷேர் பண்ணி கூல் ஆகியிருக்கலாம்; ஆக்ரோஷமான எமோஷனல அவ்வப்போது ஆஃப்பர்களில் போட்டு ஸ்டாக் கிளியரன்ஸ் பண்ணி கட்டுப்படுத்திருக்கலாம். இப்போது பாருங்கள், சிறு பாலகன்போல் நீங்கள் தவிக்கும் தவிப்பு...”

விஜய் சிரித்தபடியே காஃபியை எடுத்துக்கொண்டு அவனது படிப்பறைக்குள் நுழைந்தான். வழக்கு கட்டுகளும், புத்தகங்களும், பேப்பர்களும், நோட்ஸ் எடுத்ததற்கு உண்டான குறிப்பு நோட்டுகளும் குவிந்து கிடந்த மேஜை முன் வந்தமர்ந்தான்.

“உனக்கு இன்னைக்கு முக்கியமான ஏதோ கேஸ் இருக்காமே? அம்மா சொன்னா, மொத அதப்போயி பாரு. நான் நல்லா இருக்கேன். ஈவ்னிங் பேசுறேன். என்னைப்பத்தி கவலைப்படாத.. ஓகேவா?”

விஜய் தலையசைத்தான்.

அலுவலக பையோடு அப்பார்ட்மென்ட் பார்கிங்கில் கார் கதவைத் திறக்க விஜய்க்கு அபர்ணாவிடமிருந்து அழைப்பு வந்தது.

“டேய் நேத்தே சொன்னேன்ல, இன்னைக்கும் மறந்துறாத. வரும்போது கீழ் வீட்டு பையனுக்கு அந்தப் பெரியத் துப்பாக்கி ஒண்ணு வாங்கிட்டு வந்துரு. படிக்க போறதுக்கு முன்னாடி எப்படியும் வாங்கித் தாரேன்னு சாரா அவன்ட்ட சொல்லிருக்காபோல, இப்ப அவ கிளம்பிட்டான்னு தெரிஞ்சப்பறோம் மூஞ்ச தூக்கி வச்சுட்டு இருக்கானாம். பாவம்”

மறந்ததை உணர்ந்து நெற்றியில் கை வைத்தான்.

“ஏய்... சாரிடி.... நேத்தே வாங்கிட்டேன். ஆபிஸ்ல மாட்டிக்கிச்சு. இப்ப போனதும் எடுத்து கார்ல போட்டுர்றேன்”

“பார்ரா புதுசா சாரில்லாம் கேக்குற. ஆளே மாறிட்ட போ... அப்ப உன்ன இவ்வளவு நாள் கெடுத்தது அவதான் போல.. ம்.. இருக்கட்டும்... இருக்கட்டும்”

அழைப்பைத் துண்டித்தப் பின்னும் புன்னகைத்தான்.

மாவட்ட நீதிபதி செசன்ஸ் வழக்கு ஒன்றை சலிப்பாக கேட்டுக் கொண்டிருந்தார். நடுத்தர வயதான வழக்கறிஞர் ஒருவர் நீதிபதியிடம் தனது வழக்கு குறித்து ஆர்க்யூமென்ட் சொல்லிக் கொண்டிருக்க, அதற்கு எதிர்தரப்பு அரசு வழக்கறிஞர் ஆட்சேபனை செய்தபடியிருந்தார். பெஞ்ச் க்ளர்க் கடுமையாக வரும் உறக்கத்தை கட்டுப்படுத்த முயற்சி செய்ய, அவருக்குப் போட்டியாக நீதிமன்ற உதவியாளர் ஒருவர் சுவரோரம் சாய்ந்து கண்ணை மூடுவதும் திறப்பதுமாக இருந்தார். குற்றவாளிக் கூண்டிலிருப்பவனின் முகம் அப்பாவியாக இருந்தது. அவரருகே ஒரு இளம் போலீஸ்காரனும் நின்று கொண்டிருந்தான். நீதிமன்ற இருக்கைகளில் சில வழக்கறிஞர்கள் இருந்தார்கள். அவர்கள் அனைவருக்கும் பின்னால் அமர்ந்திருந்த விஜய் அவனது கேஸ் கட்டில் மூழ்கியிருந்தான். இவை எல்லாவற்றுக்கும் இடையே விவாதமும் நடந்துகொண்டிருந்தது.

“யுவரானர் அக்க்யூஸ்ட் கொலை முயற்சி கேஸ்ல அரஸ்ட் ஆகவே இல்லைன்னு சொல்லல. ஆனா அந்த கேஸ்க எல்லாத்துலயும் அவருமேல குற்றம் நிரூபிக்கப்படலைனு விடுதலை ஆகிட்டாரு. அதப் பொறுக்க முடியாத போலீஸ் போட்ட பொய்யான புட்டப்கேஸ்தான் இது. கொலை நடந்த பின்னாடி என் கட்சி அவருக்கு விடுதலை வாங்கித் தந்த வக்கீல் கருணாகரனோட போஸ்ட் மார்ட்டம் நடக்குற இடத்துல துக்கம் தாளாம கண்ணீர் விட்டு அழுதுட்டு இருந்ததை நிறைய பேரு பாத்துருக்காங்க. அத நிரூபிக்க போட்டோஸ் இருக்கு. அத ஏற்கனவே நான் தாக்கல் பண்ணிருக்கேன். அங்க இவர அப்படி அழுது பார்த்ததா ரெண்டு பேரு இந்த வழக்குல சாட்சியும் சொல்லிருக்காங்க”

விவாதித்துக் கொண்டிருந்த வழக்கறிஞர் அரசாங்க வக்கீலைப் பார்த்தார்.

“விடுதலை வாங்கித் தந்த வக்கீலை யாராவது கொல்லுவாங்களா கவர்ன்மென்ட் வக்கீலே? அதுவும் இல்லாம அவரைக் கொன்னுட்டு அவரோட போஸ்ட் மார்ட்டம் நடக்குற இடத்துக்கே யாராவது போவாங்களா? அப்படியே போனாலும் அந்த சாவ ரசிக்காம அழுதுட்டா இருப்பாங்க?”

நீதிபதி அரசு தரப்பு வழக்கறிஞரைப் பார்க்க அவர் ஆரம்பித்தார்.

"அக்யூஸ்ட் சரியான சைக்கோ யுவரானர். அதுக்கான மெடிக்கல் சர்டிபிகேட், அவன் மனநல மருத்துவமனைல இருந்ததுக்கான பேப்பர்ஸ் எல்லாம் ப்ரடியூஸ் பண்ணிருக்கோம். அவனுக்கு யாராவது அவன் எதிர்பார்த்ததைவிட அதிகமா உதவி செஞ்சா, அள்ளிக் கொடுத்தா அவனால அந்த அன்பை தாங்க முடியாது. பதிலுக்கு அவனால அவங்களுக்கு அதவிட பெருசா உதவ முடியலைனா அவங்களுக்கு இன்ப அதிர்ச்சி கொடுக்குறோம்ங்குற பேர்ல கிறுக்குத்தனமா ஏதாவது பண்ணி அவங்களை பூலோகத்தை விட்டே அனுப்ப ஏற்பாடு செஞ்சிருவான். தான் எதிர்பார்த்ததைவிட சீக்கிரமே தன்னை ஹாஸ்பிட்டல்ல இருந்து டிஸ்சார்ஜ் பண்ண டாக்டருக்கு நிறைய பணம் கொடுக்கணும்னு முடிவு செஞ்சு அவர ஹோட்டலுக்கு கூட்டிட்டுப் போறேன்னு சொல்லிட்டு ஒரு நகைக்கடையை கொள்ளையடிக்க ஒரு வாரமா தோண்டுன குண்டுகிட்ட கூட்டிட்டு போயிருக்கான். விஷயம் தெரிஞ்சு அவரு தப்பிக்க, கோபத்துல அவருமேல லாரி ஏத்தி கொல்ல ட்ரை பண்ணதுதான் அவனோட மொத கேஸ். ரெண்டாவது கேஸ் அவனுக்கு அவன் கேட்ட மாதிரி ஆம்பிளை பிள்ளை பெத்து தந்த அவனோட பொண்டாட்டி அவ அம்மா வீட்ல இருந்து வந்த கையோட அவளுக்கு இந்த உலகத்துலேயே யாரப் பிடிக்காதுன்னு கேட்டுருக்கான். அவளும் விளையாட்டா உங்க அம்மாவத்தான்னு சொல்லிருக்கா. உடனே இவன் சண்டைப் போட்டு பிரிஞ்சுபோன தன்னோட அம்மாவை ஊர்ல இருந்து கூட்டிட்டு வந்து அவன் பொண்டாட்டி கைல கத்தியக்கொடுத்து கொல்ல சொல்லிருக்கான். ஏதோ சும்மா சொல்றான்னு ரெண்டு பேரும் நினைக்க கொஞ்சநேரத்துலேயே இவனோட சைக்கோத்தனம் தெரிய வந்துருக்கு. மாமியாரும் மருமகளும் ஒரு ரூமுக்குள்ள போய் கதவச் சாத்திட்டாங்க. பூட்ன கதவ இவன் திறக்கவே விடல. எப்படியும் கொஞ்சநேரத்துல இவன் வழிக்கு வந்துருவான்னு நெனச்சிருக்காங்க. ஆனா இவன் நாலு நாளைக்குத் தேவையான பால், செரலாக்ஸ் எல்லாம் வாங்கி வச்சப்பதான் பயப்பட ஆரம்பிச்சிருக்காங்க. ஜன்னல் வழியா இத பாக்க பாக்க அவங்களுக்கு அதிர்ச்சி தாங்க முடியல. ரெண்டு நாளா அவங்களுக்கு எதுவும் சாப்பிட கொடுக்காம அந்த ரூம்லேயே அடைச்சுபோட்டு கொல்ல ட்ரை பண்ணிருக்கான். பக்கத்து வீட்ல உள்ளவங்க சந்தேகப்பட்டு

போலீஸ்ட்ட தகவல் சொன்னதாலயும், அந்த ரூம்ல தண்ணி இருந்ததாலயும்தான் அவங்க தப்பிச்சாங்க"

நீதிபதி கொஞ்சமாகக் குழம்பினார்.

"அவரு கேட்ட மாதிரிதான அது பெத்து கொடுத்துருக்கு. அதுக்கு எதுக்கு அவளக் கொல்லனும்?"

"அவ பெத்தது ரெட்டப் புள்ள. ரெண்டுமே ஆம்பளப்புள்ள யுவரானர்"

நீதிமன்றமே சிரிப்பில் ஆழ, நீதிபதியும் வாயை மூடிக்கொண்டார்.

"அப்புறம் முக்கியமான விஷயம். மொத ரெண்டு கேஸ்ல அக்யூஸ்ட்க்கு விடுதல வாங்கித் தந்தப்ப நம்ம கருணாகரன் சார் உயிரோடத்தான் இருந்தாரு. அக்யூஸ்ட்டோட இந்த மாதிரியான விசித்திரமான கேஸ்கள்னால தனக்கு கெட்டப் பேரு வருதுன்னு சொல்லி வீட்ட காலி பண்ண சொல்லிருகாரு வீட்டு ஓனர். இவன் ரெண்டு மாசம் டைம் கேக்க, அவரு நாலு மாசம் டைம் கொடுத்துருக்காரு. அந்த சந்தோசத்துல வீட்டு ஓனர தண்ணியடிக்க போலாம்னு மொட்டமாடிக்கு கூட்டிட்டுபோய் கீழ தள்ளி விட்ருக்கான். நல்லவேளை கைகால் உடஞ்சதோட அவரு தப்பிச்சிட்டாரு. அந்த கேஸ்ல எப்படியும் தனக்கு தண்டனை உறுதின்னு அவனே நம்பிட்டான். ஆனா கருணாகரன் சார் அவனுக்கு அந்த கேஸ்லயும் விடுதலை வாங்கித் தந்துட்டாரு. அந்த சந்தோசம் பொறுக்க மாட்டாம அவருக்கு சுகர் ஹை லெவல்ல இருக்குன்னு தெரிஞ்சும் ஒன்றரை கிலோ ஸ்வீட்ஸ் வாங்கிட்டு அவரு ஆபீஸ்க்கு போய் 'வேண்டாம் வேண்டாம்'னு சொல்ல சொல்ல கத்தியைக் காட்டி மிரட்டி அவர அவ்வளவு இனிப்பையும் சாப்பிட வச்சுருக்கான். அப்புறம் அவரை போஸ்ட் மார்ட்டம் பண்ணிட்டு இருந்த இடத்துல துக்கம் தாளாம கண்ணீர் விட்டு அழுதுருக்கான். அந்த போட்டோவையும், அவனப் பத்தி ஒண்ணும் தெரியாம அவனப் பாத்துட்டு இருந்த ஆட்களையும்தான் இந்த வழக்குல அவங்க தரப்பு ஆவணமாவும் சாட்சியாவும் கொண்டு வந்துருக்காங்க. இப்ப இந்த கேஸ்லையும் தனக்கு தூக்குன்னு அவன் நம்பிட்டு இருக்கான். ஒருவேளை இந்த வழக்குல நம்ம சீனியர் அவனுக்கு விடுதலை வாங்கித் தந்தாலோ, இல்லை நீங்க அவன விடுதலைப் பண்ணாலோ...."

அவர் சொல்லி முடிக்காமல் முடித்தார். நீதிபதியும் அக்யூஸ்ட் வழக்கறிஞரும் திடுக்கிட குற்றவாளி அப்பாவியாக நின்று கொண்டிருந்தான்.

“சார் இன்னும் எவ்வளவு நேரம் போகும்”

அரசு வழக்கறிஞரைப் பார்த்து நீதிபதி கேட்க, அவர் “தர்ட்டி மினுட்ஸ்” என்றதும் “அதர் கேசஸ் ஆப்டர் த்ரி தர்ட்டி” என்றார்.

அவர் சத்தமாகச் சொல்லியதும் மற்ற வழக்கறிஞர்கள் எழுந்து வெளியே செல்ல விஜய் மட்டும் கேஸ் கட்டிலிருந்து கண்களை அகற்றாமல் இருந்தான். நீதிபதி சிரித்துவிட்டு அவன் அருகில் நின்ற அவனது குமாஸ்தாவைப் பார்த்தார். “விஜய்... விஜய்” என்று குமாஸ்தா தோளில் தட்ட அவன் புரியாமல் நிமிர்ந்தான்.

“விஜய் சார் இன்னும் அரைமணிநேரம் போகும். சாப்டுட்டு த்ரி தர்ட்டி வாங்க”

விஜய் வழக்குக் கட்டை முடிச்சிட்டான். அந்த நடுத்தர வயது வழக்கறிஞர் அவரது வழக்கை மீண்டும் சொல்ல ஆரம்பித்தார். அப்போது இளம் பெண் ஒருத்தி யாரும் தன்னை தடுத்துவிடக்கூடாது என்ற முனைப்பில், வேகமாக நீதிபதியின் முன்சென்று நின்றாள். அவளை மனநலம் பாதித்தவள் என்று நினைத்த கோர்ட் அசிஸ்டன்ட் அப்புறப்படுத்த முயற்சித்தபோது, அவள் வலது கையில் வைத்திருந்த ஒரு பெரிய பிளாஸ்டிக் பையை அவரிடம் திறந்து காண்பித்தாள். கோர்ட் அசிஸ்டன்ட், பெஞ்ச் க்ளர்க் கண்களுக்கு தெளிவாக அது தெரிந்தது. அந்த இளம் போலீஸ்காரனும் அவளருகே சென்று அந்தப் பையைப் பார்த்தான். பார்த்த உடனே பதட்டமடைந்து க்ளர்க்கிடம் ஏதோ சொல்ல, அதை அவர் நீதிபதியிடம் சொன்னார். திகைத்துப்போன நீதிபதி சட்டென்று நிதானித்துக்கொண்டு ஸ்பெஷல் பெர்மிசன் தருவதுபோல போலீஸ் மற்றும் கிளர்க் இருவரைப் பார்த்தும் தலையை அசைத்தார்.

சாட்சி விசாரணை நிறுத்தப்பட்டது. கூண்டிலிருந்து சாட்சி அப்புறப்படுத்தப்பட்டார். போலீசிடம் விபரம் கேட்டுத் தெரிந்த அந்த நடுத்தர வயது வழக்கறிஞரும், அரசு வழக்கறிஞரும் தலையிலும், வாயிலும் கை வைத்தார்கள்.

என்ன நடக்கிறது என்று புரியாமல் விஜய் குழம்ப, விஜய் குமாஸ்தா அந்த நடுத்தர வயது வழக்கறிஞரிடம் ஓடிச்சென்று

விஷயத்தை கேட்டுவிட்டு திரும்புவதற்குமுன் அவரைக் கடந்து அந்த இளம் பெண் அந்தப் போலீஸ் பாதுகாப்புடன் நீதிமன்ற அறைக்குள் இருபக்கமும் போடப்பட்டிருக்கும் இருக்கைகளுக்கு மத்தியிலான குறுகிய இடைவெளியில் விஜய்யை நோக்கி நடக்க ஆரம்பித்தாள். அவர்கள் பின்னாலேயே வரும் விஜய் குமாஸ்தா அந்தத் தகவலை அவனிடம் சொல்ல பொறுமையின்றி அவனது கொண்டிருக்க பெரிதாக ஆர்வமில்லாமல் விஜய் இருக்கையிலேயே அமர்ந்திருந்தான்.

ஏற்கனவே நின்றிருந்த குற்றவாளிகளை வெளியே அனுப்பிவிட்டு ஒரு ஓரமாக போலீஸ் பாதுகாப்புடன் குற்றவாளி கூண்டில் அந்தப் பெண் உட்கார வைக்கப்பட்டபோது போலீசிடம் அவள் ஏதோ சொன்னாள். அதை போலீஸ் நீதிபதிடம் சொல்லவும் விஜய் குமாஸ்தா வந்து அவனிடம் தகவலைச் சொல்லவும் சரியாக இருந்தது. தனக்கு பின்னால் கூண்டிற்குள் அமர வைக்கப்பட்டிருந்த அந்தப் பெண்ணை சாதாரணமாக பார்த்துவிட்டு திரும்பும் அவனுக்கு அந்த முகம் எதையோ நினைவுப்படுத்தத் தொடங்கியது.

தனது தங்கையை இடுப்பில் தூக்கி வைத்துக் கொண்டிருந்த வாட்ச்மேனின் மூத்த மகளின் உருவம் அவனுக்குள் தோன்ற ஒருவிதமான மூச்சடைப்பை அது அவனுக்கு ஏற்படுத்தியது. அதிர்ச்சியுடன் திரும்பிப் பார்த்தான்.

சம்மந்தப்பட்ட காவல் நிலையத்திற்கு அந்த இரண்டு நடுத்தர வயது போலீஸ்காரர்களில் ஒருவர் தகவல் தெரிவிக்கும் வார்த்தைகள் அவனை நோக்கி வந்து விழுந்தது.

“சார் ஒரு சின்னப்பொண்ணு பெத்த அம்மாவோட தலையையே வெட்டி கொண்டு வந்துருக்கு. போலீஸ்மேல நம்பிக்கை இல்ல. ஜட்ஜ் முன்னாடி ஏதோ சொல்லனும்னு சொல்லுது சார்”

எதிர்முனையில் தொடர்ச்சியாக கேள்விகள் கேட்கப்பட்டது.

“ஆமா சார் நம்ம ஸ்டேஷன் லிமிட்தான் சார்”

“ஜுவைனல் கோர்ட் வருமா என்னான்னு தெரியல சார்..”

“வயசு தெரியல சார்..”

“விசாரிக்கிறேன் சார்...”

“நீங்க வாங்க சார்”

“அவளுக்கு வயசு பதினேழு” என்று விஜய் அவனுக்குள்ளே முனங்கினான்.

அதற்குள் நீதிமன்ற வளாகத்திற்குள் தகவல் பரவ அந்தப் பெண்ணை ஒரு காட்சிப்பொருள்போல முண்டியடித்து பார்க்க முயற்சிக்கும் வழக்கறிஞர்களாலும், காவல்துறையினராலும், வேறுவேறு வழக்கிற்கு வந்தவர்களாலும் அந்த நீதிமன்ற அறை நிரம்பி வழியத் தொடங்கியது.

“எல்லாரும் கொஞ்சம் வெளியே போங்க”

நீதிபதி இரண்டு மூன்று முறை அமைதியாகச் சொல்லிப் பார்த்தார். அந்தச் சத்தம் எவருக்கும் கேட்காமல் போக, சிறிது வினாடிகள் ஏதோ பலத்தை கூட்டுவதுபோல மூச்சை உள்ளிழுத்துக் கொண்டு “எல்லாரும் வெளியே போங்க” என்று சத்தமானார்.

அவர் கத்திய சத்தத்தில் கூட்டம் பின்வாங்கியது. பப்ளிக் ப்ராசிக்யூட்டர், கோர்ட் அசிஸ்டன்ட், பெஞ்ச் க்ளர்க், விஜய் குமாஸ்தா என நான்கு பேரும் அவர்களை அப்படியே வெளியே தள்ளி அந்த நீதிமன்ற அறையின் இரு அடைப்புகள்

கொண்ட நான்கு கதவுகளையும் பூட்டினர். ஆனாலும் இரண்டு ஜன்னல்கள் வழியாக ஆட்கள் பார்க்க ஆரம்பிக்க அதுவும் அந்த இரண்டு நடுத்தர வயது போலீஸ்காரர்களால் பூட்டப்பட்டது. இப்போது அந்த நீதிமன்ற அறை முழுவதுமே அமைதியானது. விஜய் இருந்த இடத்தை விட்டு அசையாமல் அதே அதிர்ச்சியில் அமர்ந்திருந்தான். அவனது அந்த இருப்பு ஏதோ எல்லோரையும்போல அவனும் அதிர்ச்சியில் இருப்பதாகவே மற்றவர்களுக்குத் தோன்றியது. அவளும் அவனைப் பார்த்ததுபோலவேயில்லை. உருண்டை விழிகளைக் கொண்ட தனது தங்கையைத் தூக்கி வைத்திருந்ததுபோல அந்த இரத்தப்பையைச் சுமந்தபடி அவள் அமைதியாக அமர்ந்திருந்தாள். இப்படியான அனைவரின் அந்த அமைதி அந்த அறைக்குள் நிரம்பி நீடிக்க நீதிபதி சேம்பருக்குள் நுழைந்தார்.

உள்ளே வலதுபுறம் இருக்கும் கதவு திறக்கப்பட்டது. அருகிலிருக்கும் கோர்ட் சேம்பரிலிருந்து மஜிஸ்ட்ரேட் ஒருவர் உள்ளே நுழைய மாவட்ட நீதிபதி அவரிடம் விஷயத்தைச் சொன்னார். மஜிஸ்ட்ரேட் தலையாட்ட உடனே ஒரு டைபிஸ்ட் வரவைக்கப்பட்டார். அவரின் பக்கவாட்டு இருக்கையில் அவள் அமர வைக்கப்பட்டாள். மஜிஸ்ட்ரேட் அவள் முன்பாக அமர்ந்தார். அவளிடம் பெயரும், தந்தைப் பெயரும், சத்தியப் பிரமாணமும் கேட்கப்பட்டு அவள் சொல்வது டைபிஸ்ட்டால் பதிவு செய்யப்பட ஆரம்பமானது. தூரத்தில் இருப்பதால் அவள் சொல்வது விஜய்க்கு சுத்தமாகக் கேட்கவில்லை. எழுந்து அவள் அருகே வர முயற்சித்தவனைப் பார்த்து நீதிபதி அங்கேயே இருக்குமாறு கை அசைத்தார்.

அவனைப்பற்றிதான் அவள் ஏதோ சொல்வதுபோல உணர்ந்து பதட்டமடைந்தான். அது சிறிதுநேரம் நீடிக்க இப்போது அந்த இரண்டு நடுத்தர வயது போலீஸ்காரர்களில் ஒருவரின் அருகிலிருக்கும் கதவு தட்டப்பட்டது. விஜய் சுயநினைவுக்கு திரும்புவதுபோல தன்னைத்தானே உலுக்கிக் கொண்டான்.

"யாரது?"

இளம் போலீஸ்காரர் அரட்டும் தோரணையில் சத்தமாக கேட்டார்.

“அய்யா ஸ்டேஷன்ல இருந்து சப் இன்ஸ்பெக்டருங்கய்யா. வெளிய கூட்டம் கன்ட்ரோல்லதான் இருக்குங்கய்யா. கதவத் திறக்கலாம்யா”

இரு அடைப்புகள் கொண்ட கதவின் ஒருபக்கம் மட்டும் திறக்கப்பட்டது. நீதிபதி தூரத்திலிருப்பத்தைப் பார்க்கும் சப் இன்ஸ்பெக்டர் “இவனையா அய்யா” என்று அழைத்தோம் என்ற ரீதியில் அந்தப் போலீஸ்காரரைப் பார்க்க அவரது பின்னால் இருக்கும் சிறிய போலீஸ் கூட்டம் சிரிப்பை அடக்க முடியாமல் நெளிந்தது. பதட்டத்தில் அவனும் நெளிந்தான்.

“அய்யா கொஞ்சம் வெயிட் பண்ணுங்க. இப்ப முடிஞ்சிரும்”

கதவைச் சாத்தினான். அவளும் சொல்லி முடித்தாள். முழு கதவும் திறக்கப்பட்டது. மஜிஸ்ட்ரேட் கையொப்பமும் முத்திரையும் இட்டு சப் இன்ஸ்பெக்டர் கையில் அதை ஒப்படைத்தார்.

அவளை கைது செய்து போலீஸ் வெளியே கொண்டு வந்தது. கூட்டம் அலைமோத விஜய் சிரமப்பட்டு வெளியே வந்தான். அவனது குமாஸ்தா அவனுக்கு முன்பே அங்கு வந்து நின்று கொண்டிருந்தார். விஜய் அவரிடம் மெல்ல முணுமுணுத்தான்.

"என்ன பண்ணுவியோ தெரியாது. ஈவ்னிங்குள்ள அந்தப் பொண்ணு சொன்னதோட காப்பி என் கைல இருக்கணும். முடியலைனா இப்பவே சொல்லிரு"

விஜய்க்குள் நடப்பது எதுவும் தெரியாத அவர் "பேச்சைக் குறை" என்பதுபோல சைகை செய்து அவனை நக்கலாகப் பார்க்க, தனது பான்ட் பாக்கெட்டில் கைவிட்டு ஐந்து ஐநூறு ரூபாய் நோட்டுகளை அவரிடம் எப்போதும்போல வெளியே எடுக்காமலேயே எண்ணிக் கொடுத்தான். அலட்சியமாக அதைப் பார்த்த அவர் மீண்டும் கைநீட்ட மீதமிருக்கும் இன்னும் இரண்டு நோட்டுகளையும் எடுத்துக் கொடுத்தான். பின் மீண்டும் முணுமுணுத்தான்.

"பகத்துக்கோ, தமிழுக்கோ இந்த விஷயம் தெரிய வேண்டாம்"

“வேற என்ன மேட்டர்ல என்ன வேணும்னாலும் கேளு. கட்டோட தூக்கித் தாரேன். இதுக்கு முன்ன உன்ன இப்படி காக்க வச்சிருக்கனா சொல்லு? ஆனா இந்த விஷயத்துல எவ்வளவு நேரம் நீ இங்க நின்னாலும் ஒண்ணும் நடக்கப்போறது இல்ல. என்ன எளவ ஜட்ஜட்ட சொன்னாலோ, இன்ஸ்பெக்டர் எங்கள போட்டு அந்தக் கடி கடிக்கிறான். முக்கியமா வக்கீல், குமாஸ்தா, வேற ஸ்டேஷன் போலீஸ்னு யாரு வந்தாலும் கொடுக்கவே கூடாதுன்னு சொல்லிருக்கான். இதுல அவளுக்குப் பாதுகாப்பா நானும் ‘சப்’கூட போகணுமாம்”

குமாஸ்தாவிற்கு ஒன்றும் புரியவில்லை. எதுவும் பேசாமல் ஸ்டேஷனை விட்டு விலகி வந்து ஒரு டீ கடையில் அமர்ந்தார். டீயின் எண்ணிக்கை மூன்றை தாண்டியும் அடுத்து என்ன செய்வதென அவரால் ஒரு முடிவுக்கும் வர முடியவில்லை. அவரைப் பொறுத்தவரை வந்த வேலை முடியாமல் வெறும் கையுடன் வீட்டிற்கோ அலுவலகத்திற்கோ திரும்பிச் செல்வது மிக மோசமான தோல்வி. அதை ஏற்க இன்னும் அவர் மனம் தயாராகவில்லை.

விஜய் கொடுத்ததோடு தன்னிடமிருந்த ஆறு ஐநூறு ரூபாய் நோட்டுக்களையும் சேர்த்து எடுத்துக்கொண்டார். வீம்புடன் மீண்டும் ஸ்டேஷனை நோக்கி நடக்கத் தொடங்க அவரருகில் ஒரு கார் வந்து நின்றது. முன்னும் பின்னும் பொறிக்கப்பட்டிருந்த வாசகத்திலேயே அது நீதிபதியின் கார் என்பது அவருக்குப் புலனாக குழப்பத்துடன் அப்படியே நின்றார்.

கார் கண்ணாடி இறக்கப்பட்டது. அவருக்குப் பழக்கமான மஜிஸ்ட்ரேட் டிரைவர் உள்ளே இருந்து சிரித்தார்.

“அண்ணே நான்தான். ஜட்ஜை குவாட்ரஸ்ல விட்டுட்டு வாரேன். அவருக்கு நூத்திப் பத்து சைஸ்ல நாலு ஜட்டி வாங்கனுமாம். அதான் வேலைக்காரனக் கூட்டிட்டு போறேன்”

பின் இருக்கையில் கைலி வேட்டியுடனும், பனியனுடனும் நீதிபதியின் வேலைக்காரர் அமர்ந்திருக்க மூவரும் ஒருவரை ஒருவர் பார்த்து சிரித்துக் கொண்டனர்.

“சரிப்பா நடக்கட்டும்”

“என்ன நடக்கட்டும்? வா வந்து ஏறு, எங்க இறக்கனுமோ அங்க இறக்கி விடுறேன்”

“இல்லடா, நீ போ. ஒரு வேலையா ஸ்டேஷன் வந்தேன்; நடக்கல. திரும்பவும் அதான் அங்கேயே போறேன். இப்பவும் நடக்குமா? நடக்காதான்னு தெரியல. நடக்கலைனா இப்பவே ஆபிஸ் போனா நல்லாருக்காது. எங்கயாவது சுத்திட்டு போனாதான் விஜய்ட்ட இருந்து தப்பிக்க முடியும். இல்ல என்னப் புடிச்சு கடிச்சு வச்சிருவான். நான் வேற கொஞ்சம் ஓவராப் போய்ட்டேன்”

“என்ன வேலைக்கு வந்த? என்ன நடக்கல? தெளிவாச் சொல்லு”

“அதான்டா இன்னைக்கு கோர்ட்ல தலைய வெட்டிக் கொண்டு வந்துச்சே ஒரு பொண்ணு. அது மஜிஸ்ட்ரேட்ட சொன்ன வாக்குமூலத்தோட காப்பி கேட்டு வந்தேன். ஏதோ மேலிட உத்தரவாம், தரக்கூடாதாம். என் இத்தனை வருஷ வாழ்க்கைல இப்படி ஸ்டேஷன் வந்துட்டு வெறுங்கையோட நிக்குறது இதான் மொத முறை. வேலைதான் நடக்கல. கழுதை நாமளாவது அங்கயும் இங்கயுமா நடக்கலாமேன்னுதான் அலைஞ்சிட்டு இருக்கேன்”

டிரைவரும் வேலைக்காரரும் சிரித்தனர். குமாஸ்தாவிற்கு புரியவில்லை.

“நானும் என்னமோ ஏதோன்னு நினச்சா இது ஒரு விஷயமா?”

பின் சீட்டிற்கு டிரைவரின் உத்தரவு பறந்தது.

“டேய் தற்காலிக நீதிமான், சக மானோட கோட்ட எடுத்து மாட்டு”

ஏதோ பழக்கமான ஒரு வேலையை செய்வதுபோல அவர் தயரானார். பின்னால் மடித்து வைக்கப்பட்டிருந்த நீதிபதியின் கோட் இப்போது அழுக்கு பனியனின்மேல் கம்பீரமாக பொருந்திக்கொண்டது. ஆனால் கீழே அதே கைலியுடன் தோற்றமளித்த அவரைப் பார்த்து குமாஸ்தா திகைத்தார்.

“நீ இங்கேயே நில்லு. கூத்த நான் காட்டுறேன்”

கார் ஸ்டேஷன் வாசல் முன் நிற்க டிரைவர் மட்டும் உள்ளே சென்றார். சிறிது நேரம் கழித்து டிரைவர் பேப்பருடன் வெளியேவர கூடவே வரும் தமிழ் காரைப்பார்த்து கையெடுத்துக்

கும்பிட்டான். காரின் பின்பக்க கண்ணாடி அரைகுறையாக இறக்கப்பட்டு கை மட்டும் வெளியே வந்து பதில் மரியாதை செய்தது.

கார் ஸ்டேஷனிலிருந்து குமாஸ்தா நின்ற இடத்திற்கு வந்து சேர்ந்தது. டிரைவர் வாக்குமூலத்தைக் கொடுக்க, பிரித்துப் பார்த்தவரால் நம்பமுடியவில்லை. தன்னை சுற்றி என்ன நடக்கிறது என்று புரிவதற்குமுன் எல்லாமே நடந்து முடிந்திருந்தது. அவர்கள் இருவரும் சிரித்துக்கொண்டனர்.

"ஏண்ணே இது மாதிரி எத்தனை விஷயம் பண்ணிருக்கோம், இது ஒரு மேட்டரான்ணே?. இப்ப வா கார்ல ஏறு"

"இல்லடா, இப்பதான் நிம்மதியா இருக்கு. மதியம் சாப்பிட வேற இல்ல. சாப்பிடணும். அதுவும் இல்லாம இப்பவே போனா வேலை இவ்வளவு சுலபமா முடிஞ்சிருச்சுன்னு நினச்சிருவான். அதான் கொஞ்சம் சுத்திட்டு போறேன். மொத ரெண்டு பேரும் இதப்புடிங்க"

கையில் இருந்த அனைத்து ஐநூறு ரூபாய்த் தாள்களையும் அவர்களிடம் நீட்டினார்.

"அண்ணே நம்மகிட்டயே உன் வேலையக் காமிக்குற பாத்தியா? கோர்ட்ல எனக்கு எவ்வளவு ஹெல்ப் பண்ணிருக்க. நான் உன்கிட்ட எப்பவாவது காசு நீட்டுனேன்?"

"டேய் ஸ்டேஷனுக்கு கொடுக்குறதை உனக்கு கொடுக்குறேன். இதுல என்னடா இருக்கு? வாங்கிக்க"

"பெரிய மேட்டர் ஒண்ணக் கொண்டு வா. நானும் நம்மாளும் இருக்கோம். அப்ப காசு வாங்கிக்கிறோம். இப்ப அவசரமா நீதியரசருக்கு நாலஞ்சு கொக்கிக வாங்கப் போகணும், வரேன்ணே"

எப்படி இருந்ததோ அதேபோல மீண்டும் அதே இடத்தில் கோட் மடித்து வைக்கப்பட்டது.

குமாஸ்தா தனக்கு எதிரில் வந்து நிற்பதுகூட தெரியாமல் மூடிய கண்களுடன் இருக்கையில் அமர்ந்தபடி எதை எதையெதையோ யோசித்துக் குழம்பிக்கொண்டிருந்தான் விஜய். அவரும் அந்த வாக்குமூலத்தை மேஜையில் வைத்துவிட்டு அவனையே பார்த்தபடி நின்றார். வினாடிகள் சில கழித்து தனக்குமுன் ஏதோ மறைத்து நிற்பதுபோல அவனுக்குத் தோன்ற மெதுவாக கண்களைத் திறந்தவன் அவரைப் பார்த்ததுதான் தாமதம்; பதட்டத்தில் கைநீட்டினான். அவரது கண்கள் மேஜைமீது நிலைகொண்டிருந்தது. பார்வையை உடனே கீழ் நோக்கித் திருப்பியவன் வேகமாக அந்தத் தாளை எடுத்து படிக்க ஆரம்பித்தான். அவரோ நின்ற இடத்திலிருந்து அசையவில்லை. அதைப் பார்த்தவன் சட்டைப் பைக்குள் கை விட்டான். சிரித்தவர் அவன் கொடுத்த பணத்தில் பாதியை மேஜைமீது வைத்தார்.

“ஏதோ தப்பா நடக்குற மாதிரி இருக்குது. கொஞ்சம் ஜாக்கிரதையா இரு”

அவன் கண்களை விட்டு மறையும்வரை அவரையே பார்த்துக் கொண்டிருந்தான். பின் அதை எடுத்துப் படிக்க ஆரம்பித்தான்.

“...அப்பா செத்ததுக்கு அப்புறம் அம்மாவோட நடவடிக்கை ரொம்ப மாறிருச்சு. சந்தோசமா இருந்தா. அப்பா இருக்கும்போதே ஒருதடவை அவ இன்னொருத்தர் கூட ஓடிப்போய்ருந்தா. அதுக்கு மகளிர் ஸ்டேஷன்ல கேஸ்கூட கொடுத்துருந்தோம். சிலநேரம் நைட் நேரத்துல அவ பக்கத்து ரூம்ல யார்கூடவோ பேசிட்டு இருக்குற மாதிரி தோணும். சிலநேரம் எங்கப் போறேன்னு சொல்லாம வெளிய போய்ருவா. இது அப்பப்ப நடக்கும். நைட் நேரம் அப்டீங்குறதுனால அவன் முகம் எப்பவும் எனக்கு சரியா தெரியுறது இல்ல. ஒருநாள் நான் தூங்கிட்டு இருக்கேன் அப்படீங்குற எண்ணத்துல அவங்க பேசிக்கிட்டத கேட்டப்பதான் அப்பாவோட சாவு தற்கொலை இல்லனும், அதுக்கு பின்னாடி யாரோ இருக்காங்கன்னும் எனக்கு தெரிய வந்துச்சு. ஆனா அவங்க பேரு தெரியல. இதுல என்னோட தங்கச்சியும் அநியாயமா இறந்துட்டா. இது எனக்கு அவங்க மேல கொலை செய்ற வெறியை உண்டாக்கிச்சு. ஆனா அப்ப தெம்பு இல்ல. சமீபமா என்னோட அம்மா வாழ்ந்து

வர வாழ்க்கை வேற மாதிரி ஆகிருச்சு. யார் யாரோ வீட்டுக்கு வராங்க. அது எனக்கு அருவருப்ப உண்டாக்கிச்சு. எத்தனையோ தடவை இப்படிப்பட்ட வாழ்க்கை வேண்டாம்னு சொல்லியும் அவ கேக்கல. வரவங்க என்னைப் பாக்குற பார்வையும் சரி இல்ல. அதப் பத்தி அவளுக்கு கவலையும் இல்ல. இதுனால இன்னைக்கு காலைல எங்களுக்குள்ள சண்டை ஆரம்பமாச்சு. எனக்கு என் அப்பா, தங்கச்சி ஞாபகம் வந்துச்சு. அது எனக்கு தாங்கமுடியாத வலியை வேதனையை தர...”

அந்த நகலின் குறிப்பிட்ட பகுதியை படிக்க படிக்க அவனுக்கு வேர்த்துக்கொட்ட ஆரம்பித்தது. நிமிர்ந்து முகத்தை துடைத்தவனுக்கு எதிரில் அந்தப் பெண் நின்றிருப்பதுபோல தோன்ற திடுக்கிட்டான். கூடுதலாக வேர்த்துக்கொட்டியது. அந்த அறையே சுழல தாளை மேசைமீது வைத்தான்.

பகத் மகளிர் ஸ்டேஷனில் வேலை இருப்பதாக சொன்னது, மகேந்திரன் போன் பேசியது, அவனை சந்தித்தது, அவர்கள் சென்னை சென்றதாக ஒரு டிக்கட்டை அனுப்பியது, அந்த வாட்ச்மேன் முகம், அவர் குழந்தைகளின் முகம், இறுதியில் அந்தப் பெண் வெட்டி வந்த தலை இருந்த பை என காட்சிகளும் நினைவுகளும் அவனுக்குள் வந்து வந்துபோக, பயமுறுத்தும் அமைதி ஒன்றை அது அவனைச் சுற்றி நிரப்பத் தொடங்கியது. நிமிடங்கள் சில நீடித்த அந்த அமைதியையும், அவனது சமநிலையின்மையையும் அவனது மொபைல்தான் ஒலித்து உடைத்து உலுக்கியது.

அழைப்பு பகத்திடமிருந்து வந்து கொண்டிருந்தது. அது அவனது கேள்விகளுக்கு பதில் சொல்வதுபோலவும் இன்னும் பல கேள்விகளை புதிதாக உருவாக்குவது போலவும் அவனுக்குத் தோன்றியது. அழைப்பை அவன் எடுக்கவில்லை. சிறிது நேரத்தில் மீண்டும் ஒலிக்க எந்தவித உணர்ச்சியுமின்றி எடுத்து காதில் வைத்தான்.

“விஜய்... விஜய்... டேய் நான் அப்பா பேசுறேன்டா... கேக்குதா... விஜய்”

பெருமூச்சு விட்டு அமைதியானான்.

“ம்...”

“பகத் ஃபோன இங்க மறந்து வச்சிட்டுப் போய்ட்டான். உன்னப் பாக்கதான் வாரேன்னு சொன்னான். உன்கூடயா இருக்கான்? முக்கியமான ஒரு லேண்ட் மேட்டர் பத்தி பேசணும். ஆட்கள் வந்துருக்காங்க. இருந்தா அவன்ட்ட கொடு”

“ஆங்....”

“டேய் அவன்ட்ட குட்றா?”

“அவன் இங்க வரல.. காலைல இருந்து நானும் அவனப் பாக்கல”

“வர வர உன்கூட சேந்துதான் அவன் இந்த மாதிரி புதுசு புதுசா சில விஷயம் பண்றான். உனக்கு ஒருநாள் இருக்கு”

அவர் துண்டிக்கவும் விஜய் வழக்கம்போல அதைப் பெரிதாக எடுத்துக்கொள்ளவில்லை. அலைபேசியை வைப்ரேட் மோடில் போட்டுவிட்டு அந்தத் தாளை அப்படியே மேஜைமேல் வைத்தான். எழுந்து முகம் கழுவி தண்ணீர் குடித்துவிட்டு அலுவலகத்தை சாத்தி ஒன்றிரண்டு அடிகளை எடுத்து வைத்தவன் பின் நினைவு வந்தவனாக மீண்டும் கதைவைத் திறந்து அந்த நீளமான பொம்மை துப்பாக்கி பாக்ஸை எடுத்தான்.

“இவன காலைல இருந்து ஆளக் காணோம். ஃபோன வேற இங்கயே வச்சிட்டுப் போய்ட்டான். உன்னப் பாக்கத்தான் வாரேன்னு சொன்னான்”

முதல் முறையாக இளவரசுவின் வார்த்தைகள் அவனுக்குள் இரண்டாம் முறையாக வேறு ஏதோ அர்த்தத்துடன் ஒலிக்கத் தொடங்கியது. வீட்டிற்கு கிளம்பினான்.

“ஒருநாள் நான் தூங்கிட்டு இருக்கேன் அப்படீங்குற எண்ணத்துல அவங்க பேசிக்கிட்டத கேட்டப்பதான் அப்பாவோட சாவு தற்கொலை இல்லனும், அதுக்கு பின்னாடி யாரோ இருக்காங்கன்னும் எனக்கு தெரிய வந்துச்சு. ஆனா அவங்க பேரு தெரியல”

“ஒரு வாரம் மட்டும் டைம் கிடைச்சா போதும். அதுக்குள்ள அவள எப்படியாவது சம்மதிக்க வச்சி வீட்டுக்கு அனுப்பிருவேன். ஸ்டேஷன்ல கேட்டா சென்னைக்கு போய்ட்டோம்னு சொல்லிரு. டிக்கெட் உனக்கு அனுப்பி வச்சுருக்கேன்”

“ஒரு வாரம் மட்டும் டைம் வாங்கிக்கொடு. இதுக்கு மேல உன்னை தொந்தரவு பண்ண மாட்டேன். இதான் கடைசி”

எல்லாக் குரல்களுடனும் விஜய் அப்பார்ட்மென்ட் வளாகத்திற்குள் நுழைந்தான். செக்யூரிட்டியின் மொபைலில் ஒலித்துக்கொண்டிருந்த உள்ளூர் எப்எம் மெதுமெதுவாக அவனுக்குத் கேட்கத் தொடங்கியது.

“இங்கே நினைத்தபடியான வாழ்வு என்பது பலருக்கு வெறும் கனவாகவும், இன்னும் பலருக்கு அப்படி கனவு காணக்கூடத் தகுதியில்லாத தொலைவிலும் அமைந்திருக்கிறது. ஆனால் சிலருக்கு அந்த கனவே பெரும் சுமையாகவும், வலிதரும் நினைவுகளாகவும் மாறும்போது...? நமது இரவுச்சரம் நிகழ்ச்சியில் அடுத்து வருவது பசுமலை கோல்டன் நகர் செர்ஜியா - கிரிகோரி தம்பதிகளுக்காக பாக்யலக்ஷ்மி திரைப்படத்திலிருந்து பி.சுசீலா அவர்கள் பாடிய பாடல்”

காரை பார்க்கிங்கில் நிறுத்திவிட்டு அலுவலகப் பையையும் துப்பாக்கி பாக்சையும் எடுத்துக்கொண்டான். வழக்கம்போலப் படிகளையேத் தேர்ந்தெடுத்தான். அது திடீரென்று வேறு ஏதோ உலகில் வசிப்பதுபோன்ற உணர்வு அவனுக்கு கொடுக்கத் தொடங்க வீடு ஒன்றில் பாடல் ஒலிக்கத் தொடங்கியது.

“மாலைப்பொழுதின் மயக்கத்திலே

நான் கனவு கண்டேன் தோழி

மனதில் இருந்தும் வார்த்தைகள் இல்லை

காரணம் ஏன் தோழி? காரணம் ஏன் தோழி...?

பாடல் ஒலி மெதுமெதுவாக அதிகரிக்க மகளிர் ஸ்டேஷன் முன்பு வைத்து வாட்ச்மேன் பேசியது இப்போது விஜய்யின் தலைக்குள் பாடலுடன் சேர்ந்து சூழல ஆரம்பித்தது.

"இந்தப் பச்சை மண்ணுகள விட்டுட்டு போக எப்படி சார் அவளுக்கு மனசு வந்துச்சு? எந்த வீட்லதான் சண்டை இல்ல? பிள்ளைகளை பக்கத்து வீட்லதான் விட்டுட்டு வேலைக்கு போறேன். அவங்க எல்லோருக்கும் அவ அந்த டாக்டர்கூடதான் இருக்குறான்னு சந்தேகம் வந்து விஷயம் தெரியுறதுக்கு முன்ன எப்படியாவது அவள வரச்சொல்லிருங்க சார். உண்மையிலே வேலைக்கும் போய்ட்டு, சமையல் பண்ணி, ரெண்டு பொட்டப் புள்ளைகள வச்சு பாக்குறது ரொம்ப கஷ்டமா இருக்கு சார்"

குழந்தை கையெடுத்துக் கும்பிடுவதும், கைகாட்டுவதும், வாட்ச்மேன் கையெடுத்துக் கும்பிடுவதும், பின் பகத், மகேந்திரன், வாட்ச்மேன், அந்த இளம் பெண்ணின் இரு முகங்கள் என எல்லாம் கலந்து அவனுக்குள் அதிதீவிர அழுத்தத்தையும் குழப்பத்தையும் ஏற்படுத்த தலையைப் பிடித்துக்கொண்டே மெதுவாக படியேறி வீட்டின்முன் வந்து நின்றான்..

"மணமுடித்தவர் போல் அருகினில் ஓர் வடிவு கண்டேன் தோழி

மங்கை என் கையில் குங்குமம் தந்தார் மாலை இட்டார் தோழி

வழி மறந்தேனோ வந்தவர் நெஞ்சில் சாய்ந்து விட்டேன் தோழி..."

பாடல் மெதுமெதுவாக கரைந்து அவனிடமிருந்து முற்றிலுமாக விலகியிருந்தது. அந்தக் குழப்பத்துடனும், மறையாத அந்தக் காட்சிகளுடனும் கொஞ்சமும் ஆசுவாசமில்லாமல் வீட்டுக் கதவின்முன் வந்து நின்று காலிங் பெல் அழுத்த கை உயர்த்த அவனது மொபைல் அதிர்கிறது. அழைப்பு அவனது குமாஸ்தாவிடமிருந்து.

"விஷயம் கேள்விப்பட்டியா?"

விஜய் கேள்வியைப் புரிந்து கொள்ளவில்லை.

"ம்"

"இப்ப அங்கயா இருக்க?"

"எங்க?"

"குடிச்சிருக்கியா?"

ஏதோ நினைவில் அழைப்பைத் துண்டித்தான். கதவு அரைகுறையாக திறந்திருந்தது இப்போது அவன் கண்களுக்குத் தெரிந்தது. தன்னிலை மறந்தவனாக பையையும் துப்பாக்கி பாக்ஸையும் சோபாவில் வைத்தான். தாகமும் வறட்சியும் வாட்ட ஃபிரிட்ஜை திறந்தான். இப்போது மீண்டும் அவரிடமிருந்து அழைப்பு வந்தது.

"நாளைக்கு பேசலாம்"

"யானைப்பாலம் ஹைவேல வச்சு அந்தப் பொண்ணைக் கொன்னுட்டானுக. யாரு பண்ணான்னு யாருக்கும் தெரியல. அந்த இடத்தையை ப்ளாக் பண்ணி வச்சுருக்கானுக. யாரையும் உள்ள விட மாட்றானுக. இப்ப நீ எங்க இருக்க?"

அவன் அழைப்பை துண்டிப்பதற்குள் அவர் சொல்லி முடித்தார்.

"உனக்கு விஷயம் தெரியுமா? தெரியாதா?"

விஜய் அப்படியே ஸ்தம்பித்து நின்றான்.

"உன்ட்ட போய் சொன்னேன் பாரு. நேரம் காலம் தெரியாம குடிச்சுட்டு..."

அவரே அழைப்பைத் துண்டித்தார். அவனையறியாமலேயே சிந்திய கண்ணீர் துளிகள் அவன் பார்வையை மங்கலாக்கியது. அது அவனிடமிருந்து சற்று தூரத்தில் நின்றிருந்த இருவரை அதே மங்கலுடன் அவனுக்கு அரைகுறையாக காட்டியது.

கிச்சன் திண்டோடு அபர்ணாவை சாய்த்து கட்டியணைத்தபடி நின்று கொண்டிருந்தான் பகத். கனவா? நிஜமா? நினைவுகளா? என்ற குழப்பத்தோடு அவர்களையே பார்த்துக் கொண்டிருந்தான். அபர்ணா பகத்தை விலக்கவும் முடியாமல் அணைக்கவும் முடியாமல் இருவேறு மனநிலையோடு கண்களை அரைகுறையாக மூடி வேண்டாவெறுப்பாக வெறுமனே நின்று கொண்டிருந்தாள்.

சில வினாடிகளில் விஜய் நிற்பதைப் பார்த்த அபர்ணா "விஜய்" என்று முனங்கினாள். தன் பின்னால் விஜய் நிற்பதை உணர்ந்த

உடனே தன்னை சுதாரித்துக்கொண்ட பகத் அபர்ணாவின் மீதான தனது அணைப்பை மெது மெதுவாக விலக்கி கைகளை கீழ்நோக்கி தொங்கவிட்டான். விஜய் தன் பின்னால் நடந்து வருவதை கொஞ்சம் கொஞ்சமாக உணர்ந்த பகத் சட்டென்று திரும்பி அவனருகில் கிடந்த மர நாற்காலியை இழுத்து அத்தனையாண்டுகள் அடக்கி வைத்திருந்த அவனது அத்தனை வெறியையும் வெளியே தள்ளும்படி "சாவுடா" என்று கத்திக்கொண்டே விஜய்யின் இடது காது மடலோடு ஓங்கி அடித்தான்.

இரத்தமும் உடைந்த நாற்காலித் துண்டுகளும் சிதற விஜய் அவனது பக்கவாட்டு கிச்சன் திண்டில் தலை இடித்து சரிந்து தொப்பென்று விழுந்தான். அபர்ணா "விஜய்" என்ற அலற முயற்சித்தாள்; ஆனால் அவளுக்கு குரல் எழவில்லை. விக்கலும் இருமலும் ஒரே நேரத்தில் வந்ததுபோல "க்ளுக்" என்று ஒரு சத்தம் மட்டும் அவளிடமிருந்து வெளிவந்தது.

முதல்முறையாக சிதறிய இரத்தத்துளிகள் சூழ அதேநேரம் குரூரமும் சூழ்ந்திருந்த பகத் முகத்தில் குரூரமும் இல்லை; அன்பும் இல்லை. அன்றாடம் ஏதோ செய்யவேண்டிய ஒரு வேலையை மிக நேர்த்தியாக செய்துமுடித்த பாவனையுடன் அது இருந்தது.

II

மலை கிராமம் ஒன்றிற்குள் நுழைந்த பகத்தின் கார் பழைய அரண்மனை போன்றிருந்த ஒரு பிரமாண்டமான வீட்டின்முன் நின்றது. அவனைப் பார்த்ததும் வீட்டின் வேலையாள் ஓடிவந்து வரவேற்க கையில் அலுவலகப் பையுடன் பகத் உள்ளே நுழைந்தான். அங்கு ஜோஸ் சக்கர நாற்காலியில் அமர்ந்து புகைத்தபடி, மெழுகைக்கொண்டு கழுத்து வரையிலான மனித உருவம் ஒன்றைச் செய்து கொண்டிருந்தார். காலி, அரை, முக்கால் என மதுப்பாட்டில்களும் கோப்பையும் நிறைந்திருந்த அந்த மேஜையில், பார்ப்பதற்கு ஒரே மாதிரியாக முகமுமில்லாத மனித உருவங்களாலான கொஞ்சம் மெழுகுச் சிலைகளும் இருந்தன. வேலையாள் வெளியேறினான். ஜோஸ் திரும்பிப் பார்க்கவில்லை.

"ரொம்ப நாளுக்கு முன்னாடியே உன்னை எதிர்பார்த்தேன். ரொம்ப லேட்டா வந்துருக்க"

அவனுக்கு அந்தக் கேள்வியின் பின்னிருக்கும் விஷயம் புரியவில்லை. அவனது கவனம் முழுவதும் அந்த மெழுகுச் சிலைகளின் மீதேயிருந்தது.

"இந்த மெழுகுச் சிலைகள் எல்லாம் நாங்களா டாக்டர்?"

"இல்ல என்னோட இரகசியங்கள், ஞாபகங்கள். ஆமா கேட்ட கேள்விக்கு இன்னும் பதில் சொல்லலையே?"

அவன் அந்தக் கேள்வியை கண்டுகொண்டதாகத் தெரியவில்லை.

"இதுல நான் இருக்கனா டாக்டர்?"

பதில் சொல்வதைப் பொறுத்து எப்போதுமே அவனிடமிருக்கும் அந்த அலட்சியத்தை உணர்ந்த அவர் அவனது போக்கிலேயே சென்றார்.

"உனக்குத்தான் முகம் இருக்கே?"

"அத நீங்க நம்புறீங்களா?"

"என்னைப் பொறுத்தவரை காட்டத் தயங்குறதும், காட்டாததும்தான் முகம்; காட்டுறது இல்ல"

"அப்ப இவங்கல்லாம்....?"

"இவங்களுக்கெல்லாம் முகம் ஒரு பிரச்சனையாவே இருந்தது இல்ல. அதக் காட்டுறதுதான் பிரச்சனை; விஜய் உட்பட"

பகத் குழப்பமடைந்தான்.

"புரியலயே?"

"அதான் ஆரம்பத்துலேயே உன்கிட்ட சொன்னேன். நீதான் கவனிக்கல"

மேற்கொண்டு அவர் எதுவும் சொல்லாமல் அமைதி காக்க பகத் புரிந்துகொண்டான்.

"அவன் இங்க வந்தானா?"

இதுவரை அவனுக்கு முதுகைக் காண்பித்துக் கொண்டிருந்த ஜோஸ் திரும்பினார்.

"அதான் சொன்னனே அவனுக்கு அவனைக் காட்டுறதுல ஒரு பிரச்சனையும் இல்லைன்னு"

கோபத்தை மறைக்கும் சிரிப்பை சிரித்தபடி பகத் "இங்கேயா?" என்று கேட்க, அவரும் அவன் பாணியிலேயே "அங்கேயே" என்றார். பகத் அமர்ந்தான். எதுவும் பேசாமல் அமைதியாக அவரையேப் பார்க்கத் தொடங்கினான். அந்தப் பார்வையின் அர்த்தம் அவருக்குத் தெரியும்.

"பர்ஸ்ட் லாக்டவுன் ரிலாக்ஸ் பண்ண ஒருநாள்ல.. அதாவது நீ கடைசியா வந்துட்டுப் போன அதேநாள்... இன்னும் உனக்கு தெளிவா சொல்லனும்னா அஞ்சு வருஷத்துக்கு முன்னாடி வாட்ச்மேனையும் அவனோட குழந்தையையும் கொல்ல நீ...

(இருமிக்கொண்டு இடைவெளிவிட்டு) அந்தக் கொலைகள் நடந்து முடிஞ்சதுக்கு அப்புறம்...”

“இன்ட்ரஸ்டிங்”

“அவனுக்கு உன்மேல சந்தேகம் எல்லாம் இல்ல; மகேந்திரன் மேலதான். ஆனா அவனை ஃபாலோவ் பண்ணா அது உன்கிட்டதான வந்து சேரும்? ஆனா பாவம்... போஸ்ட்மார்ட்டம் ரிப்போர்ட் முதற்கொண்டு எல்லாத்தையும் படிச்சு பார்த்து சலிச்சிட்டான்; அவனோட சந்தேகத்தை அவனாலக்கூட நம்ப முடியல”

சக்கர நாற்காலியில் இருந்தபடியே நகர்ந்து வந்து அவனுக்கும் கோப்பையில் மது ஊற்றினார்.

“ஆனா இப்ப அவனுக்கு நினைவு திரும்பினா, சந்தேகம் மட்டும் இல்ல எல்லாமே அவனுக்குத் தெளிவா விளங்கும்”

ஜோஸ் அடைந்த அதிர்ச்சி அவனுக்கு ஆர்வத்தைத் தூண்டியது.

“பதறாதீங்க... பதறாதீங்க... சின்ன அடிதான். பொழச்சுக்குவான். என்னைவிட இப்ப அவன்மேலதான் உங்களுக்கு அக்கறை அதிகமாம்போல? ம்... என்ன சொல்றாரு அவரு?”

“பதறெல்லாம் இல்ல. ஏன்னா உன்னால இப்போதைக்கு அவன ஒண்ணும் செய்ய முடியாது”

“சமீபமா நீங்க பண்ற பிஸ்னஸ்ல ஒண்ணு ரெண்டு ரொம்ப டல் அடிக்கிறதா கேள்விப்பட்டேன். அதுக்கு காரணம் யாருன்னு தெரியாம உன் ப்ரண்ட் ரொம்ப நாளா தலையைப் பிச்சிக்கிட்டு அலையுறானாம். தெரியனுமா... அது யார்னு?”

“விஜய்...?”

“பரவாயில்லையே...”

அதுவரை இருந்த அவனது சமநிலை தடுமாறியது.

“பயப்படாத இன்னும் அவன் முழுசா கண்டுபிடிக்கல. எல்லா ஆதாரமும் இருந்தா மட்டும்தான் உங்களை நெருங்க முடியும்னு அவனுக்கும் தெரியும். அவனும் வக்கீலாச்சே. அதான் இந்த அஞ்சு வருஷத்துல நீ சொன்ன எந்த வேலையையும் அவன் மிஸ் பண்ணவே இல்ல. நீ அவனுக்காக காத்திருக்குற மாதிரி அவனும்

உன்கூடவே இருந்து உன் ஆளுகளுக்காக காத்திருக்கான். ஆனா என்ன பாதி வழிதான் வந்துருக்கான். ஆனாலும் அவன் உன்னை கொஞ்சம் நம்பத்தான் செய்றான்”

“போதும்... போதும்... நீங்க ஒவ்வொன்னும் சொல்ல சொல்ல எனக்கே கொஞ்சம் பயமாதான் இருக்கு. ஏன்னா அவனை மாதிரி இல்லாட்டாலும் நானும் கொஞ்சம் சுமாரான வக்கீல்தான? அதுனால நான் வந்த வேலையை சீக்கிரம் முடிச்சிட்டு கிளம்புறேன்.

“ஒரு தப்பு பண்ணா அந்தத் தப்பு முதன் முதலா உருவாகுறதுலருந்து அது முடியுறது வரைக்கான எல்லா தடயத்தையும் அழிக்க வேண்டியது முக்கியம் இல்லையா?”

“சே... சே... உங்களை கொல்ல எல்லாம் வரல டாக்டர். என்னோட கேஸ் டைரிக்காக வந்தேன். எங்க அது?”

அவர் இருமிக்கொண்டு சிரித்தார்.

“விஜய்ட்ட கேக்க வேண்டிய கேள்வியை என்கிட்ட கேக்குற?”

அதுவரை மறைந்திருந்த அவனது பதட்டம் இப்போது கொஞ்சம் தன்னை வெளிப்படுத்தத் தொடங்கியது.

“அதான் சொன்னேனே. இந்த அஞ்சு வருஷத்துல நீ சொன்ன எந்த வேலையையும் அவன் மிஸ் பண்ணவே இல்ல, இப்பவும் உன்னை கொஞ்சம் நம்புறான்னு. அதுக்கு காரணம் என்னன்னு தெரியுமா? உன்னை அவன் உன் ஆளுகளை மாதிரி மோசமானவங்களா பாக்கல. ஒரு நோயாளியா. இல்ல... இல்ல... பரிதாபமாப் பாக்குறான். அவன் ஒருத்தனை உன்னால ஏத்துக்க முடியாத காரணத்துக்காகத்தான் நீ இதெல்லாம் பண்றேன்னு அவன் நினைக்கிறான். அதுனால நீ பண்ற தப்புல அவனோட பங்கு கொஞ்சம் இருக்குன்னு நம்புறான். உங்கிட்ட கொஞ்சம் சரியா நடந்தா நீ மாறிருவேன்னு நம்புறான்”

பகத் மெழுகை வெட்டப் பயன்படுத்தும் கத்தி ஒன்றை எடுத்தான்.

“அது வேண்டாம்; அதை எடு. அதுதான் ஷார்ப். அப்புறம் அதான் பேக் எல்லாம் கொண்டு வந்துருக்கியே, அதுல எப்படியும் இதவிட ஷார்ப்பானது நிறைய இருக்குமே?”

பகத் ஒரு மெழுகுச் சிலையை எடுத்து அதை அப்படியே நேராக வெட்டினான்.

“இரகசியங்களை ஈசியா உடைக்குறதுக்காகவே நீங்க மெழுகை தேர்ந்தெடுக்குறீங்க இல்லையா டாக்டர்?”

“இது எல்லாமே அவன் நடவடிக்கைகள்ல இருந்து நானா தெரிஞ்சிக்கிட்டது. அப்புறம் உன்னோட தனிப்பட்ட விஷயங்களைப் பொறுத்து அவனா என்கிட்ட எதுவும் கேக்கவும் இல்ல; நானும் சொல்லவும் இல்ல. இங்க வரதுக்கு முன்னாடி எல்லாத்தையும் பேக் பண்ணும்போது உன்னோட கேஸ் டைரி மட்டும் மிஸ் ஆயிருந்துச்சு. எவ்வளவு தேடியும் கிடைக்கல. பாவம் அவனுக்கு உன்னை மாதிரி எல்லாத்தையும் ஃபர்பக்ட்டா பண்ணத் தெரியல. அத வச்சுதான் சொல்றேன். அவன் உன்னை வேற மாதிரி பாக்குறான்”

பகத் தலையில் பைத்தியம்போல கை வைத்து “இப்படியா டாக்டர்?” என்று சுழற்றிக் காண்பித்தான். கேட்டுவிட்டு யாரையோ அழைப்பதுபோல பலமாக கை தட்ட உள்ளே வேலையாள் நுழைந்தான்.

“நீங்க ஒருவேளை எல்லா விஷயத்தையும் அவன்கிட்ட சொன்னா அவன் இங்க வருவான்னு சந்தேகத்துலதான் ஹாஸ்பிட்டல்ல வேலை செஞ்ச இவனையே உங்க மேல பாசம் இருக்குற மாதிரி நடிக்க வச்சு இங்க வேலைக்கு அனுப்பி வச்சேன். ஆனா அவன் அங்கயே வருவான்னு நான் எதிர்பார்க்கல. அப்புறம் உங்க போன் கால்ஸ்லயும் கொஞ்சம் கவனம் செலுத்தியிருக்கணும். ம்... மிஸ் ஆகிருச்சு. சரி விடுங்க, நான் பண்ண தப்ப நான்தான சரி பண்ணனும். அதுனால இப்ப என்னோட வார்த்தையை நான் மீற வேண்டிய நிலைமைக்கு ஆளாகியிருக்கேன் டாக்டர்.”

கொண்டு வந்திருந்த பையைத் திறந்துக் காண்பித்தான்.

“மொத உங்களுக்கு இந்த ஊசியை போடாலாம்னுதான் எடுத்து வச்சேன். உயிரை மட்டும் விட்டு வைக்குற மாதிரி. ஆஸ்திரேலியாவுல இருக்குற உங்க பொண்ணு வந்துச்சுனா எப்படியும் உங்களை அங்க கூட்டிட்டுப் போயிரும்னு நெனச்சேன். ஆனா இப்ப தப்பு மேல தப்பு பண்ற என்னைப் பாத்து எனக்கே ஒரு வெறுப்பு வந்துருச்சு. பொதுவா எனக்கு என்னைக்குமே கொலை பண்றதுலயோ, கொலை பண்றத

பாக்குறதுலயோ பெருசா விருப்பம் இருந்தது இல்ல. ஆனா கொலை பண்ணதப் பத்திக் கேள்விப்படுறது ரொம்பப் பிடிக்கும். அதுனால இப்ப நான் போனதுக்கு அப்புறம் இவன்ட்ட இருந்து எனக்கு ஒரு தகவல் வரும். 'பிரபல மனோதத்துவ மருத்துவர் பாத்ரூமில் வழுக்கி விழுந்து..."

ஜோஸ் அவனை அலட்சியமாகப் பார்த்தார்.

"ஏன் சட்டத்தைக் கொஞ்சமா தெரிஞ்சு வச்சிக்கிட்டு அதக் காப்பாத்தப் போறோம்னு சர்க்கஸ் பண்ணிட்டு அலையுற போலீஸ்காரனுக மட்டும்தான் அதைச் செய்யணுமா? அந்தச் சட்டத்தையே உருவாக்குற, அத அவனுகளுக்கும் சொல்லித்தர நாங்க அதச் செஞ்சா ஆகாதா என்ன?"

அவர் அமைதி கொஞ்சமும் குலையவில்லை.

"எவ்வளவு பெரிய தத்துவத்தை அசால்ட்டா சொல்லிருக்கேன். ஒண்ணு சிரிங்க, இல்ல கோபப்படுங்க டாக்டர். இப்படி சாவு வீட்டுக்கு வந்த மாதிரியே இருந்தா? இந்தா நிக்குற இவனுக்கு எப்படி அத செய்யுற மூடு வரும் சொல்லுங்க? பாருங்க அவனும் எப்படி உம்முனு இருக்கான்"

"வேண்டாம் பகத்... பாதி தப்புதான் பண்ணிருக்க... இத்தோட நிறுத்திரு"

"என்னைப் பொறுத்த வரைக்கும் பாதி தப்பும் தப்புதான் டாக்டர்; அத முழுசா பண்ணாத வரைக்கும்"

அறையில் அதுவரை இல்லாத ஒரு அமைதி நிலவ, அது அவனது முடிவைத் தாண்டி வேறு எதையெல்லாமோ யோசிக்க வைத்தது. அதையையும், அந்த அமைதியையும் விரும்பாத அவன் தனக்குள்ளே எரிச்சல் பட்டுக்கொண்டான்.

"ஒரு பாவிபோல பாவ மன்னிப்பு கேக்க வந்த என்னை, ஒரு சர்ச் பாதர்போல என்னோட இரகசியங்களை நீங்க பாதுகாத்த அந்த குறிப்பிட்ட காலத்திற்காக உங்களுக்காக நான் ஏதாவது பண்ணனும்னு நினைக்கிறேன். என் முடிவ மாத்திக்கிறேன். கிளம்புறேன் டாக்டர்"

"வீட்டுக்கு, ஆபிஸ்க்கு, காலேஜுக்கு, ஸ்கூலுக்குன்னு தினமும் நாம கடந்துபோற பாதைல எத்தனை வருஷம் போய்ட்டு

வந்தாலும், அங்க சுத்தி இருக்குற மரத்துல இருந்து மனுஷங்க வரைக்கும் நாம கவனிக்கத் தவறிய ஏதோ ஒண்ணு இருக்கும்"

அவர் பேச ஆரம்பிக்க பகத் சிறுபிள்ளைபோல தலையாட்டியபடி கேட்கத் தொடங்கினான்.

"திடீர்னு ஒருநாள் அதுல ஒண்ணு நம்ம கண்ணுக்குத் தென்படும். நாம எப்படி இத்தனை நாள் இத மிஸ் பண்ணோம் அப்படின்னு நமக்கே அதிசயமா இருக்கும். அதுபோலத்தான் நம்மளச் சுத்தி இருக்குற மனுஷங்களும்"

பகத் தலையில் கைவைத்து சோர்வடைவதாக காட்டிக்கொண்டாலும் ஜோஸ் நிறுத்தவில்லை.

"நமக்கு நெருக்கமான அவங்களப் பத்தி எல்லாம் தெரியும்னு நினைப்போம். ஆனா அவங்களப் பத்தி ஏதோ ஒண்ணு நமக்கு தெரியாம இருக்கும்; இல்ல ஏதோ ஒண்ணத் தவிர வேற எதையுமே தெரியாமல் இருப்போம்"

பகத் அவரை உன்னிப்பாக பார்த்தான்.

"நான் விஜய்யப் பத்திதான் சொல்றேன். உனக்கு இன்னும் அவனப் பத்தி முழுசா தெரியல. என்னைப் பொறுத்தவரை அவன் உன்னை மாதிரியே இருக்குற இன்னொருத்தன். ஆனா என்ன? அவன் உன்னை மாதிரி இருக்க விருப்பப்படல. அவ்வளவுதான் உனக்கும் அவனுக்கும் உள்ள வித்யாசம். ஒருவேளை அவன் அப்படி மாறுனா, நீ எனக்கு கொடுத்த இந்த கடைசி வாய்ப்பைக்கூட உனக்கு அவன் கொடுக்க மாட்டான்"

பாவம்

உள்ளங்கையில் வெட்டுப்பட்ட காயத்தோடு காரிலிருந்து இறங்கினேன். போட்டிருந்த கட்டையும் மீறி இரத்தம் கசிந்து கொண்டிருந்தது. டிக்கியைத் திறந்து பூனையை வெளியே எடுத்தேன். ஆபிஸ் பைக்கு வெளியே இரத்தம் தோய்ந்த ஒரு கத்தியின் முனை நீண்டு கொண்டிருக்க உள்ளங்கையிலிருந்து வடிந்த இரத்தம் பையில் வழிந்து கத்தியில் பட்டு அதன் முனை வழியாக ஒழுகி தரையில் சிந்தியபடியிருந்தது. தான் குடிக்கும் இரத்தம் தன்னை வளர்த்த செக்யூரிட்டியினுடையது என்று தெரியாமல் சிந்திய இரத்தத்துளிகளை நக்கியபடியே அது என்னைப் பின்தொடர்ந்து வந்தது. சிகரெட் பற்ற வைத்துக்கொண்டேன்.

எனக்குச் சொந்தமான கட்டிடத்தில் கீழே டிம்பர் டிப்போ அலுவலக ஊழியர்கள் சாதாரண உடைகளில் வேலை செய்துகொண்டிருக்க, முதல் மாடியில் நான்கைந்து ஜூனியர்களும், அதே எண்ணிக்கையிலான குமாஸ்தாக்களும், டைபிஸ்ட்களும் கட்சிதமான உடையில் அவரவர்களுக்கான கேபினில் பரபரப்பாக வேலை செய்து கொண்டிருந்தனர். இரண்டு தளங்களும் அதன் ஆட்களும் இப்படி ஒரே இடத்தில் அதேநேரம் முற்றிலும் வேறுவேறாக இருக்க வேண்டும் என்று நான்தான் முடிவு செய்திருந்தேன்.

அவர்கள் எனக்கு வணக்கம் வைத்தனர். புகைந்து கொண்டிருக்கும் சிகரெட் சூழ்ந்த இரு விரல்களை மட்டும் அவர்களின் வணக்கத்திற்கு மேலும் கீழுமாக அசைத்தேன். இதுதான் என்னுடைய பாணி. அது அவர்களுக்கும் தெரியும். நீங்களும் தெரிந்து கொள்வதற்காகத்தான் இதையெல்லாம் இங்கே சொல்ல வேண்டியிருக்கிறது.

அவர்களில் ஒருவனை சைகையாலே அழைத்து அந்தப் பூனையைக் கடைசியாகக் கொஞ்சியபடி கொடுத்தேன். புரிந்துகொண்ட அவன் அதைக் கொல்வதற்கு வெளியே எடுத்துச்சென்றான். நான் அணிந்திருந்த வெள்ளைநிற சட்டையின் வலது பக்கம் இரத்தக்கறை படிந்திருந்தது. பின்னால் வந்த இன்னொரு ஜூனியரிடம் அந்தப் பையை கொடுத்தேன். அலுவலகத்தின் நடுவே நடந்து கொண்டவாறே சிகரெட்டை காலிலிட்டு மிதித்துவிட்டு, பெல்டை அவிழ்த்து சிப்பை இறக்கி பாண்ட்டிற்குள் இரத்தக்கறை தெரியும் சட்டைத்துணியை முறையாக டக் இன் செய்துகொண்டேன்; பந்தாவாக. அதற்குள் ட்ரெஸிங் பண்ணுவதற்கான காட்டன் துணி, சிசர், திரவம், மருந்துகள் எல்லாம் என் டேபிளுக்கு வந்திருந்தது. அப்போதுதான் எனது குரல் எனக்குள்ளே ஒலிக்கத் தொடங்கியது.

“எல்லாமே இங்கிருந்துதான் தொடங்கியிருக்கணும்”

அன்று நல்ல மழை. சட்டக்கல்லூரிக்கான முதல் நாள். பொதுவாக காலையில் அப்பாவிடமிருந்து அழைப்பு வராது; அன்று வந்தது.

“சொல்றத மட்டும் கேளு. நம்மாளு பொண்ண காலேஜ்லவிட வரான். சென்ட்ரல் காலேஜ். உனக்கு இன்னைக்கு மொத நாள் காலேஜ்னு தெரியும். ஆனா இன்னைக்கு அவன விட்டம்னா அடுத்த ஒரு வருசத்துக்கு நம்ம ஏலக்காய் எஸ்டேட்டுக்கு அவன் வைக்குறதுதான் கூலி. அவன் சொல்றதுதான் கமிஷன். என்ன செய்வியோத் தெரியாது. அவன இன்னைக்கு நம்ம டாக்டர்கிட்ட சேத்துரணும். மிச்சத்த அவரு பாத்துக்குவாரு. மழை வர மாதிரி இருக்கு. குடை எடுத்துக்கோ”

கல்லூரி வாசலில் மகளை விட்டுவிட்டு கிளம்பினான். மொத்தம் இரண்டு பேர்தான். டிரைவரும் அவனும். கார் நெடுஞ்சாலையில் ஏறிப்பறந்தது. டாக்டர் அதற்குள்ளாக ஒரு ஆம்புலன்சை அனுப்பியிருந்தார். சரியாக அது மேட்டுப்பாலத்தில் வைத்து காரை இடித்தது. ஓட்டிச்சென்றது நான் அல்லவா? என் பக்கத்தில் அமர்ந்திருந்த முத்து இப்போது விபத்து நடந்ததுபோலவே காட்டிக்கொண்டு அவர்களை அள்ளிப்போட்டுக்கொண்டு டாக்டரைத் தேடி பறந்தான். அவ்வளவுதான். என் வேலை முடிந்தது. மழைத்துளிகள் விழத் தொடங்கியது. குடையை விரிக்கவில்லை.

‘அன்று திட்டத்தில் கொஞ்சம் பிசகியிருந்தால் நன்றாக இருந்திருக்குமே’ என்று இப்போதுகூட நினைப்பதுண்டு. அன்றும் அதன்பிறகும் மழையில் சண்டையிட வாய்ப்புகளே கிடைக்கவில்லை. விஜய்யிடமிருந்து அழைப்பு வந்தது.

“மழைடா ஒதுங்கி நிக்குறேன்; இப்ப வரேன்”

அவனிடம் பேசி முடித்ததும் மழையினால் ஏற்பட்ட தாமதத்தை ஈடுகட்ட எனது இருசக்கர வாகனத்தை வேகமாகக் கிளப்பினேன். முகம், தாடி முழுவதும் மழை நீர். சிறிதுநேரம் வெறிச்சோடிக் கிடந்த மாநகராட்சி பூங்காவின் வளைந்து நெளிந்து செல்லும் அகலமான சாலை மழை விட்டதும் கூடுதல் பரபரப்பாகியிருந்தது. சாலையைக் கடக்க முயற்சித்தவாறு அபர்ணாவும் அந்த வளைவில் நின்று கொண்டிருப்பது எனக்கு

எப்படி தெரியும்? என் கண்களுக்கு அச்சாலையின் வளைவு மட்டுமே தெரிந்தது. 'தெரிந்திருக்கலாமோ?' என்று இப்போது வருத்தப்பட்டு என்ன செய்வது?

பெரிதாக வாகனங்கள் எதுவும் வராததை உணர்ந்த அவள் நான் வரும் திசையை திரும்பிப் பார்க்காமல் தொடர்ச்சியாக வாகனங்கள் வந்து கொண்டிருந்த அவளின் வலதுபுறமாகவே பார்த்துக்கொண்டு அடி எடுத்து வைத்து விட்டாள். நான் அபர்ணாவை நெருங்குவதும், அவள் நான் வரும் திசையைப் பார்க்காமல் இடதுபுற தூரத்தில் ஒரு லாரி மட்டுமே வருவதைக் கண்டு சாலையின் விளிம்பிலிருந்து இரண்டடிகள் எடுத்து வைத்து அச்சாலையை கடக்க முயற்சிப்பதும் சரியாக இருந்தது.

அபர்ணாவை இடித்துவிடக் கூடாது அல்லவா? அதனால் சட்டென்று சாலையின் உள்ளாக வளைந்து நெளிந்து அவளைக் கடக்க முயற்சித்தேன். என் பின்னால் வந்து கொண்டிருந்த பேருந்து என்னை இடிக்காமலிருக்க அதுவும் வலது பக்கம் கொஞ்சம் சட்டென்று விலகிக் கடந்தது. அப்படி அந்தப் பேருந்து சாலையின் வலது பக்கமாக வருவதைக்கண்ட லாரி ஒன்று அதன் இடதுபுறமாக சாலையை விட்டு இன்னும் விலகி மண்தரையில் தேங்கி நிற்கும் மழைநீரில் இறங்கி கொஞ்சம் நிலைகுலைந்து பின் தார் சாலையில் ஏறி பேருந்தை கடந்துப் பறந்தது.

இமைக்கும் நேரத்தில் நடந்து முடிந்த இது அத்தனையையும் நாங்கள் இருவரும் உணர்ந்தும் உணராமலும் அவரவர் இடத்தில் அப்படியே உறைந்து நின்றுவிட்டோம். அவளைக் கடந்து பிரேக் அழுத்தி அதிர்ச்சியில் நின்றபடி திரும்பிப் பார்த்தேன். என்னைவிட கூடுதல் அதிர்ச்சியில் கண்களை மூடியவாறு நின்று கொண்டிருந்தாள்; பின் மெல்ல அவற்றைத் திறந்தாள். எதிரில் எந்த விபத்தும் ஏற்படவில்லை என்பதைக் கண்டு அவள் இடது பக்கம் திரும்ப, அதுவரை அவளது அழகையும் அதிர்ச்சியையும் பார்த்துக்கொண்டிருந்த நான், நாசமாய்ப்போன எனது இயல்பான கூச்சத்தால் சட்டென்று திரும்பிக்கொண்டேன். அபர்ணாவால் எனது முதுகை மட்டுமே பார்க்க முடிந்தது.

நிமிடம் நீடித்த இந்த எதிர்பாராத சம்பவத்தில் அவளைப் பார்த்த மாத்திரத்தில் எனக்குள் ஏதோ செய்தது. ஆனால் வெளியே

"எப்போது அந்த சூழ்நிலையிலிருந்து தப்பிக்கலாம்" என்ற பரிதவிப்புடன் இறுக்கமோ சிரிப்போ என எதுவுமில்லாமல் போக்குவரத்து நெரிசலில் நிற்பதுபோல நின்றேன்; தத்தளித்தேன்; பின் கல்லூரியை நோக்கிப் பறந்தேன்.

“மூன்றாண்டு சட்டப்படிப்பு மாணவர்கள் சங்கம்”

டிஜிட்டல் பேனரின் கீழ்நின்றுகொண்டு சீனியர் மாணவர்கள் புதிய மாணவர்களான எங்களுக்கு இனிப்பு கொடுத்து வரவேற்றுக் கொண்டிருந்தனர். கூட்டம் கல்லூரியின் உள்ளேயும் வெளியேயும் நிரம்பி வழிந்தது. சாதி கட்சிகளும், அரசியல் கட்சிகளும் அவரவர்கள் அடையாளத்தோடு அவர்களை வரவேற்க டிஜிட்டல் பேனர்கள், தட்டிகள் வைத்தும், சிறிய தெருமுனை கூட்டம்போல ஆங்காங்கே கூடிநின்று மெகா ஃபோனில் கத்தியபடியிருந்த்னர்.

“பண்டைய காலம் தொட்டு பரபரப்பான இந்தக்காலம் வரை அழியாமல் இருக்கும் ஒரே குலம் நம்ம பராக்கிரம குலம்தான். தமிழ் மொழி அழிந்தாலும் நம் இனத்தின் வீர வரலாறு அழியாது. பிரிட்டிஷ்காரர்கள் ஆண்டபோது...”

அவரவர்கள் பெருமைகளைப் பேசி அவர்களை தங்களின்பால் ஈர்த்துக் கொண்டிருந்தனர். மறுபக்கம் சிகப்புக்கொடி பிடித்து நிற்கும் நான்கு இளைஞர்கள் தங்களைச் சுற்றி வெறும் நான்கு மாணவர்கள் மட்டுமே இருப்பதை நினைத்து கோபத்திலும் விரக்தியிலும் நின்றபடியிருந்தனர்.

கட்சிகள் அவரவர்களுக்கான மாணவர்களை சேர்த்துக்கொண்டு கொடியேற்ற கொடிக்கம்பங்கள் மஞ்சள், நீலம், பச்சை, பர்ப்பிள் என கலர்கலரான கொடிகளுடனும், சிங்கம், புலி, சிறுத்தை, யானை என மிருகங்களுடனும், அவற்றையே நகலெடுத்து சீறியபடி தோற்றமளித்த சாதிய, அரசியல் தலைவர்களின் முகங்களினாலும் அலங்கரிக்கப்பட்டு பறந்து கொண்டிருந்தன. திடீரென அதிலொரு கோஷ்டி சாலையை மறிக்க போக்குவரத்து நெரிசல் ஏற்பட்டது. நின்றிந்த போலீஸ்காரர்கள் நிலைமையை சீர்செய்ய சாலையை மறிப்பவர்களிடம் கெஞ்சிக் கூத்தாடினர். அந்த நெரிசல் கல்லூரி முகப்பை ஸ்தம்பிக்க வைக்க கொஞ்சம் கொஞ்சமாக நகர்ந்தது.

அப்போதுதான் மீண்டும் அபர்ணாவைப் பார்த்தேன். அந்த நெரிசலுக்குள்ளிருந்து வெளிவர முடியாமல் தவித்துக்கொண்டிருந்தாள். அவளின் அந்தச் சிக்கலைப் பயன்படுத்திக்கொண்டு கூட்டத்தில் ஒருவன் அவளை

இடிக்க ஆரம்பித்தான். அது ஒரு கட்டத்தைத் தாண்ட பொறுக்கமுடியாதவள் அவனது மிகச்சரியான ஒரு இடத்தில் பலமாக ஒரு மிதி மிதித்தாள்.

"பெண்களுக்கு நமது கட்சிபோல சிறப்புத் திட்டங்களும் சட்டங்களும் ஏற்படுத்தி பாதுகாத்து வரும் கட்சி இந்திய அரசியல் வரலாற்றிலேயே ஏன் அமெரிக்க, ரஷ்ய வரலாற்றிலேயே கிடையாது; அதற்காக நமது இயக்கத்தின் ஒவ்வொரு தொண்டனும் தன் உயிரைக்கொடுத்து உழைத்திருக்கிறான்"

தனது தொண்டன் வாங்கிய அடியைப் பற்றி தெரியாத அவரும் சரியாகத்தான் பேசிக்கொண்டிருந்தார். அவனைத்தவிர மற்ற தொண்டர்கள் அனைவரும் கைதட்டி ஆராவரித்தனர்.

வழக்கம்போல அவள் கண்களுக்கு என்னை நான் காட்டிக்கொள்ளவில்லை. என்னைப்போலவே விஜய்யும் ஒரு ஓரமாக நின்று இதையெல்லாம் வேடிக்கைப் பார்த்துக்கொண்டிருந்தான் என்று அப்போதுதான் பார்த்தேன். ஆனால் விஜய் அவளைப் பார்த்தான். அவளும் அவனைப் பார்த்தாள். இருவரும் அந்தச் சூழலை நினைத்து சிரித்துக்கொண்டனர். ஆனாலும் அந்த நெரிசலுக்குள்ளிருந்து அவர்களால் வெளியேற முடியவில்லை. அதற்குள் அபர்ணாவிடம் மிதிபட்டவன் இன்னொருவனை அழைத்து வர விஜய் நிற்பதைப் பார்த்து வந்த வழியே ஓடினர். ஒருவழியாக அவர்கள் இருவருக்கும் உதவ நான் என் கைகளைக் கொடுத்தேன். இப்படித்தான் விஜய் என்னை அபர்ணாவிற்கு அறிமுகப்படுத்தி வைத்தான்; நான் அவனை அவளிடம் அறிமுகப்படுத்தி வைப்பதற்கு பதிலாக.

அவள் எங்கள் இருவரையும் அதிசயமாகப் பார்த்தாள். பொதுவாக முதல் முறையாக எங்களைப் பார்க்கும் அனைவரும் அப்படித்தான் பார்ப்பார்கள்.

அந்த நெரிசலிலிருந்து எங்களைப்போலவே தப்பி வந்த இன்னொரு நான்கு பேர் எங்களோடு சேர்ந்து நண்பர்கள் ஆகிக்கொண்டனர். பின் நாங்கள் அனைவரும் எங்களுடைய வகுப்பு எங்கே இருக்கிறது என்று தெரியாமல் தேடி அலைய ஆரம்பித்தோம். ஒருவழியாக கண்டுபிடித்து உள்ளே நுழைய, அங்கு பேராசிரியரைத் தவிர வேறு எவருமேயில்லை. யாருமில்லாத சோகத்தில் அமர்ந்திருக்கும் அவருக்கு நாங்கள் வணக்கம் வைக்க நெரிசல் பற்றிய எல்லா விபரங்களும்

தெரிந்தவர்போல புன்னகையுடன் எங்களை வரவேற்றார். அவர் "Legal...." என்று போர்டில் எழுத ஆரம்பிக்க, வெளியே நெருக்கடிக்கு காரணமாக இருந்த சில மாணவர்கள் உள்ளே கூச்சலுடன் நுழைந்தார்கள். பெல் அடிக்கும் வரை அந்தக் கூச்சல் சத்தம் ஓயவில்லை. சிரிபுடனும் சோர்வுடனும் வகுப்பை விட்டு வெளியேறினார்.

இரண்டாம் நாள்.

நெரிசல் பட்ட அதே இடத்தில் நானும் விஜய்யும் அபர்ணாவும் நின்றுகொண்டு முந்தையநாள் நடந்ததை நினைத்து சிரித்துக்கொண்டோம்.

நாங்கள் வகுப்பிற்குள் நுழைய முந்தைய நாள் கூச்சலிட்டவர்களும் அதே கூச்சலுடன் நுழைந்தார்கள். அவர்களின் சத்தம் அடங்கவில்லை. ஆசிரியர் அமைதியாக அவரது புத்தகத்தின் நடுவிலிருந்து பெரிதாக நகல் செய்யப்பட்ட ஒரு பழைய செய்தித்துணுக்கை எடுத்து போர்டில் ஒட்டினார். முதல் மூன்று நான்கு வரிசை மாணவர்களுக்கு அது தெளிவாகத் தெரிந்தது. அதை அவர்கள் பின் வரிசைக்கு சொல்ல, அவர்கள் அவர்களது பின் வரிசைக்கு சொல்ல இறுதியில் அந்த ஆரவாரம் செய்து கொண்டிருந்த மாணவர்களுக்கும் அந்தச் செய்தியின் சாராம்சம் சொல்லப்பட்டது.

அவ்வளவுதான். அமைதியானார்கள். அவரைப்பற்றிய ஒரு செய்தி அது.

"கொலை குற்றத்திற்காக சிறுவர் சீர்திருத்த பள்ளியில் சேர்க்கப்பட்டவர் இப்போது சட்டக்கல்லூரி பேராசிரியர்"

இப்போது அவரால் ஒட்டப்பட்ட அந்தச் செய்தித்துணுக்கை அவரே கிழித்தெறிந்துவிட்டு "Legal..." என்று முந்தைய தினம் எழுதத் தொடங்கியதை "Legal Language" என்று முழுமையாக எழுதி முடிக்க வகுப்பு தொடங்கியது.

ஆராவாரம் செய்த அந்த கடைசி பெஞ்ச் மாணவர்கள் எங்களைக் கடந்து சென்றபோது நடந்த சம்பவத்தை நினைத்து ஆசிரியரோடு சேர்ந்து நானும், அபர்ணாவும், விஜய்யும், நண்பர்களும் சிரித்துப் பேசிக்கொண்டிருந்தோம். அபர்ணா மட்டும் கொஞ்சம் அதிகமாக சிரிக்க அந்தக் கும்பல் அவளை மட்டும் அதிக வெறுப்புடன் பார்த்துச் சென்றது.

மூன்றாவது நாள் அபர்ணா கல்லூரிக்கு வரவில்லை. நானும் விஜய்யும் கல்லூரி வாசலில் அவளுக்காக காத்து நின்றோம். மூன்று வகுப்புகள் முடிந்தன. மதியம் கல்லூரி கேண்டீனில் நண்பர்கள் கூட்டத்துடன் நாங்கள் அமர்ந்திருந்தோம். கல்லூரி அலுவலக உதவியாளர் ஓடிவந்து ஒரு தகவலை மிக அமைதியாகச் சொன்னார். அபர்ணாவை கடைசி பெஞ்ச் கும்பல் காரில் கடத்திக்கொண்டுபோய் ஆள் இல்லாத சாலையில் இறக்கி விட்டது அப்போதுதான் தெரிய வந்தது. காடு கரைகளில் வேலைப் பார்த்துக் கொண்டிருந்தவர்களின் துணையுடன் வீடு திரும்பியிருக்கிறாள்.

மறுநாள்தான் நாங்கள் யார் என்று அவர்களுக்குத் தெரிந்தது; முக்கியமாக அபர்ணாவிற்கு.

அவளிடம் நலம் விசாரித்துக்கொண்டு அமைதியாக இருந்தோம். அந்தக் கூட்டம் கல்லூரிக்குள் நுழைந்தது; அபர்ணாவையும் எங்களையும் பார்த்து சிரித்தது. என் அத்தனை உணர்வெழுச்சிகளும் ஒன்று சேர நான் இன்னொருவனாக உருமாறியிருந்தேன். அடித்து துவைக்க அவர்கள் கல்லூரி கழிவறைக்குள் நுழைந்தனர். எப்படி விட முடியும்? விஜய் அடித்து போட்டவர்கள் வெளியே தப்பித்து ஓட, நான் அடித்த ஆட்கள் அங்கேயே சுருண்டுக் கிடந்தனர். அதைப் பார்த்தபோது விஜய்யே ஒருகணம் திகைத்ததுதான் நின்றான்.

சண்டை முடிந்து இடது கையில் கத்தியால் வெட்டுபட்ட காயத்திலிருந்து இரத்தம் வழிய விஜய் வெளியே வந்தான். அபர்ணா பதறியடித்து அவனை நோக்கி ஓடிவந்தாள். நண்பர்கள் கூட்டம் கூடியது. காற்றில் சட்டை அசைந்தாலன்றி வெளியே தெரியாத கழிவறை வாளியின் கொக்கி கிழித்த ஆழமான ரத்தம் வடியும் வெட்டுக்காயத்துடன் அவன் பின்னால் வெளியே வந்தேன். எப்போதும்போல எந்த உணர்ச்சியும் காட்டாமல் அமைதியாக அவர்களையும், அக்கூட்டத்தையும் கடந்தும் நடந்தும் சென்றேன்.

அதன்பிறகுதான் வகுப்பறை, கல்லூரி வளாகம், கேண்டீன், ஆடிட்டோரியம், கடற்கரை, தியேட்டர் என ஒவ்வொரு இடத்திலும் அவர்கள் காதலிக்கத் தொடங்கினார்கள். பின்னர் எத்தனையோ நாட்கள் இது இப்படி நடந்திருக்கலாமோ? இல்லை, அது அப்படி நடந்திருக்கலாமோ என்று நினைத்ததுண்டு.

நினைத்ததோடு சரி.

எங்களது பத்தாவது வயதில் நானும் விஜய்யும் ஒரு பெரிய ஓட்டு வீட்டில் வசித்து வந்தோம். அம்மாவிற்கு அவன்மீது எவ்வளவு அன்பு இருந்ததோ அதேயளவு என்மீதும் இருந்தது. ஒன்றாகத்தான் காலை பள்ளிக்கு கிளம்புவோம். அப்பாவின் மதிய உணவும் எங்களிடம்தான் கொடுத்து அனுப்புவாள். அவரின் அன்றாட வாழ்க்கை பெரும்பாலும் இப்படித்தான் இருக்கும்.

அதாவது சாமிலின் உள்ளே நாங்கள் நுழையும்போது ஏதாவது ஒரு பிரச்சனை நடந்துகொண்டிருக்கும். ஒன்று அப்பா அவரது அடியாட்களின் உதவியோடு யாரையாவது கொடூரமாக அடித்துக்கொண்டிருப்பார் இல்லை அடிக்கச் சொல்லி வலியுறுத்திக் கொண்டிருப்பார். அதுவும் இல்லையென்றால் அடிக்கப்போவதாக மிரட்டிக் கொண்டிருப்பார். இதுவெல்லாம் விஜய்க்கு பிடிக்காது; எனக்குப் பிடிக்கும். அவன் பயந்தும், கோபப்பட்டும் முகத்தைத் திருப்பிக் கொள்வான். நான் அதைப்பற்றி சிறிதும் கவலைப்படாமல் அவரிடம் அவனுக்கும் சேர்த்து காசு வாங்கிவிட்டு அவர்கள் அடிப்பத்தையே ரசித்துப் பார்த்துக் கொண்டிருப்பேன்.

“உன் தம்பியை மாதிரி மொத நல்லாப் படி. படிச்சு வக்கீல் ஆகு. அப்பதான் இதையெல்லாம் காப்பத்த முடியும். இங்க மனுஷன்கூட சண்டை போடுறதுக்கு ஆள் இருக்கு. அதிகாரத்துக்குகூட சண்டை போடத்தான் ஆள் இல்ல. படிப்புல நீ மோசம்னு எப்பவாவது நான் கேள்விப்பட்டேன், உன்னால இங்க எட்டிக்கூடப் பாக்க முடியாது. புரியுதா? ஓடு ஸ்கூலுக்கு”

வழக்கம்போல அப்பா சொல்வதை அலட்சியமாகக் கேட்டுவிட்டு தலையாட்டியபடி பதட்டமடையாமல் நடந்து சாமிலை விட்டு வெளியேறுவேன். அப்படி நான் தெனாவட்டாக நடப்பதை அவர் ஒன்றும் ரசிக்காமலில்லை. பின் பள்ளிக்கு வந்து அவர் கொடுத்த காசில் எதாவது வாங்கிக் கொடுத்தால் விஜய் வாங்க மாட்டான். அவனை சமாதனப்படுத்தி சாப்பிட வைப்பதற்குள் போதும் போதும் என்றாகிவிடும்.

ஒருநாள் நாங்கள் பள்ளிவிட்டு திரும்பும்போது காலையில் அப்பாவிடம் அடி வாங்கியவரின் கண்ணீர் அஞ்சலி

போஸ்டரை இருவரும் பார்த்தோம். அதிர்ச்சியில் விஜய்யும், அதை ரசித்துக் கொண்டு நானும் நடக்க இறந்தவனின் வீட்டின் முன்பு அவனது மனைவியும் மக்களும் உறவினர்களும் அழுது கொண்டிருந்தனர். அப்பா சாவு வீட்டில் சாதாரணமாக துக்கம் அனுஷ்டிக்க வந்தவர்போல அவரது அடியாட்கள் சூழ அமர்ந்து கொண்டிருந்தார். பார்க்க கெத்தாக இருந்தது.

அந்தக் கூட்டத்தில் ஒருவன் மட்டும் அவரை திட்டியபடியிருந்தான். ஒருகட்டத்தில் கோபத்தில் அவரை அடிக்கவும் முயற்சித்தான். அவனை அப்பாவின் ஆட்கள் இழுத்துக்கொண்டுபோய் துரத்தி விட்டனர். இது அனைத்தையும் பார்த்துக் கொண்டிருந்தான் விஜய். அவனைப் பார்த்து அவர் அலட்டிக்கொள்ளாமல் சட்டைப்பைக்குள் கைவிட்டு "காசு வேண்டுமா?" என்று கேட்டு கை காட்டினார். முகத்தைத் திருப்பிக்கொண்டு ஓடினான். நான் வாங்கிக்கொண்டேன்.

விஜய் அம்மா மடியில் தலை வைத்து அழுது கொண்டிருந்தான். அதை வெளியிலிருந்து பார்த்த நான் சோகத்தில் இருப்பதுபோல பாவனை செய்துகொண்டு அம்மாவின் மடியில் போய் படுத்துக்கொண்டேன்.

பின்னிரவில் சத்தம் கேட்டு தூக்கத்திலிருந்து கண் விழித்த விஜய் பின் வாசலுக்கு வந்தான். அங்கு அவனுக்கு முன்பே நான் கதவினோரம் ஒளிந்தபடி அங்கு நடப்பதைப் பார்த்துக் கொண்டிருந்தேன். உதட்டில் கைவைத்து அமைதியாக நடந்து வரும்படி சைகை செய்து அங்கு நடப்பதை அவனுக்குக் காட்டினேன். மரத்தடிகள் சூழ அப்பா நாற்காலியில் அமர்ந்திருக்க அவரது தலைமையில் காலையில் இழவு வீட்டில் அவரைப் பார்த்து "கொலைகாரன்" என்று கத்தியவனை அடித்து துவைத்துக் கொண்டிருந்தார்கள்.

"மரத்தடிகக்கூட பழகி பழகி நானும் அதுகள மாதிரியே கொஞ்சம் இறுக்கமா மாறிட்டேன். அப்புறம் அதுக மேல கை வச்சா என் மேல கை வச்ச மாதிரிதான? வேற என்ன செய்ய முடியும் சொல்லு?"

பயத்தில் வாய்கூட திறக்க முடியாமல் 'விட்டுவிடும்படி' அப்பாவிடம் அவன் கெஞ்சிக் கூத்தாடிக் கொண்டிருந்தான்.

“இப்ப கெஞ்சி என்ன பிரயோசனம்? கவர்ன்மென்ட் கான்ராக்ட்ல இருந்து கள்ளத்தனமா கடத்துறது வரை நான் உசுரக் கொடுத்து வேலை செய்வேன். நீ மசுரே போச்சுன்னு நோகாம அடிச்சு மாத்திட்டு போயிருவ. உங்களை எல்லாம் ஒண்ணும் செய்யாம விட்றனும், இல்ல? இத எவனாவது கேள்விப்பட்டா என்னை என்ன நெனப்பான்? அப்புறம் உங்களை மாதிரி இன்னும் நாலு பேரு நீங்க செஞ்ச அதே வேலையை பயமில்லாம செய்ய ஆரம்பிக்க மாட்டானுக? இதுல தைரியமா எல்லாருக்கும் முன்னாடி என்னை கொலைகாரன்னு வேற சொல்ற?”

அவன் மீண்டும் கெஞ்ச அப்பா யோசித்தார்.

“சரி உனக்காக ஒண்ணு பண்ணுறேன். இந்தக் கம்பியால ஒரே ஒரு அடி. ரத்தம்லாம் வராது. சாகவும் மாட்ட; ஆனா வாழவும் மாட்ட. சரின்னா சொல்லு உன்னைக் கொல்லுற முடிவ விட்டுறேன். இல்ல “இரண்டு டன் எடை கொண்ட மரத்தடி உருண்டு விழுந்து கூலித்தொழிலாளி பரிதாபச் சாவு” அப்டீன்னு அழகா சின்னதா பேப்பர் மூலைல ஒரு கட்டம்போட்ட செய்தி அதுவும் “நீச்சல் உடையில் தோன்றிய இளம் கதாநாயகி” மாதிரியான ஒரு கிளுகிளுப்பான போட்டோக்கு கீழ வேணும்னா சொல்லு, அதுக்கும் நானே ஏற்பாடு பண்ணிடுறேன். அப்புறம் நாளப்பின்ன வந்து “இதுக்கு என்னை நீங்க கொன்னுருக்கலாமே” அப்படீன்னு என்மேல பழி போட்டா அந்தப் பாவத்தை என்னால சுமக்க முடியாது. ஏற்கனவே இங்க கைவசம் மரத்தைவிட அதுதான் நிறைய ஸ்டாக் இருக்கு. என்ன சொல்ற? டீல் ஓகேவா?”

அப்பா அவனை சில நொடிகள் அமைதியாக உற்றுப்பார்த்தபடி இருக்கையை விட்டு எழுந்து அவனைக் கடந்து நடக்கவும், அவன் அழுதுகொண்டே ஒத்துக்கொள்ள தலையசைக்கவும் சரியாக இருந்தது.

அப்படி அவன் தலையை அசைத்து முடிப்பதற்குள் அப்பா தனது அடியாள் ஒருவனிடமிருந்து கம்பியை பிடுங்கி அவனது தலையோடு ஓங்கி ஒரு அடி அடித்தார். அதைப்பார்த்த விஜய் ஓவென்று கத்த முயற்சித்தான். நான் அவன் வாயைப் பொத்தினேன். ஏதோ சத்தம் வருவதை உணர்ந்த அப்பா நாங்கள் இருக்கும் திசையை நோக்கித் திரும்பினார். விஜய் பயத்தில் என் கையைத் தட்டிவிட்டு ஓடிவந்து உறங்கிக்கொண்டிருந்த

அம்மாவிடம் வந்து அவளை அணைத்தபடி படுத்துக்கொண்டான். விழித்துக்கொண்ட அம்மாவிற்கு என்ன நடந்தது என்று புரிந்தது. அவளும் அவனை அணைத்துக்கொண்டாள். நான் வழக்கம்போல எந்தவித சலனமுமில்லாமல் மெதுவாக வந்து படுத்துக்கொண்டேன். அதை அப்பா பார்த்தார். நான் எந்த உணர்ச்சியும் காட்டாமல் அவரைப் பார்த்தேன். விஜய் கண்களை இறுக மூடிக்கொண்டான். அவனை அரவணைத்தபடி இருக்கும் அம்மாவைப் பார்த்து அப்பா சிரித்துக்கொண்டார்.

அன்று விஜய் கனவில் சாயந்திரம் பார்த்த பிணத்திற்கு பதிலாக அப்பா அங்கு படுத்துக்கொண்டிருப்பதுபோலவும், திடீரென எழுந்து வந்து விஜய் தலையில் அவர் கம்பி எடுத்து அடிப்பதுபோலவும் காட்சிகள் தோன்ற அவன் சத்தம்போட்டு திடுக்கிட்டு எழுந்தான்; விடிந்திருந்தது.

"என்ன கனவா?"

அப்பா கேட்டார்.

"இப்படித்தான்பா தினமும் எதாவது கனவு கண்டு என்னையும் எழுப்பி விடுறான்"

அவனது சத்தத்தில் எழுந்த நான் சொன்னேன்.

"அப்பா கொஞ்சம் பிசிடா, நீதான் அவனுக்கும் அம்மாவுக்கும் தைரியம் சொல்லி வளக்கணும்"

நாட்கள் செல்ல செல்ல டிம்பர் டிப்போக்கள் கூடின. அடியாட்களும் லோடு லாரிகளும் அதிகரித்தனர். எங்கள் ஓட்டுவீடு காங்க்ரீட்டானது. அதிகாரிகள் காவல் துறையினர் வளைந்து கொடுத்தார்கள். ஆளும், எதிர்கட்சிகளின் அரசியல்வாதிகள் ஆதரவு பாரபட்சமில்லாமல் கிடைத்தது. அவர்களுக்கு எல்லாவிதத்திலும் கமிஷன் சென்றது. அப்பாவின் ஒவ்வொரு மரக்கடத்தல் திட்டங்களிலும், சாலைகளில் காடுகளில் செக் போஸ்டுகளில் நடக்கும் குற்றங்களிலும், நாளாக நாளாக குறைந்துவந்த கொலைகளிலும் நான் வெளிப்படையாகவே ஒரு சாட்சியாக தூரத்தில் நின்று ரசிக்கத்தொடங்கினேன். விஜய்யோ அம்மாவிடம் "வீட்டை விட்டு வா, சென்று விடலாம்" என்று கெஞ்சத் தொடங்கியிருந்தான். அவனது சுபாவத்தை மாற்றுவதற்காகவே அம்மாதான் அவனையும் என்னையும் குஸ்தி வகுப்புகளில் சேர்த்து விட்டாள். சும்மா சொல்லக்கூடாது, அப்போதே எனக்கு சரியான போட்டியாளாகத்தான் ஒவ்வொன்றையும் கத்துக்கொண்டான்.

அப்படியான ஒருநாள் இரவில் அப்பா அம்மா வயதிலேயே ஒரு பெண்ணை வீட்டுக்கு அழைத்து வந்து அவளுக்கு ஒரு அறையை ஒதுக்குமாறு சைகை செய்தார். சாப்பிட்டுக்கொண்டிருந்த நாங்கள் மூவரும் அவரை அதிர்ச்சியில் பார்த்தோம்.

"உனக்கு தெரியாதது ஒண்ணும் இல்ல. அவளுக்குன்னு இருந்த அப்பாவும் நேத்துப் போய் சேந்துட்டாரு. அவ வேண்டாம்னுதான் சொன்னா. எனக்குத்தான் மனசு கேக்கல. அதான்..."

அம்மாவுக்கும் எல்லாம் தெரியும் என்று நினைத்துக்கொண்டேன்.

"இத்தனை நாள் நீங்க அங்க போறதும் வரதும் எனக்கு மட்டும்தான் தெரியும்னு நினச்சேன். ஆனா போன வாரம் விஜய் உங்க ரெண்டு பேரையும் வெளிய வச்சு பாத்துருக்கான். என்கிட்ட வந்து 'அது யாரும்மா?'ன்னு அவன் கேட்டப்பவே நான் இந்த வீட்டை விட்டுப் போயிருக்கனும். உங்க தொழில், நடவடிக்கை, பழக்க வழக்கம் எல்லாத்தையும் இனிமேலும் தாங்கிக்க என்னால முடியாது"

எழுந்து கை கழுவிவிட்டு அறைக்குள் சென்றவள், சிறிதுநேரம் கழித்து கையில் பேக் சகிதம் வெளியே வந்தாள். அப்பா கண்களில் ஒருவித குற்றவுணர்ச்சி தொற்றிக்கொண்டது. கொஞ்சம் பயப்படவும் செய்தார்.

“இதுல பயப்பட ஒண்ணும் இல்ல. ஊரை விட்டு போகவும் மாட்டேன்; சாகவும் மாட்டேன். இங்க பக்கத்துலதான் அம்மாகூட கொஞ்சநாள் இருந்துக்கிறேன். முடிஞ்சா திரும்பி வரேன்”

அவள் வெளியே செல்ல முயல அப்பா அழைத்து வந்த பெண்ணும் கொண்டுவந்த பையுடன் வெளியே கிளம்பினாள். அம்மா அவளை விடவில்லை.

“நீங்களும் போய்ட்டா பிள்ளைகளை யார் பாத்துக்குவா? எனக்கு எல்லாம் தெரியும்; புரியவும் செய்யுது. ஆனா அதுக்கு என்னை தயார்படுத்த கொஞ்சம் டைம் வேணும். கொஞ்சநாள்ல எல்லாம் சரியாகிடும்னு நினைக்கிறேன்”

கையெடுத்து கும்பிடும் அம்மாவைப் பார்த்து விஜய் அழுதான். எனக்கு ஒரு குழப்பமும் இல்லை. எங்கள் இருவரையும் பார்த்தபடி வீட்டை விட்டு வெளியேறவும் விஜய் அம்மா பின்னால் ஓடினான். அவள் அவனை ஏற்றுக்கொள்ளாமல் வீட்டிற்குள் செல்லச் சொன்னாள். நான் அப்படி அம்மாவைப் போகச் சம்மதிக்கவில்லை.

“நீ சொல்றதுல நம்பிக்கை இல்லை. பாட்டி வீட்டுக்குத்தானப் போற. அவனையும் கூட்டிட்டு போ. கொஞ்சநாள்னுதான சொன்ன. அப்ப நீ திரும்பி வர வரை அவன் உன்கூடவே இருக்கட்டும். ஸ்கூலும் பக்கம்தான். அவன் அங்கருந்தே வரட்டும். காலைல நான் அவன் ட்ரெஸ்லாம் எடுத்துட்டு பாட்டி வீட்டுக்கு வாரேன்”

அம்மாவும் அப்பாவும் என்னை கொஞ்சம் விசித்திரமாகத்தான் பார்த்தார்கள்.

“விஜய் மட்டும் இல்ல நானும் அப்பாவையும் அவங்களையும் நிறைய தடவை பாத்துருக்கேன். ஆனா உன்கிட்ட அத நான் சொன்னது இல்ல. எனக்கு இப்ப நடக்குறத எப்படி புரிஞ்சிகிறதுன்னு தெரியல. அப்பா செய்றது சரியா? தப்பான்னும் தெரியல. நீ திரும்பி வருவியா மாட்டியான்னும் தெரியல. நான்

எப்படியோ சமாளிச்சுக்குவேன். இவன்தான் நீ இல்லாட்டா செத்துருவான். அவனுக்கு இங்க நடக்குறது எதுவும் புடிக்கலனு உனக்கு நல்லாவே தெரியும். அவன் உன்ன மாதிரி. அவன் உன்கூட இருந்தா உனக்கு நல்லதோ இல்லையான்னு தெரியாது. ஆனா அவனுக்கு நல்லது. அவனை நீ கூட்டிட்டிப்போ"

திகைத்து நின்ற அம்மா அழுதபடியே எனக்கு முத்தம் கொடுத்தாள். விஜய் அவள் கையை இறுக்கமாக பிடித்துக்கொண்டான். அவனுக்கு அது சந்தோஷம்தான். நான் ஓடிச்சென்று அப்பாவைக் கேட்காமலேயே அவரது பாக்கெட்டில் கைவிட்டு கத்தையாக இருக்கும் ரூபாய் கட்டை எடுத்து விஜய் கையில் திணித்தேன். எப்போதும்போல மறுத்தான்; நானும் எப்போதும்போல சம்மதிக்க வைத்து திரும்பினேன்.

"சித்தி வாங்க உள்ளப் போவோம்"

டைனிங் டேபிளுக்கு கைபிடித்து அழைத்துச்சென்று உணவு பரிமாறத் தொடங்கினேன்.

அப்பாவிற்கு எனது பக்குவம் பிடித்திருந்தது. அதன்பின்னால்தான் என்னை முழுமையாக நம்பினார். நானும் அதன்பின்னால்தான் முழுமையாக மாறினேன்.

அபர்ணாவின் பெற்றோர்கள் சம்மதம் இல்லாமல்தான் விஜய் திருமணம் நடந்தது. விஜய் அப்பாவை அழைக்கவில்லை. ஒருவரையொருவர் இயல்பாக்கிக் கொண்டிருந்தனர்.

“இன்னும் ஏழு மாசத்துல பொறக்கப் போற குழந்தைக்கு என்ன கதை சொல்லி இவனுகள ஏமாத்தலாம்னு நான் இங்க அவஸ்தைப் பட்டுட்டு இருக்கேன். நீ என்னடான்னா காதலிச்ச பையனையே கல்யாணம் பண்ணப்போறோம்னு நினச்சு கஷ்டப்பட்டு கண்ணீர் சிந்தி அழுதுட்டு இருக்க”

“அதெல்லாம் நம்ம டாக்டர் பாத்துப்பார். நானும் பகத்தும் டாக்டருக்கு டயலாக் எல்லாம் எழுதிக்கொடுத்தாச்சு”

என்னைப் பார்த்து அபர்ணா கையசைத்தாள். விஜய் ஆச்சரியப்பட்டு வாயில் கை வைத்தான். நான் எனது முகத்தில் சிரமப்பட்டு சிரிப்பை உருவாக்கிக் கொண்டிருந்தேன். அவனைப்போலவே எனக்கும் வேட்டி சட்டை வாங்கிக் கொடுத்திருந்தான். என்னை அப்படிப் பார்ப்பது நண்பர்களுக்கும் பிடித்திருந்தது.

“அப்புறம்... தம்பி பேச்செல்லாம் கேக்குறன்னு கேள்விப்பட்டேன். அவன் வாங்கிக்கொடுத்த பட்டு வேஷ்டி சட்டைலாம் போட்டுட்டு வந்த மாதிரி இருக்கு. அடுத்து உனக்குத்தான்போல”

“எனக்கு முன்னாடி எப்படியாவது கல்யாணம் பண்ணிருன்னு விஜய் இவன் கால்ல விழுந்து கெஞ்சாத குறையா கெஞ்சியும் அசரல. பாவம் அவன் வாங்கிகொடுத்த வேஷ்டி சட்டையாவது போடுவோம்னு போட்டுட்டு வந்துருக்கான். இதுல அடுத்த கல்யாணம் இவனுக்காம்...”

“யாரு சொன்னா விஜய் பேச்சக் கேட்டு போட்டுட்டு வந்துருக்கான்னு? இது அபர்ணாவோட ஆர்டர். எங்க முடியாதுன்னு அவன் சொல்லட்டும் பார்க்கலாம்?”

“அதுவும் சரிதான்டா. விஜய் என்ன பாடு படப்போறானோ?”

நண்பர்கள் சிரிப்பதைக்கண்டு என்ன சொல்வதென்று தெரியவில்லை. நீடித்துக்கொண்டிருந்த வலிகளை மட்டும் மறைத்துக்கொண்டேன்.

சித்தி ஆட்டோவில் வந்து இறங்கி ஒரு ஓரமாக நின்று விஜய்-அபர்ணா திருமணத்தை ரசிக்கத் தொடங்கினாள். அப்படி அவள் நிற்பதைப்பார்த்த என் நண்பர்கள் இருவர் அவளையும் கைபிடித்து அழைத்து மேலே வந்தனர். தயக்கத்துடனும் கூச்சத்துடனும் மாட்டிக்கொண்டோம் என்ற முக பாவனையுடனும் தட்ட முடியாமல் அவர்களுடன் அவள் வந்ததைப் பார்த்து என்ன செய்வதென்று தெரியாமல் விஜய்யும் திகைத்து நின்றான். அதைப் பார்த்த அபர்ணா முதலில் என்ன நடக்கிறது என்று தெரியாமல் விழித்தாலும் பின் சித்தி வருவதைப் பார்த்து புரிந்துகொண்ட அவள், அவனை இழுத்துச்சென்று இருவரும் அவள் காலில் விழுந்து ஆசிர்வாதம் வாங்கிக்கொண்டார்கள். குற்ற உணர்ச்சிக்கு ஆளான விஜய் அவனது சித்தியிடம் என்ன பேசுவது என்று தெரியாமல் விழிக்க அபர்ணா அவனை இடித்து மன்னிப்பு கேட்கச் சொன்னாள்.

“அவன் எதுக்கு கேட்கணும். நான்தான் கேட்கணும். அவன் இப்படி அனாதைப்பிள்ளைபோல சொந்த பந்தம் யாரும் இல்லாம நாலு பேரோட மட்டும் கல்யாணம் பண்ணிக்கிறதுக்கும், வாடகை வீட்ல இருந்து கஷ்டப்படுறதுக்கும் நான் மட்டும்தான் காரணம். நான் செஞ்சப் பாவத்துக்கு அவன் கால்ல விழுந்து எத்தனை முறை மன்னிப்பு கேட்டாலும் ஆறாது. அன்னைக்கு எனக்கு எங்கப் போறதுன்னு தெரியல. உங்கப்பாவ பத்தி உங்களுக்கே தெரியும். நான் வரலைனா உங்களை எல்லாத்தையும் விட்டுட்டு வந்து என்கூட இருக்கப் போறாத சொல்லி பயமுறுத்துனாரு. அவரு கூப்டப்ப அதை மறுக்குற தைரியம் எனக்கு இல்ல. ஆனா இப்ப நினைக்கிறேன். அன்னைக்கு நான் வந்துருக்கக் கூடாது. அப்படியே எங்கயாவது விழுந்து செத்துருக்கணும். அப்படி செத்துருந்தா இன்னைக்கு உனக்கு இந்த நிலைம வந்துருக்காது. ஆனாலும் ஒருநாள் சாகத்தான் போனேன். என்னை கண்காணிக்க அவரு ஆள் போட்டுருக்காருன்னு அப்புறம்தான் தெரிஞ்சது. அதுவுமில்லாம உங்கம்மா சண்டை போட்டாலும் சீக்கிரம் சமாதானம் ஆகி திரும்ப வந்துரும்னு சொன்னாரு. அவங்களும் வரதா சொல்லித்தான் போனாங்க. யாரையும் விட அவங்களுக்காக நான்தான் ரொம்ப எதிர்பார்த்து காத்திருந்தேன். ஆனா அவங்க ஒரே வருஷத்துல நோய்ல இறப்பாங்கன்னு நான் கொஞ்சம்கூட எதிர்பார்க்கல. என்னை மன்னிச்சிருப்பா”

சித்தி விஜய்யின் காலில் விழப்போனாள். விஜய் அவளை அணைத்துத் தூக்கி கட்டிக்கொண்டான்.

"எனக்கு உங்க மேல கோவம்லாம் இல்லமா. கல்யாணத்துக்கு அவர கூப்பிடாம உங்களை மட்டும் கூப்பிட்டா நீங்க வருவீங்களான்னு தெரியாது. அம்மாவுக்குனு இருந்த ஒரே வீடும் ஏலத்துக்கு வருதுன்னு தெரிஞ்சும் உதவாம விட்டப்பதான் இனி அவரு மூஞ்சுல முழிக்கக்கூடாதுன்னு நெனச்சேன். எனக்குத் தெரியும் உங்கள அவரு எப்படி அந்த வீட்ல வச்சிருக்காருன்னு. நீங்க எதப் பத்தியும் கவலைப்பட வேண்டாம். அதுவுமில்லாம நீங்க வராட்டாலும் நாங்களே அந்த வீட்ட விட்டு போகணும்ங்குற முடிவுலதான் இருந்தோம்."

"இப்பவும் பகத் இல்லைனா இங்க என்னால வந்திருக்க முடியாது. மொதல்ல அவன் கூப்பிட்டப்ப மறுத்துட்டேன். அப்புறமா இதவிட்டா உன்கிட்ட மன்னிப்பு கேக்குற சந்தர்ப்பம் எனக்கு எப்ப கிடைக்கும்னு தெரியல. அதான் தைரியமா வந்துட்டேன்"

அவள் சொல்ல மொத்தக் கூட்டமும் ஒதுங்கி நிற்கும் என்னைப் பார்த்தது. விஜய்யும் அபர்ணாவும் என்னைக் கட்டிக்கொண்டார்கள். அவன் விட்டும் அபர்ணா விடவில்லை. கட்டிக்கொண்டே "அதுக்காக உன் கால்ல எல்லாம் விழுந்து ஆசீர்வாதம் கேப்பேன்னு மனசுல ஆசையை வளத்துக்காத, ஓகேவா...?" என்றாள்.

கண்ணீரை அவளுக்குத் தெரியாமல் துடைத்துக் கொண்டேன். விஜய் அபர்ணா கழுத்தில் தாலி கட்டினான்.

அன்று இரவு விரல்களில் சிகரெட்கள் தொடர்ச்சியாக புகைய, மங்கிய மஞ்சள் வெளிச்சத்திற்கு மத்தியிலமர்ந்து என்னை நானே குழப்பிக்கொண்டும் என்னவெல்லாமோ யோசித்துக்கொண்டும் மதுவருந்திக் கொண்டிருந்தேன். என்னை தொந்தரவு செய்யாத வகையில் கொஞ்சம் தொலைவில் எனது அடியாட்கள் குடித்துக் கொண்டிருந்தனர்.

முதன்முதலாக அபர்ணாவைப் பார்த்தது, வகுப்பறையில் அபர்ணாவிற்கு பின் அமர்ந்து அவளை ரசித்தது, கல்லூரியில் அவளுக்குத் தெரியாமல் அவள் பின்னாலேயே நடந்து சென்றது, அவள் திரும்பி பார்க்க சாதாரணமாக அவளிடம் பேசிவிட்டு சென்றது, இப்போது கோவிலில் விஜய்-அபர்ணா கல்யாண செய்துகொண்டது என காட்சிகள் எனக்குள் மாறி மாறி ஒன்றையொன்று திணித்து அவஸ்தைப்பட வைத்தபடியிருந்தது. அடியாட்களில் ஒருவன் பாடிக் கொண்டிருந்தான். அதற்கு மற்றொருவன் தாளம் தட்டிக் கொண்டிருந்தான்.

"என் ஊரு மதுரப் பக்கம்,
என் பாட்டு மனசில் நிக்கும்,
நான் பாடும் நேரம் ராப்போதுதான்.
நீர் தூங்கும் நிலமும் தூங்கும்,
ஆகாயம் நிலவும் தூங்கும்,
நான் தூங்க மாட்டேன் ராக்கோழிதான்"

குடித்துவிட்டு பாட்டிலைப் பார்த்தேன். காலியாகக் கிடந்தது.

"என்னோடு நூலும் இல்ல,
பின்னோடு வாலும் இல்ல,
காத்தோடு போகும் காத்தாடி நான்..
என் ஊரு..."

"யார்ரா அங்க?"

என் குரல் கேட்டதும் அவர்கள் அமைதியானார்கள்.

"அண்ணே"

ஓடி வந்தவனிடம் பாட்டிலை கால் வைத்து தள்ளிக்காட்டினேன். அது கீழே விழுந்து உடைந்தது; புரிந்துகொண்டான்.

"இதோ இப்ப எடுத்துட்டு வாரண்ணே"

நான் சொன்னதும் அவன் ஓடுவதைப் பார்த்தே அனைவரும் எழுந்து நின்றனர்.

"டேய் இன்னைக்கு சம்பவம் இருக்கு. ரெடியாகுங்கடா"

அதிலொருவன் சொன்னது எனக்கு கேட்டது. பாட்டிலை எடுத்து வந்தவன் மெதுவாக என்னிடம் சொன்னான்.

"அப்புறம் அவங்களே நாலு நாள்ல விட்டுறேன்னு சொல்லிருக்காங்க. அதுவுமில்லாம போலிஸ்கிட்ட..."

"ஸ்டேஷனுக்கு வண்டிய விட்றா மயிரே"

கார் வேகமாகச் சென்று கொண்டிருந்தது. எல்லோரையும் போலத்தான் நானும். விஜய்யும் அபர்ணாவும் நெருக்கமாக இருக்கும் காட்சிகள் மனதிற்குள் தொடர்சியாகத் தோன்றயபடியிருந்து. மீதி இருப்பதை வேகமாக குடித்துவிட்டு எனது இடது கையில் அடித்து உடைத்துவிட்டு பாட்டிலை சாலையில் வீசி எறிந்தேன். எனது செய்கையால் காரில் இருந்தவர்கள் பயந்துபோனார்கள். நான் அதை இரசிக்கவில்லை; பலவீனமாகவே உணர்ந்தேன். கதாநாயகனாகவோ, இல்லை வில்லனாகவோ என்னை யாரிடமும் நான் எப்பொழுதும் காட்டிக்கொண்டதில்லை. என்னியல்புமல்ல அது.

ஓட்டிக்கொண்டிருந்தவன் இன்னும் வேகமாக இயக்க கார் காவல் நிலையத்திற்குள் நுழைந்தது.

நுழைந்தவுடன் அனைவரும் இறங்க எத்தனித்தனர். கைகாட்டி உள்ளேயே அவர்களை இருத்தினேன். இரத்தம் கசியும் கையில் கர்சிப் எடுத்து கட்டிக்கொண்டேன். எனக்குச் சொந்தமான இரண்டு லாரிகளும் மரத்தடிகளுடன் காவல்நிலைய சுற்றுச்சுவருக்குள் நின்று கொண்டிருந்தது. அதை தடவிப் பார்த்தபடியே உள்ளே நுழைந்தேன். எனது புதிதான செய்கை அவர்களிடையே குழப்பத்தை விளைவித்திருக்கும். காவல்நிலையத்தின் வெளியே ஒரு இளம்வயது காவலர் இருக்கையில் அமர்ந்தபடி உறங்கிக்கொண்டிருந்தான். அவனைப் பார்த்து சிரித்துவிட்டு உள்ளே சென்றேன். அப்படி நான் நுழையும் சத்தத்தைக் கேட்டு மேஜையில் சாய்ந்தபடி உறங்கிக் கொண்டிருந்த வயதான காவலர் தலையை தூக்கிப்பார்த்து முனங்கினார்.

“கம்பளைன்ட் கொடுக்க வர நேரத்தைப் பாரு... “போ..போ.. போய்ட்டு காலைல வா”.

அவரை அன்பாகப் முதுகில் தட்டிக்கொடுத்துவிட்டு முன்னேறிச்சென்ற என்னைப் புரியாமல் பார்த்தார்.

“ஏய்...ஏய்... அங்க யாரும் இல்ல.. போய்ட்டு காலைல வான்னு சொல்றேன்ல”

அவரின் சத்தத்தைக் கேட்டு கொஞ்சம் தொலைவிலிருந்த இருக்கையிலமர்ந்தபடி உறங்கிக் கொண்டிருந்த ஒரு நடுத்தர வயது காவலர் எழுந்தார்.

“யோவ் அவளோட ஆளா இருக்கும். பிக்கப் பண்ண வந்துருப்பான். உள்ள விடுய்யா”

வயதான காவலர் அமைதியானார்.

“அத மொதலயே சொல்ல வேண்டியதுதான? போ... போ... பொறந்தா இன்ஸ்பெக்டரா பொறக்கணும். இல்ல இவள மாதிரி இன்ஸ்பெக்டர் வச்சிருக்கவளா பொறக்கணும். வீடு என்ன? காரு என்ன? வெள்ளையும் சொள்ளையுமா தினமும் வந்து பிக்கப் பண்ற ஆளுக என்ன? கொடுத்து வச்ச வாழ்க்கை. இங்க அஞ்சுக்கும் பத்துக்கும் கையையும் கவட்டையும் நீட்டிகிட்டு... என்ன பொழப்பு?”

அவர் புலம்ப லாக்கப்பில் விழித்திருந்த நான்கு கைதிகளில் இரண்டு கைதிகளுக்கு என்ன நடக்கிறது என்று புரியவில்லை. மீதி இருவர் என்னுடைய ஆட்கள்.

“யோவ் அனத்தாம பேசாம படுய்யா. இன்ஸ்பெக்டர் காதுல கீதுல கேட்டுட்டா அப்புறம் உன்னையும் விட மாட்டாரு.”

“சார் ஆமா சார்... இதோ இவனக்கூட அந்தக்கா வரதுக்கு முன்ன லவ் பண்ற பொண்ணப் பாக்குறாப்புள வெறிகொண்டு பாத்துட்டு இருந்தாப்ள. இவன் நல்லநேரதுக்கு அந்தக்கா பத்து நிமிஷத்துல வந்துருச்சு. இல்ல.. இவனப் பிக்கப் பண்ண இந்நேரம் ஆம்புலன்ஸ் வந்துருக்கும்”

“டேய் கொஞ்சம் இடம் கொடுத்தா ஓவராப் போறீங்க. பொத்திட்டு படுங்கடா. இல்ல நாளைக்கு பண்ண வேண்டிய ரிமாண்ட நாளன்னைக்கு தள்ளி வச்சிருவேன். நாளைக்கு வேற அக்கா திருப்பதி போகுது... பாத்துக்கோங்க”

சிரித்துக்கொண்டே நான் உள்ளே சென்றேன்.

அறையிலிருந்து கதவு உடைபட இன்ஸ்பெக்டர் பறந்து வந்து ஸ்டேஷனுக்கு வெளியே விழ வேண்டும் என்றுதான் மிதித்தேன். நினைத்தபடி நடக்கவில்லை. உள்ளேயேதான் கிடந்தான். எதுவோ தங்களை நோக்கி வந்தது போன்ற உணர்விலிருந்த காவலர்கள் திருதிருவென முழிக்க, கைதிகள் வாயைப் பிளந்தனர். அரைகுறை

ஆடையுடன் கீழே விழுந்து கிடந்த இன்ஸ்பெக்டரையும் கண்டுகொள்ளாமல் அலறியபடி ஒரு பெண் ஸ்டேஷனை விட்டு பாய்ந்தோடினாள். மற்ற மூன்று காவலர்களும் என்னை அடிக்க முயல அவர்களை இன்ஸ்பெக்டர் தடுத்தார். அவர்கள் புரியாமல் விழித்தனர்.

இரவு நேரங்களில் இன்ஸ்பெக்டர் பெண்களுடன் ஸ்டேஷனில் கூத்தடிப்பது, மற்றக் காவலர்கள் மதுவருந்துவது, கைதிகளை தலைகீழாக தொங்க விட்டு அடிப்பது என அவர்களுக்கும் அந்தப் புகைப்படங்களைக் காட்டினேன். இப்போது அனைவரும் அமைதியானார்கள்.

"இது மட்டும் இல்ல நாலு நாளா இந்த ஸ்டேஷன்ல என்ன நடக்குதுனு வீடியோ எல்லாம் கைவசம் இருக்குது. அப்புறம் மொத நாள் என் லாரில எத்தனை மரம் இருந்துச்சு, ரெண்டாவது நாள் அதுல ரெண்டு எங்கப் போச்சுது, எப்ஐஆரே போடாம என் டிரைவர்ஸ எங்க அடிச்சு அடைச்சு வச்சுருக்கீங்க. எல்லாத்துக்கும் கைவசம் ஆதாரம் இருக்குது. இப்ப உன் ஆள் இடத்துக்குத்தான் போறேன். மறக்காம தகவல் சொல்லிரு"

நான் லாரி சாவியை மட்டுமல்லாமல் லாக்கப் சாவியையும் எடுத்தேன்.

"அண்ணே இது நாங்க எடுத்த போட்டோ. நம்ம லோடை பிடிச்சதுக்கு அந்த எதிர் பார்ட்டி ஆளுககிட்ட இன்னைக்கும் காசு வாங்கிருக்கான் பாருங்க"

லாக்கப்பை முழுவதுமாக திறந்தேன். என்னுடைய ஆட்கள் இருவர் வெளியே வந்தனர். மற்ற இருவர் உள்ளேயே இருக்க நான் அவர்கள் கையிலேயே சாவியை கொடுத்துவிட்டு இன்ஸ்பெக்டரை நோக்கி நடந்தேன்.

"பகத்... பகத்... அது இன்னும் என்கிட்டதான் இருக்கு. மீதி சரக்கும் எங்க இருக்குன்னு சொல்லிடுறேன். விட்ருப்பா. எவ்வளவு பணம் வேணும்னாலும் தரேன். இனி உன் ஆட்களை ஒண்ணும் செய்ய மாட்டேன். நான் செஞ்சது தப்புதாம்பா. அப்பாவ பத்தி பேசினதும் தப்புதான். மன்னிச்சிருப்பா"

அவனது வலது முழங்கையில் எனது வலது காலையும், விரல்களில் இடது காலையும் வைத்து மிதித்து, துப்பாக்கியை அவனது உள்ளங்கை நோக்கி நிலைநிறுத்தி, பெரிய துணி ஒன்றை

எடுத்து அவன் வாயைக் கட்டினேன். கத்தி மாட்டப்பட்டிருக்கும் ரைபிள் எடுத்து ஓங்கி ஒரு அழுத்து. அவன் துடிதுடித்தான்.

இனிமேலும் உள்ளே இருந்தால் தங்களுக்குத்தான் சிக்கல் என்பதை உணர்ந்த மற்ற இரு கைதிகளும் எங்களுடன் சேர்ந்து ஸ்டேஷனை விட்டு வெளியேறினர்.

“எல்லாரையும் இன்ஸ்பெக்டர் செய்வாரு. ஆனா அவரைச் செய்யவும் ஒரு ஆளு இருக்காரு பாத்தீங்களா சார்”

அவர்களில் ஒருவராவது இப்படி ஒரு டயலாக் நிச்சயம் பேசியிருப்பார்கள்.

என்னுடைய கார்களும் லாரிகளும் ஸ்டேஷனை விட்டு வெளியே செல்ல, வெளியிலிருந்து காவல் நிலையத்தை நோக்கி ஆட்டோ ஒன்று வந்தது.

“டேய் நான் யாருன்னு தெரியுமா? என்னையவா அரஸ்ட் பண்றீங்க”

கேட்ட குரலாக இருக்க உள்ளே பார்த்தேன். எனக்கு வேண்டியவர்கள்தான்.

“டேய் நடிச்சது போதும், வா போலாம்”

புலம்பியவன் தெளிவாக இறங்கி காருக்குள் ஏறினான். உள்ளே தமிழ். அப்போது அவன் இன்ஸ்பெக்டர் ஆகிருக்கவில்லை. என்னுடைய ஆட்களில் ஒருவன் ஓடிச்சென்று அவன் கையில் கொஞ்சம் பணத்தை திணித்தான்.

என்னிடம் இருக்கும் ஆதாரமெல்லாம் அவன் கொடுத்ததல்லவா...!

நீளமானதும் உயரமானதுமான சுற்றுச்சுவர். நடு இரவிலும் பூட்டப்படாத சாமில். எந்தவித தொந்தரவுமில்லாமல் உள்ளே நுழைந்தோம். எனக்கும் அது ஆச்சரியத்தை கொடுக்கவில்லை. தகவல் சென்றிருக்கும்தானே...!

“அண்ணே கேட்டு தொறந்துருக்கு. சுத்தி யாரும் இல்ல. முக்கியமா நைட் தொழில் பண்ற இடம் இது. அமைதியைப் பாருங்க. எனக்கு என்னவோ சந்தேகமா இருக்குணே. ஏதோ பெருசா ப்ளான் பண்றானுகபோல”

அவன் சொல்லி முடித்ததும் எங்களைச் சுற்றிலும் வெளிச்சம் நிரம்பியது. அனைத்து விளக்குகளும் போடப்பட்டன. எங்களிடமிருந்து சிறிது தூரத்தில் நேர்த்தியான உடையுடன் கால்மேல் கால்போட்டு தனியாக அமர்ந்திருந்தான் மகேந்திரன். நிறைய சினிமா பார்ப்பான்போல.

என் ஆட்களில் ஒருவன் ஆரம்பித்தான்.

“அண்ணே இது பெருசோட பையன். டாக்டர். ஆனா இவன் எதுக்கு இங்க நிக்குறான்னுதான் தெரியல. அப்பனோட இந்த தொழில் சுத்தமாப் பிடிக்காது. எப்பவும் அப்பனுக்கும் மகனுக்கும் சண்டைதான் நடக்கும். ஆனா இவன் என்ன சொன்னாலும் அவரு அத தட்ட மாட்டாரு. அதுக்கு காரணம் இவன் பண்ற பிஸ்னஸ். மனுஷனோட கிட்னி லிவர் மொதற்கொண்டு மனுஷனே கிடைச்சாலும் அத இங்கயோ இல்ல வெளிநாட்டுக்கு கடத்தியோ காசா மாத்துறதுல கில்லாடி. வெளிநாட்டுல படிச்சதால அங்க இவனுக்கு இந்த பிஸ்னஸ் பண்றதுல கொஞ்சம் லிங்க் இருக்கு. எங்க எதுத்து பேசினா அப்பன்னுகூட பாக்காம அறுத்து கூருபோட்டு வித்துருவானோன்னு அவருக்கு ஒரு பயம். உங்களுக்குத்தான் தெரியுமே, ரெண்டு மூணு கொலை கேசு வேற இவன் மேல உண்டு. அதுல ஒண்ணு இவனோட சொந்த அக்கா. சொத்துக்காக மூணு மாசம் முன்னாடி கழுத்த அறுத்துட்டான்னு பேச்சு. ஆனா அது சொத்துக்காக இல்ல, அதுக்கு இவன் பண்ற பிசினஸோட உண்மையான முகம் தெரிஞ்சுபோனதால கொன்னுட்டான்னு பேசிக்கிறாங்க. இவனோட அம்மா அன்னைக்கு இவனுகள விட்டுப் போனதுதான். அதுக்கப்புறம் திரும்பி வரவேயில்ல. அந்தம்மாதான் அந்தக் கேசோட ஐ விட்னஸ். பெரிய பெரிய

ஹாஸ்பிட்டல்ல எல்லாம் யாருக்கும் தெரியாம வேலை பாக்குறான். சைக்கோ பய. ஆனாலும் உங்க அளவுக்கெல்லாம் இவன் வொர்த் இல்லணே"

"எது சைக்கோத்தனத்துலயா?" என்றேன்.

தலையை சொரிந்தான். நான் காரை விட்டு இறங்கினேன்.

"வெல்கம் பகத்... என்ன எல்லாமே தலைகீழா இருக்குன்னு பாக்குறியா? எல்லாம் உனக்காகத்தான். கொஞ்சம் பேசலாமா?"

"அண்ணே கவனம்ணே... உண்மையிலேயே மெண்டல்ணே அவன்..." என்றான் மற்றொருவன். அவர்களை கையெடுத்துக் கும்பிட்டேன்.

"டேய்.. பயந்தா இங்கேயே இருங்க, நான் மட்டும் போய்ட்டு வரேன். தேவையில்லாம அவனப் பத்தி பில்டப் கொடுத்து என்னோட வெறிய ஏத்தாதீங்க. இருக்குற கடுப்புல அவன விட்டுட்டு உங்களை எதாவது செஞ்சிறப் போறேன்"

வேகமாக அவனை நோக்கி நடந்தேன்.

"என்ன உன் ஆட்கள் எல்லாம் என்னப் பத்தி என்னென்னமோ சொல்லி உன்ன குழப்புறாங்கபோல?"

எழுந்து கை கொடுத்தான். அவன் முன்னால் சிறிய டேபிளும் மது பாட்டில்களும் பழங்களும் கத்தியும் வைக்கப்பட்டிருந்தன. நான் அமர ஒரு நாற்காலியும் போட்டிருந்தான். நான் என்னுடைய துருவேறியக் கத்தியை எடுத்தேன்.

"எல்லாம் உன்னப் பத்தி தெரிஞ்ச விஷயம்தான். உன்னோட ஸ்மார்ட் மூவ் எல்லாம் உன்னச் சுத்தி இருக்குறவங்களோட நிறுத்திக்கோ. காலைல இருந்து பாக்குறேன், பின்னாடியே சுத்திட்டு வர? தகரப்பொடி கழுத்துக்குள்ள இறங்குனா என்னாகும்னு தெரியுமா?"

"ஓ... தம்பியோட கல்யாணத்துல பாத்தியா...? நான்கூட உன் காதல் தோல்வில கவனிச்சிருக்க மாட்டியோன்னு நினச்சேன்"

நான் சட்டென்று திகைத்தேன். திரும்பிப் பார்த்தேன். எவருக்கும் அவன் சொன்னது கேட்கவில்லை. ஆசுவாசமடைந்த நான்

கத்தியை அவன் கழுத்தில் வைத்தேன். அவன் மிக நிதானமாக பேசினான்.

"இன்னைக்கு மட்டும் இல்ல. கொஞ்ச நாளா உன்ன ஃபாலோ பண்ணிட்டுத்தான் இருக்கேன். நம்ம ரெண்டு குடும்பத்துக்கும் இடைல இருக்குற பகைக்கு கணக்கு முடிச்சிருக்கணும்னா நீ எப்பவோ எங்களை போட்டுத் தள்ளிருக்க முடியும். அதே மாதிரி உன்ன ஃபாலோ பண்ண இந்த நாட்கள்ல நானும் உன்ன எப்பனாலும் போட்டுத் தள்ளிருக்க முடியும். ஏன்னா நீ இந்த சமீப நாட்கள்ல எதப்பத்தியும் ரொம்ப கவனமில்லாம இருந்த, ஒரேயொரு விஷயத்தை தவிர. அது என்ன விஷயம்னு எனக்கும் தெரியும். அத சொல்லி உன்னை கஷ்டப்படுத்துறதோ, இல்லை மிரட்டுறதோ என் நோக்கம் இல்ல. என் பிரச்சனை என்னன்னா என் அப்பன் பண்ற அம்பது சதவீதம் நேர்மை; மீதி அம்பது சதவீதம் கடத்தல், அப்படீங்குற கான்சப்ட் சுத்தமா பிடிக்கல. பண்ணா உன்ன மாதிரி நூறு சதவீதம் பண்ணனும். எப்படி மரத்துல, டைல்ஸ்ல பொடி வச்சு கடத்துற பிஸ்னஸ நீ சரியா பன்றியோ அதேமாதிரி நானும் வேறொன்ன புதுசா செய்யணும்னு நினைச்சேன். ஆனா உனக்கு அதுவும் இப்ப பிடிக்கலனு எனக்கு தெரியும். உனக்கு ஒவ்வொன்னுலயும் பெரியாளா ஆகணும்னு ஒரு ஆசை. எனக்கு என்னோட ஒரே தொழில்ல பெரியாளா ஆகணும்னு ஆசை. அது நாம ரெண்டுபேரும் ஒண்ணா சேந்தா இத இன்னும் டெவலப் பண்ணலாம்னு நினைக்கிறேன். ரெண்டு நிமிஷத்துக்கு முன்ன உன் ஆட்களே என்னைப் பத்தி சொல்லிருப்பாங்க. பாரு உனக்கு போட்டியா இருக்குறோம்னு எங்க அப்பா நினைக்குறாரு. ஆனா உனக்கு எங்களப் பத்தியே தெரியல. அந்தளவுக்குதான் எங்க பிஸ்னஸ் இருக்கு. என் தொழில்ல உன்னை சேர சொல்லல. நான் வெளிய என் வேலையை பாக்குறேன். நீ கோர்ட்ல எனக்காக அப்பியர் ஆகு. இப்ப ரெண்டு மூணு கொலை கேஸ் இருக்கு. எதிர்காலத்துல அது இன்னும் கூடலாம். எல்லாத்துக்கும் உனக்கு வர வேண்டிய ஃபீஸ்... இல்ல இல்ல ஷேர் வந்துட்டே இருக்கும். அந்த கேஸ் எல்லாம் உடைக்க உன்னால மட்டும்தான் முடியும்னு நினைக்குறேன்"

பெருமூச்சு விட்டான். நான் கத்தியை அகற்றவில்லை.

"நீ என்னை இன்னும் நம்பலன்னு நினைக்குறேன். உங்க டாக்டர்கிட்டகூட இது சம்மந்தமா பேசிருக்கேன். சந்தேகம்னா

அவருக்கு போன் பண்ணி கேளு. ஹாஸ்பிடல்லதான் இருக்காரு. அப்புறம் இங்க எங்கப்பா கடத்தி வச்சிருந்த உன்னோட சரக்குக எல்லாம் இந்நேரம் உன் குடோவ்னுக்குப் போய் சேந்துருக்கும்...”

“டாக்டருக்கு போன் பண்ணு”

ஸ்பீக்கரில் போட்டான்.

“சொல்லு மகி”

“உங்க ப்ரண்ட் பகத் என்னை நம்ம மாட்டுறாப்ள. அவனோட உதவி எனக்கு எதுக்கு வேணும்னு கொஞ்சம் சொல்லுங்க”

மகேந்திரனின் கழுத்தில் வைத்திருந்த கத்தியை கொஞ்சம் கொஞ்சமாக விலக்கினேன். அவன் அழைப்பை துண்டித்தான்.

“ஸ்டேஷன பசங்க ரெடி பண்ணிருவாங்க. இன்ஸ்பெக்டரை நம்ம டாக்டர்ட்டதான் அனுப்பிருக்கேன். அப்புறம் உனக்கு இந்த நேரத்துல கொஞ்சம் டைவர்ட் தேவை. டைம் எடுத்துக்க”

“இதுல டைம் எடுக்க ஒண்ணும் இல்ல. உன் மூணு கொலை கேஸ்லயும் சார்ஜ் ஷீட் போட்டா கேஸ் இன்னும் ஸ்ட்ராங் ஆகும்னு பேசிக்கிறாங்க. எல்லாம் நான் கவனிச்சிட்டுதான் வரேன். ஆனா என்ன? அத நீங்க கவனிக்காத மாதிரி பாத்துக்கிறேன், அவ்வளவுதான்; ஒரே ஒரு விஷயத்தை தவிர. அதப் பத்தி பேசுற மனநிலையும் இப்ப இல்லை. அதுனால நீதான் என்னை தேடி சீக்கிரம் வரணும். இல்ல இன்னும் கொஞ்சம் டைம் எடுத்துட்டு மெதுவாக்கூட வா”

இப்படித்தான் மகேந்திரன் எனக்குப் பழக்கமானான்.

நடு இரவு.

நானும், மகேந்திரனும், டாக்டரும் என்னுடைய அலுவலகத்தில் குடித்துக்கொண்டிருந்தோம். எங்கள் கால்களின் கீழ் கோப்புக்கட்டுகள் சிதறிக்கிடந்தன. அதில் கடைசி கட்டை ஆம்புலன்ஸ் டிரைவர் முத்து தூக்கிவந்து என் கால்களின் அருகில் போட்டான்.

"அண்ணே முடிஞ்சது"

டாக்டர் சிறிது அதிர்ச்சியில் உறைய நான் வாய் மூடி சிரித்தேன். மகேந்திரன் "இவ்வளவுதானா" என்பதுபோல சலித்துக்கொண்டான்.

"ஏன் பகத்... நீயும் நானும் சேந்த பின்னாடி நம்மகிட்ட மாட்னவனுக இவ்வளவு பேர்தானா? இந்தியாவுல மக்கள்தொகை குறைஞ்சிருச்சுப்போல"

"சரி இதெல்லாம் இப்ப எதுக்கு இங்க தூக்கி போடுற?"

"ஆரம்பத்துல நாம மட்டும்தான் இந்த பிஸ்னஸ்ல இருந்தோம் டாக்டர். இப்ப புதுசா கொஞ்சபேரு இந்த வேலையை பாக்க ஆரம்பிச்சுருக்கானுக. ஆரம்பிச்ச கையோட போலீஸ்ட்ட மாட்டவும் செய்றானுக. அதுனால எப்பனாலும் நம்ம பேரு வெளிய வரலாம். இதுல இருக்குறவனுகளோட ஆர்கனை தூக்குற வரைக்கும் இது இங்க இருக்குறதுதான் ஃசேப்டி"

"அதான் ஆரம்பத்துலேயே சொன்னேன். மனுஷனோட ஆர்கனை கடத்துறது ஈசி. ஆனா மனுஷனையே கடத்துறது சிக்கல்னு. சொன்னா யாரு கேக்குறா? எல்லாம் என் கண்ட்ரோல்ல இருக்குற வரை கொஞ்சம் நிம்மதியா இருந்துச்சு. இப்ப... எனக்கே பக்கு பக்குன்னு இருக்கு"

"இங்க எதுலதான் சிக்கல் இல்ல? ஒவ்வொரு ஆர்கனையும் தனித்தனியா வித்துட்டு இருந்தப்ப மட்டும் எம்எல்ஏக்கு, போலீஸ்க்குன்னு கமிஷன் போகலையா என்ன? அப்புறம் கமிஷன் வாங்கிட்டு நம்ம ஆட்களையே தூக்கி உள்ள வைக்கலையா? பகத் இல்லைனா நான்தான் உள்ள போயிருக்கனும். ஆனா அதுக்கு பயந்து தொழில விட்டா எங்க அப்பனுகள மாதிரி நாங்களும் இன்னமும் மரத்தையும், டைல்ஸையும், ஓட்டையும்,

கூரையையும் நம்பிட்டு வர காசுல பாதியை போலீஸ்க்கு கொடுத்துட்டு நக்கிட்டு போக வேண்டியதுதான்.

"என்னப்பா போற போக்குல இளவரசு அண்ணனையும் சேத்து பொளந்துட்டான்?"

"அப்பா இருந்த உலகம் வேற; இப்ப இருக்குற உலகம் வேற டாக்டர். இங்க இப்ப எதுவுமே கஷ்டமோ, சிக்கலோ இல்ல. அப்படி கஷ்டம் இருந்தா அது எல்லாமே வாழ்றதுக்கு நாம தேர்ந்தெடுக்குற வழியப் பொறுத்துதான். இந்த உலகத்துல எவன் ஒருத்தன் அடுத்தவனோட கஷ்டத்தை தன்னோட வாழ்க்கைக்கு யூஸ் பண்ணிக்கிறானோ அவன் வாழ்க்கைல கஷ்டப்படவே மாட்டான். அந்த வேலையைத்தான் இங்க நெறைய பேரு காலம் காலமா செஞ்சுட்டு இருக்காங்க. நாமளும் அதத்தான் செஞ்சுட்டு இருக்கோம். இது நாம ஒண்ணும் தொடக்கி வைக்கல. யாரோ தொடங்கி வச்சதை முடிக்க விடாம இழுத்துட்டு போறோம். இதை விட்டுட்டு நேர்மை, பாவம், புண்ணியம்னு சொல்றவன் இப்படித்தான் நம்மள மாதிரி ஆட்கள்கிட்ட சிக்கி அவன் அவன் வாழ்க்கையைத் தொலைச்சு நமக்கு ஆடம்பரமான வாழ்க்கையைக் கொடுத்துட்டு இருப்பான்"

"ஆமா இந்த லிஸ்ட்ல இருக்குறவங்கள்ல இப்ப எத்தனை பேரு உயிரோட இருப்பாங்கன்னு தெரியுமா?"

"யாருக்குத் தெரியும்?"

முத்து அதிர்ச்சியடைந்தான்.

"அண்ணே எல்லா விஷயத்தயும் என்கிட்ட சொல்வீங்க. இது என்னன்னே ஒண்ணும் புரிய மாட்டேங்குது. கொஞ்சம் புரியுற மாதிரி சொல்லுங்களேன்"

"அப்படியே எனக்கும் கொஞ்சம் புரியுற மாதிரி சொல்லுப்பா. தலையும் புரியல; வாலும் புரியல"

"டாக்டர், எந்தவொரு பெரிய க்ரைம் பண்ணாலும் சிக்கல்ல நாம மொத சிக்காம இருக்கணும். அதுக்கு மொத நாம யாருன்னு நாம பலி கொடுக்கப் போறவங்களுக்கோ, அவங்கள சார்ந்தவங்களுக்கோ, இல்ல அப்படி நாம பலி கொடுக்குற இடத்துல இருக்குற மூன்றாவது நபருக்கோ தெரியக்கூடாது. இவங்க யார் கூடவும் நேரடியா நம்ம முகம் எந்தவித

தொடர்புலயும் இருக்கக்கூடாது. ஒரு கொலை பண்ண மட்டும் இல்ல எல்லா மோசமான வேலைக்கும் முதற்கட்டமா இப்படித்தான் தயாராகனும். அப்படி ஏதாவது ஒரு சிக்கல் வந்தா பலிகொடுக்க ஒரு ஆட்டை எப்பவும் தயாரா வச்சுக்கணும். ஒருநாள் இந்த தொழில் பத்தி கம்போடியாவுல இருக்குற என் ப்ரண்ட் சொன்னப்ப இந்த ஐடியா இதுக்கு ரொம்ப சூட் ஆகுதேன்னு தோனுச்சு; உடனே மகிட்ட சொன்னேன். ஆரம்பிச்சிட்டான்"

கிளாஸில் இருந்த மீதத்தையும் குடித்துவிட்டு பகத் சொல்ல சொல்ல காட்சிகள் டாக்டரின் மூளைக்குள் விரிந்தது.

"மகிக்கும் கம்போடியாவுல இருக்குற என் ப்ரண்ட்டுக்கும்தான் நேரடியா டீல். கண்ணுக்குத் தெரியாத ஒரு கம்பெனி ஆபிஸ் ஒண்ணை உருவாக்கணும். எல்லா சோசியல் மீடியாவுலயும் இஷ்டத்துக்கு அக்கௌன்ட் ஓப்பன் பண்ணணும். வெளிநாட்ல வேலைவாய்ப்புனு லோ லெவல் வேலைக்கு நமக்கு ஆட்கள் இருக்குற எல்லா மாவட்டத்துலயும் ஆட்களை திரட்டணும். அந்த நம்பரைக் காண்டக்ட் பண்ணா நம்ம பசங்க நாலு பேர வச்சு மாறி மாறி பேச வைக்கணும். எல்லாமே போன் காண்டாக்ட் மட்டும்தான். இவனுக மாட்டுறவனுக கிட்ட கம்போடியா காண்டாக்ட் கொடுக்குறதோட சரி. யாரும் யாரையும் நேர்ல பாக்கக்கூடாது. அதுக்கப்புறம் பேமென்ட் முதல் விசா கொடுக்குற வரை கம்போடியாவுல இருக்குற நம்ம ஆட்கள் பாத்துக்குவாங்க. விசா வந்தவுடன பணம் கொடுத்தா போதும்னு ரிட்டர்ன் டிக்கெட் வரை போட்டு கொடுக்குறவங்கள யாரு சந்தேகப்பட போறாங்க?

"அப்புறம்?"

"அப்புறம் என்ன? 'நம்மள ஏஜன்ட் ஒருத்தன் நல்லா ஏமாத்திட்டான். உங்களுக்கு ஏற்பாடு பண்ண வேலைல இலங்கைகாரனுகள ஏத்திட்டாணுக. உங்கள்ட்ட வாங்குன பணத்துல கொஞ்சம் செலவு போக முக்கால் பங்கு பணத்தை திருப்பி தந்துர்றோம், நீங்க வேணும்னா திரும்பி போய்ருங்க. அப்படி இல்லைனா இன்னொரு ஏஜென்ட்கிட்ட உங்கள விடுறோம். அவங்க தர வேலையை நீங்க பாத்துட்டு இங்கேயே இருக்கலாம். அதுவும் இதேமாதிரி வேலையாதான் இருக்கும். சம்மதிக்கிறவங்க தமிழ்நாட்டுல இருக்குற உங்க ஏஜென்ட்கிட்டையும், அவுங்கவுங்க

வீட்லயும் தகவலை சொல்லிருங்க. எங்களுக்கும் கையால நீங்க வேற ஏஜன்ட்கிட்ட போறத எழுதி கொடுத்துருங்க'. இப்படி சொன்னா மோஸ்ட்லி எல்லாவனும் சம்மதிச்சுருவானுக. அப்படி சம்மதிக்காதவன் உண்மையிலேயே அதிர்ஷ்டம் செஞ்சவன்தான். ஆனா அவனையும் நம்மாளுக இங்க வந்தா விட மாட்டானுக. இல்ல அவனே நம்மாள்ககிட்டயே 'வேற வேலை இருக்கா'னு காண்டாக்ட் பண்ணுவான். அதுனால அவனுக்கும் கிட்டத்தட்ட அதே கதி உறுதி. இதுல நம்மளோட எல்லா தப்பும் இனிமேதான் ஆரம்பிக்கும். ஆனா அதுல நம்மோட பங்கு ஒண்ணும் இருக்காது. நமக்கு சாதகமான எல்லா பேப்பரும் நம்ம கைல இருக்கும். அப்டி இப்டின்னு இருக்குற எல்லா ஃப்ராடு வேலைகளையும் செஞ்சு நம்மகிட்ட சிக்க வைக்குறதுதான் இவனுக வேலை. சம்மதிச்சா மெதுவா சாகலாம்; இல்லைனா சீக்கிரமே சாவலாம்"

"புரியலையே?"

"டாக்டர் நல்லா வேலை செஞ்சு சம்பாதிச்சு, வீட்டுக்கு பணம் அனுப்பி, ஏன் சிலபேரு ஊருக்குக்கூட போய் திரும்பி வந்து, அப்புறம் நாம கொடுக்குற மருந்து வேலை செஞ்சு ஒரேடியா இல்லாம, ஒரே மாவட்டத்துக்காரனா இல்லாம, லிஸ்ட் தயார் பண்ணி, அதுபடி கொஞ்சம் கொஞ்சமா சாவடிச்சு, உள்ள இருக்குற எல்லா பார்ட்ஸையும் எடுத்து வித்து வெறும் கூடு மட்டும் இங்க அனுப்பி வைக்கும்போது, கூடுதலா அவன் செஞ்ச இல்லீகல் வேலை சம்மந்தமா இங்க இருக்குற லோக்கல் போலீஸ்க்கு ஏதோ ஒரு விதத்துல தகவல் சொல்லி, பேப்பர்ல ஒரு ஓரத்துல குட்டி நியூஸூம் வர வச்சிட்டா பாவப்பட்ட அவன் குடும்பத்து ஆட்களால என்ன செய்யமுடியும்? இதுல கொடுத்து வச்சவன் சம்மதிக்காதவனுகதான். யூடூப்லகூட அவனுகளை சித்ரவதை செய்றது சம்மந்தமா வீடியோ இருக்குன்னு நினைக்கிறேன். கிடைக்கவே கிடைக்கப்போகாத பாஸ்போர்ட், இவன சீனாக்காரன்ட்ட வித்த தகவல், இது எல்லத்துனாலயும் வரப்போற மனநோய்... இதையே காரணமா வச்சு வீட்டுக்கு தகவல் சொல்லி அவனை நிரந்தரமா அங்கயே தங்க வச்சு அப்புறம் வழக்கம்போல அறுத்து எடுத்து ஊருக்கு அனுப்பும்போது நமக்கு என்ன சிக்கல் வந்துறப் போகுது?"

“இதுல என்னண்ணே கொடுத்து வச்சவன்?”

“ஒருத்தன கொலை பண்ணப் போறேன்னு சொல்லிட்டு கொலை பண்றதவிட, நம்பிக்கை கொடுத்து கொலை பண்றது கொடுமை இல்லையா முத்து? இப்படி இரக்கமில்லாம இருக்கியேடா...?”

சோகமாகி கண்களைக் கசக்கினேன். அனைவரும் சிரித்தார்கள்.

“ஆமா இதுல இருந்து தப்பிக்க வழி இல்லையா?”

“அதுதான் இப்ப சிக்கல் டாக்டர். நம்மாளுக அனுப்புன ஒருத்தன்ட்ட அங்க இருக்குற எவனோ ஒருத்தன் இந்த விஷயங்களை பத்தி சொன்னதை கேட்டுட்டு, அப்படி போலி ஹோட்டல், ரிட்டர்ன் டிக்கட்ஸ்னு தெரிஞ்ச உடனேயே அங்க இருக்குற ஆளுகள காண்டக்ட் பண்ணாம ஏர்போர்ட்லேயே கெஞ்சிக் கூத்தாடி அழுது புரண்டு, அவனுகளும் இவன் தொல்லை ஒழிஞ்சா போதும்னு சிங்கப்பூருக்கு அனுப்பி வச்சு, அங்கயும் இல்லீகல் என்ட்டர்னு பாஸ்போர்ட்ட சீஸ் பண்ணி, ரெண்டுநாள் அடைச்சு வச்சு, மூணாவதுநாள் அவனை ஃபைன் கட்ட வச்சு திருப்பி இங்கேயே இன்னைக்கு அனுப்பி வைச்சிருக்கானுக. வந்தவன தூக்குங்கடானு நம்மாள்க ரெண்டு பேர அனுப்பி வச்சா அவன் கொடுக்குற காச வாங்கிட்டு அவன லேசா தட்டிட்டு அனுப்பி விட்டாணுக. லஞ்சம் கொடுக்குற நம்மாள்ககிட்டேயே லஞ்சம்ங்குற கொடிய நோய் பரவுறதுதான் என்னால தாங்க முடியல டாக்டர்”

“அய்யய்யோ... அப்புறம் இங்க வந்தவன் சும்மா இருக்க மாட்டானே?”

மகேந்திரன் பதில் சொன்னான்.

“இந்த டாக்குமெண்ட்ஸை தூக்குறதுக்கு முன்னாடி அவனைத்தான் தூக்குனோம். உங்க ஹாஸ்பிட்டல்ல தலைல அடிபட்ட ஒருத்தன் அவன் சொந்தக்காரங்க சூழ இப்ப கோமா ஸ்டேஜ்ல இருக்கான்னு கேள்விப்பட்டிருப்பீங்களே?”

அடிபட்ட அவனது ரிப்போர்ட் குறித்து நர்ஸ் சொல்ல, அவரைச் சுற்றி அவனது உறவினர்கள் நிற்கும் காட்சி டாக்டர் மனக்கண்ணில் தோன்றியது.

“ஆமா”

பகை பாவம் அச்சம் பழியென நான்கு பெருஞ்சித்திரச் சொற்கள் ✹ 143

"அது அவன்தான்"

"அப்ப நம்மாள்க ரெண்டு பேர என்ன பண்ணீங்க?"

"அவன் சொந்தக்காரனுக மத்தில, தலைல கட்டுபோட்டு, என்ன நடக்குதுன்னு கூர்ந்து கவனிச்சிட்டு பெரிய சிஐடி மாதிரி முகத்தை மறைச்சி ரெண்டு பேரு நின்னுட்டு இருந்தானுகளே? அது அவனுகதான் டாக்டர்"

"பாவிகளா, வர வர என் ஹாஸ்பிட்டல எனக்கே தெரியாம நடத்த ஆரம்பிச்சிருவீங்க போலிருக்கே"

"இப்பெல்லாம் உங்களுக்கு தெரியாம நிறைய நடக்குது டாக்டர்" என்றேன்.

அவனைப்பற்றி முத்துவிடம் நான் கண் காண்பித்தை கவனித்த மகேந்திரன் என்னை மேற்கொண்டு பேசவிடாமல் தடுத்தான். ஆனால் நான் விடவில்லை.

"இவன் கண்ல இருந்து வாட்ச்மென் பொண்டாட்டிகூட தப்பல டாக்டர்"

"இது என்னடா புது கதை?"

"அதெல்லாம் பழைய கதை, விடுங்க சார்"

"பழைய கதையா? புதுசா ஒரு கதை இருக்கு டாக்டர். டாக்டர்ட்ட என்னடா வெக்கம்? சும்மா சொல்லுடா"

நான் சொன்னதும் கொஞ்சம் வெட்கத்துடனும், கூச்சத்துடனும் மகேந்திரன் அவனது கதையைச் சொல்லி முடித்தான்.

"இப்ப அவ புருஷன் இவன் மேல கம்ப்ளைன்ட் கொடுத்துருக்கான்"

"அடப்பாவி"

"இது ஒரு விஷயமா எல்லாம் நண்பன் பாத்துக்குவான் டாக்டர்"

"நான் என்னைக்குடா ஸ்டேஷன் போனேன். அதுவும் இதமாதிரி..."

"ஆமா இவரு ஸ்டேஷன் போனா போலீஸை அடிக்க மட்டும்தான் போவாரு"

பொய் கோபம் கொண்டு கூட்டத்திலிருந்து விலகி மகேந்திரன் எழுந்து சென்று ஒரு ஓரமாகப் போய் நின்றான்.

"டேய்.. ஓவரா சீன் போடாத... இங்க வா..."

அவன் அதே பொய் கோபத்துடன் அங்கேயே நின்றான். நான் அவனிடம் சென்றேன்.

"நாளைக்கு காலைல மொத வேலை உன்னோடதுதான். எனக்கு பதிலா விஜய் போவான். நீ எல்லாம் முடிஞ்சதும் போனாப் போதும். போதுமா?"

"உன்னை நான்தான் கெடுக்குறேன்னு ஏற்கனவே அவன் என் மேல கொலவெறில இருக்கான். இதுல எப்படி அவன் எனக்காக வருவான்?"

"உன்னைப் பத்தி எனக்கு அப்புறம் அவனுக்குத்தான் எல்லாம் தெரியும். பின்ன அவன அனுப்பாம என் ஜூனியர்ஸ்ல ஒருத்தன அனுப்பவா? சரின்னா சொல்லு உடனே ஏற்பாடு செஞ்சுருவோம்"

"என்னவாவது செய்... அந்த வாட்ச்மேன் நாய்க்கு என்னைப் பத்தி தெரிஞ்சிருக்கு போலடா. அவள்ட்ட சொல்லிருக்கான். எப்படீன்னு தெரியல. அவனை என் கையாலேயே..."

"பொறுமை பொறுமை... அவனது மாம்சம் பூச்சிக் கொல்லிகளினாலும், புழுதியினாலும் மூடப்பட்டு அருவருப்படைவதாக"

அனைவரும் கோப்பைகளை உயர்த்தினோம். மகேந்திரன் சமாதானமடைந்தான்.

"எந்த பெரிய க்ரைம் பண்ணாலும் சிக்கல்ல நாம மொத சிக்க கூடாது. நாம யாருன்னு நாம பலி கொடுக்கப் போறவங்களுக்கோ, அவங்கள சார்ந்தவங்களுக்கோ, பலி கொடுக்குற இடத்துல இருக்குற மூணாவது மனுஷனுக்கோ தெரியக்கூடாது. அப்படி ஏதாவது ஒரு சிக்கல் வந்தா பலிகொடுக்க ஒரு ஆட்டை எப்பவும் தயாரா வச்சுக்கணும்"

என்னைப்போலவே பேசிவிட்டு "ஓ இதுதான் அந்த செயல் உத்தியோ?" என்றார் டாக்டர்.

"எல்லாமே தலைகீழா மாறாம இருக்குற வரைதான் இந்த உத்தி டாக்டர். அப்படி மாற ஆரம்பிச்சிட்டா நம்ம முகம்தான் எதிரிக்கு மொத தெரியணும். அது அவனும் நாமளும் பார்க்க விரும்பாத ஒரு முகமா இருக்கணும்"

"ஒரு தடவை அரைகுறையா அப்படியொரு முகத்தைப் பார்த்ததே போதும்டா யப்பா"

"நடு இராத்திரி நீ எனக்கு போன் பண்ணத நானும் மறக்க மாட்டேன் டா"

அந்த உரையாடல் இராத்திரியினளவு நீண்டுமிருண்டுமிருந்தது.

கதவு ஜன்னல்கள் எல்லாம் மூடி அடைக்கப்பட்டு இன்கேமரா முறையில் என்னுடைய வழக்கு ஒன்று நடந்து கொண்டிருந்தது. பதினெட்டு வயது நிரம்பாத இளம் பெண்ணை குறுக்கு விசாரணை செய்து கொண்டிருந்தேன். என்னைத் தவிர அந்த பெண்ணின் தாயார், எதிர்தரப்பு வழக்கறிஞர், குற்றவாளி கூண்டில் தொப்பையும், பணத்திமிரும், பொங்கி வழியும் ஆந்திர முகம் கொண்ட என் க்ளைன்ட், கோர்ட் டைபிஸ்ட், பெஞ்ச் கிளார்க், நீதிமன்ற உதவியாளர் மற்றும் நீதிபதி மட்டுமே உள்ளே இருந்தனர்.

"எதிரி திடீரென்று நீ படுத்திருந்த அறைக்குள் நுழைந்து உன் மார்பைப் பிடித்து கசக்கி, உன் பாவாடை சட்டையை கிழித்து, நீ தப்பித்து ஓடும்போது கழிவறையில், அதாவது உன்னோட வாக்குமூலத்தில் நீ சொன்னதுமாதிரி ஒண்ணுக்குப் போற இடத்தில் வைத்து உன்னை பாலியல் வன்கொடுமை செய்தபோது, வலியால் கதறித்துடித்து 'பாட்டி, பாட்டி' என்று நீ சத்தமிட்டதாகவும், அந்த நேரத்தில் உன் சத்தத்தைக்கேட்டு உன்னுடன் எதிரி வீட்டில் வேலை செய்யும் பாட்டி அந்தக் கழிவறையின் கதவை வெளிப்பக்கமாக பூட்டியதாகவும் சொல்லிருக்க சரிதானம்மா?"

வாக்குமூலத்தைப் படித்தும், படிக்காமலும் நான் இவற்றை அந்த இளம்பெண்ணை பார்த்து கேட்க, அவள் "ஆம்" என்பதுபோல அவமானத்துடன் தலையை ஆட்டினாள். கோர்ட் டைபிஸ்ட் அதை பதிவு செய்தார்.

"பொதுவா இப்படி சத்தம் கேட்டு ஓடி வரவங்க கதவை வெளிபக்கமா பூட்ட மாட்டாங்க அப்படித்தானம்மா?"

நான் இந்தக் கேள்வி கேட்கவும் நீதிமன்ற கதவு "டமார் டமார்" என்று தட்டும் சத்தம் கேட்டது. அனைவரும் திடுக்கிட நீதிமன்ற உதவியாளர் நீதிபதியைப் பார்த்தார். அவர் திறக்க சம்மதிப்பதற்குள் மீண்டும் ஒருமுறை கதவு தட்டப்பட்டது. இப்போது கதவு திறக்கப்பட நீதிமன்ற பணியாளர் ஒருவர் கதவைத் திறந்தவரிடம் மெதுவாக விஷயத்தைச் சொன்னார். அவர் டயஸின் மேல் ஓடிச்சென்று நீதிபதியிடம் அதைச் சொல்ல "அட்ஜர்ன்ட் டூமாரவ்...." என்று அவசர அவசரமாக

சொல்லிவிட்டு என்னையும் எதிர்தரப்பு வழக்கறிஞரையும் அருகில் அழைத்தார்.

“டிஸ்ட்ரிக்ட் கோர்ட்ல ஒரு பொண்ணு அதோட அம்மா தலையை வெட்டிட்டு வந்துருச்சாம். அதோட வயசு முதற்கொண்டு சில விஷயத்துல டவுட் இருக்கு போல. டிஸ்ட்ரிக்ட் ஜட்ஜ் கூப்ட்டு விட்டுருக்காரு”

நான் கூலாக தலையாட்டிபடி எனது க்ளைண்ட்டுடன் வழக்குக் கட்டையும், புத்தகங்களையும் எடுத்துக்கொண்டு நீதிமன்ற அறையை விட்டு வெளியேறினேன். வெளியே நின்றிருக்கும் எனது ஜூனியர்கள் இருவர் புத்தகங்களையும், வழக்கு கட்டையும் வாங்கிக்கொண்டார்கள். இன்னொருவன் என்னுடயை அலைபேசியை கொடுத்துவிட்டு இதைச் சொன்னான்.

“மகேந்திரன் சார் ரெண்டு மூணு தடவை கால் பண்ணிட்டாங்க, வெளிய வந்ததும் கூப்பிடச் சொன்னாங்க”

கொலை விஷயம் கேள்விப்பட்ட பலர் எங்களைக் கடந்து கீழ் தளத்தை நோக்கி வேகமாக படியிறங்கிக் கொண்டிருந்தனர். நடக்கப்போவது எனக்கு என்ன தெரியும்? என்னுடைய அமைதி இன்னும் என்னைவிட்டு விலகவில்லை.

மாவட்ட நீதிமன்ற அறை முழுவதுமாக அடைக்கப்பட்டு இருந்தது. இரண்டு புறம் அடைக்கும் கதவுகள் கொண்ட ஒரு ஜன்னலின் அருகில் சென்றேன். அதன் நடுவில் உள்ளங்கை அளவில் ஒரு ஓட்டை இருக்கும் என்று எனக்குத் தெரியும். குனிந்து பார்த்தேன். விஜய் இருந்த இடத்தை விட்டு அசையாமல் அதிர்ச்சியில் அமர்ந்திருந்தான். ஒரு இளம் பெண் சிறிது தூரத்தில் எனக்கு அவளது வலது கன்னத்தைக் காட்டியபடி அமர்ந்திருந்தாள். நான் உற்றுப் பார்க்க எனது செல்போன் ஒலித்தது, மகேந்திரன்தான்.

“டேய் கோர்ட்ல இருந்தேன்...”

அதை அவன் காதில் வாங்கிக்கொள்ளவில்லை.

“டேய் அவ மக அவளக் கழுத்தறுத்துக் கொன்னுட்டாடா. கொன்னுட்டு உங்க கோர்ட்டுக்குத்தான் கொண்டு வந்துருக்காலாம். இப்ப என்ன பண்ண? பழைய கேஸ் எல்லாம்

தோண்டி எடுத்தா எப்படியும் மாட்டிக்குவோம், எதையாவது பண்ணுடா"

வலது கன்னம் காட்டி அமர்ந்திருந்தவள் அப்படியே என் பக்கம் சட்டென்று திரும்பிப் பார்த்தாள். எனது இதயம் ஒன்றும் நின்றுபோகவில்லை. ஆனாலும் ஜன்னல் ஓட்டையிலிருந்து கண்களை எடுத்து கொஞ்சமாக மூச்சு வாங்கினேன்.

"டேய்... டேய்... சொல்றது காதுல விழுகுதா?"

"இது வேண்டாம்.. இது வேண்டாம்னு எத்தனையோ தடவை சொன்னேன். என்கிட்ட பொய் சொல்லிட்டு அங்கப் போன, அப்பெல்லாம் நான் சொன்னது உன் காதுல விழுந்துச்சா?"

"டேய் நான் அங்கப் போயே நாளாச்சு. முன்னாடியும் அந்தப் பொண்ணுக்கு தெரியாமத்தான் போயிருக்கேன். என் முகம் இன்னும் அதுக்கு சரிவர தெரியாது. இது வேற ஏதோ பிரச்சனைல நடந்துருக்கு. எதாவது பண்ணுடா, ப்ளீஸ்"

"தகவல் வரும். சொல்ற இடத்துக்கு மட்டும் வா. டாக்டரை ரெடியா இருக்கச் சொல்லு"

வேறொன்றும் சொல்லாமல் அழைப்பை துண்டித்தேன். இப்போது எனது கோட் கவுன் நெக் பான்ட் என எல்லாவற்றையும் கழற்றி ஜூனியரை அழைத்துக் கொடுத்தேன். அலுவலகம் செல்வதாக உத்தேசம் இல்லை. என் முழு கவனமும் விஜய் மீதுதான் இருந்தது. சிறிய போலீஸ் கூட்டம் ஒன்று வளாகத்திற்குள் நுழைந்து மாவட்ட நீதிமன்றத்தை அணுகி அந்த இளம்பெண்ணை வெளியே எடுத்து ஏற்றிச்சென்றது முதல் விஜய் அவனது குமாஸ்தாவிற்கு பணம் கொடுத்து அவள் வாக்குமூலத்தின் நகல் எடுக்க சொன்னது வரை அனைத்தையும் கவனித்தேன். பின் அமைதியாக தமிழுக்கு கால் செய்தேன்.

"எங்கடா போய் தொலைஞ்ச? ஏன் கோர்ட்டுக்கு வரல?"

"நானே உனக்கு கால் பண்ணலாம்னு நெனச்சேன். மினிஸ்டர் ட்யூட்டி. இன்னும் முடியல. அதான் அவள அரெஸ்ட் பண்ண கோர்ட்டுக்கு வர முடியல. எல்லா விஷயத்தையும் மகேந்திரன் சொன்னான்"

"இப்ப எங்க இருக்க?"

"விஷயம் கேள்விப்பட்டு பொய் சொல்லிட்டு வந்துட்டேன். ஸ்டேஷன்லதான். அவ என் முன்னாடிதான் இருக்கா"

"விஜய் அவன் க்ளர்க்க அவ சொன்னதோட காப்பி வாங்க அங்கதான் அனுப்பி வச்சிருக்கான். அந்தத் தாள்ல இருக்குற ஒரு வார்த்தைக்கூட அந்தக் கிழவன் கைல போய்றக்கூடாது. புரியுதா?"

"இத சொல்ல வேற செய்யணுமா?"

"அவள எப்ப வெளியக்கொண்டு வருவ?"

"நீ சொல்லு, எப்ப கொண்டு வரணும்?"

"எவ்வளவு முடியுமோ அவ்வளவு சீக்கிரம். எப்பவும் போகக்கூடிய ரூட் வேண்டாம். ஈசியா மாட்டிக்குவோம். ஆள் இல்லாத யானைப்பாலம் ஹைவேதான் சரிபட்டு வரும். எவ்வளவு வேகமா தகவல் போனாலும் போலீஸ் வர அரைமணிநேரம் ஆகும்.

"அது சரி. ஆனா அங்க எப்படி?"

"ப்ரேக்டவுன்னு சொல்லி நம்மாளுக லாரி ஒண்ண ரோட்ல போட்டு ஸ்டேஷன் முன்னாடியே ட்ராபிக் பண்ணு. அவனுகளுக்கு இருக்குற ஒரே வழி ஹைவே மட்டும்தான். பாதுகாப்புன்னு சொல்லி அந்த வண்டிக பின்னாடி எந்த வண்டியையும் வர விடாம நின்னு பாத்துக்க ரெண்டு போலீஸைப் போடு. நம்மாளுக வண்டியை எடுத்து ட்ராபிக் கிளியர் ஆனதும் நீ கிளம்பு. கூட நீ வர வேண்டாம்"

நான் அழைப்பில் இருக்கும்போதே தமிழ் அவளருகில் சென்றான். அவளைப் பார்த்தபடியே ஸ்டேஷனில் அனைவரும் கேட்கும் விதமாக சத்தமாகச் சொன்னான்.

"சீக்கிரம் எல்லாத்தையும் ரெடி பண்ணுங்க. சனியனை ஓச்சு விடுவோம். கன்பெஷன் கொடுக்க வேண்டிய இடத்துல கம்ப்ளைன்ட் கொடுத்து... மேலிடம் வரைக்கும் விஷயம் போய் இப்ப நம்ம தலை உருளுது. அந்தக் கம்ப்ளைன்ட்டோட காப்பி அட்வகேட், ப்ரஸ், அரசியல்வாதின்னு வெளிய இருந்து யார் வந்து கேட்டாலும் கொடுக்கக்கூடாதுன்னு ஆர்டர். அத மீறி போச்சு தொலைச்சிருவேன். அப்புறம் எவ்வளவு சீக்கிரம் எப்.ஐ.ஆர் போட்டு பார்மாலிட்டீஸ் முடிக்கனுமோ அவ்வளவு

சீக்கிரத்துல முடிக்கணும். இவளயும் சீக்கிரம் சேக்க வேண்டிய இடத்துல சேக்கணும்."

கூடியிருந்த போலீஸ் கூட்டம் பயத்துடனும், பின் அவளைப்பார்த்து கோபத்துடனும் கலைவதை உணர்ந்தேன். அந்தக் கூட்டத்துடன் வெளியேறும் புதிதாக வேலைக்கு சேர்ந்த எஸ்.ஐ ஒருவனையும், வயதான ஏட்டு ஒருவரையும் தமிழ் அழைத்தான்.

"நீங்க ரெண்டு பேரும்தான் இவளக் கொண்டு போறீங்க. எனக்கு இன்னும் மினிஸ்டர் ட்யூட்டி முடியல"

என்ன நடக்கப்போகிறது என்று தெரியாமல் அவர்கள் இப்படி அப்பாவியாக சம்மதிக்கிறார்களே என்று வருத்தப்பட்டுக் கொண்டேன். நான் இப்போது என்னுடைய ஆட்களுக்கு போன் செய்தேன்.

"அண்ணே சொல்லுங்கண்ணே"

"டேய்... நம்ம கூட்ஸை ரெடி பண்ணுடா"

"அண்ணே அதையா?"

"சொன்னத செய்டா?"

அவன் பரபரத்து ஷெட்டை நோக்கி ஓடினான்.

பழைய குடோவ்னுக்குள் கார் நுழைந்ததும் என்னுடன் போனில் பேசியவன் காத்துக்கொண்டிருந்தான். வேறு யாருமில்லை, நன்றாக பாடுவானே அவன்தான். விஜய்க்குகூட அவனைப் பிடிக்கும். கர்நாட்டிக் பைட்டர் என்று அவன்தான் இவனுக்கு பெயரும் வைத்திருந்தான். காரிலிருந்து இறங்கிய என்னிடம் லாரியின் சாவியை கொடுத்துவிட்டு "ஏய்..." என்று சத்தமிட்டவாறு அவன் முன்னால் ஓடினான். அவன் சத்தமிட, உள்ளே இருக்கும் பலரில் சிலர் வெளியே வந்து ஷெட்டின் உயரமளவு தொங்கும் தார்பாயை விலக்கினர்.

கன்னம் ஒட்டினாற்போல முகப்பு. ஹெட்லைட்போல கண்கள். இருபுற ஸ்ப்ரிங்கில் தொங்கிக்கிடக்கும் முறுக்கப்பட்ட கருப்பு திருஷ்டி கயிறுகள். எஞ்சின் வெப்பம் வெளியேற இருக்கும் இருப்பத்து நான்கு ஓட்டைகள். நெற்றியில் ஆங்கிலத்தில் எழுதப்பட்ட "கூட்ஸ் கேரியர்" என்ற பெயர். மொத்தத்தில் கொலை முகம் கொண்ட நாற்பது வருட பழமையான கரியநிற மீசை வரையப்பட்ட மஞ்சள்நிற லாரி தயாராகிக்கொண்டிருந்தது.

அதன் பின்புறக் கதவுவரை மணல் நிரப்பப்பட்டிருந்தது. அதன்மேல் முழுவதுமாக மிகப்பெரிய மரத்தடிகள் ஒவ்வொன்றாக ஏற்றப்பட்டிருந்தன. இப்போது அவற்றை மொத்தமாக கட்டுவதற்கு பதிலாக ஒவ்வொன்றும் தனித்தனியாக லாரி கம்பிகளுடன் கட்டப்பட்டுக் கொண்டிருந்தது. தீவிரமாக இருபது பேர் அதில் வேலை பார்த்துக் கொண்டிருந்தனர். ஒருவனிடம் துணி வாங்கி அதன் முகப்பில் இருக்கும் தூசியை தட்டிவிட்டு எஞ்சின் பானட்டை திறந்து அதினுள்ளிருந்து நீளமான ஒரு அரிவாளை எடுத்து துடைக்க ஆரம்பித்தேன்.

"அண்ணே எப்பவும்போல நம்ம ஜீப் வரணுமா?"

"ம்"

"சரிண்ணே தகவல் சொல்லிடுறேன்"

அவன் மறைந்ததும் அரிவாளை லாரியின் முகப்பின்மேல் வைத்து விட்டு, அதன் அருகிலேயே நானும் ஏறிப் படுத்தேன். தமிழிடமிருந்து அழைப்பு வந்தது.

"ஏதோ அவ உயிருக்கு பாதுகாப்பு கேட்ருப்பா போல. கமிஷனர் ஆபிஸ்ல இருந்து ரெண்டு வேன்ல போலீஸ் அனுப்பிருக்கானுக?"

"என்ன பண்ண?"

"எவ்வளவு முடியுமோ அவ்வளவு சீக்கிரம் கிளம்பச்சொல்லு"

எதிர்முனையில் தமிழ் திகைப்பும் குழப்பமும் சூழ... "ம்" என்றான்.

"காப்பி வாங்க யாராவது வந்தாங்களா?"

"மூணாம் நம்பர் மஜிஸ்ட்ரேட் வந்து ஒரு காப்பி வாங்கிட்டு போனாரு. அவ்வளவுதான் வேற யாரும் வரல"

எனக்கு தூக்கிவாரிப்போட்டது. அமைதியானேன்.

"ஹலோ ஹலோ"

"காப்பி விஜய் கைக்கு போயிருச்சு"

"என்னப்பா சொல்ற? மஜிஸ்ட்ரேட் கைல உள்ளது அவன் கைக்கு எப்படி போகும்?"

"அவட்ட கோர்ட்ல கம்ப்ளைன்ட் வாங்குனதே மூணாம் நம்பர் மஜிஸ்ட்ரேட்தான். அவருக்கு எதுக்கு அது? அப்புறம் அவரப் பாத்தியா?"

தமிழ் தலையில் கை வைத்தான்போல.

"கை மட்டும் கார்ல இருந்தபடியே காட்டுனாப்ள"

நான் சிரித்தேன்.

"இப்ப என்னப்பா செய்ய?"

"பாத்துக்கலாம்"

என் நினைவுகளோ பின்னோக்கி சென்றது.

பதினைந்து வருடங்கள் ஓடியிருந்தன.

நான் சித்தியுடன் உள்ளே நுழைந்தபோது சாரா கேக் வெட்டி விஜய்க்கும் அபர்ணாவிற்கும் ஊட்டிக் கொண்டிருந்தாள். நான் ஒரு ஓரமாக நின்று உணர்ச்சியில்லாமல் எல்லாவற்றையும் பார்த்துக் கொண்டிருந்தேன். விஜய் என்னை அழைத்தான். இருக்கும் கூட்டத்தைக் காட்டி “எல்லாம் முடியட்டும்” என்று சைகையால் சொன்னேன். அதற்குள் சாரா கையில் கேக்குடன் ஓடிவந்து அணைத்துக்கொண்டாள்; கொண்டுவந்ததைக் கொடுத்தேன்.

“டேய் இதெல்லாம் எதுக்கு? அதுவும் வைரத்துல. தங்க மோதிரமா இருந்தாக்கூட அடகாவது வைக்கலாம்”

“ஆரம்பிச்சிட்டான்” என்ற முகபாவனையில் அபர்ணா தலையில் அடித்துக்கொள்ள நானும் சித்தியும் சிரித்துக்கொண்டோம். விஜய்யை தனியே அழைத்தேன்.

“டேய் ஏற்கனவே ரொம்ப லேட் ஆகிருச்சு. அப்பாட்ட கான்ட்ராக்ட் போட வந்தவங்க இப்ப என் கையெழுதுக்காகத்தான் வெய்ட்டிங். நான் கிளம்புறேன். சித்தி இங்க இருப்பாங்க. கார் புக் பண்ணி வீட்டுக்கு அனுப்பி வச்சிரு. அபர்ணாவ சமாளிக்க முடியாது. அதான் உன்கிட்ட சொல்றேன்.

“சாப்டாவது போடா”

அதுக்கெல்லாம் நேரமில்லை என்பதுபோல வாட்ச்சை காண்பித்தேன்.

“சாரா கேட்டா நாளைக்கு வீட்டுக்கு வாரேன்னு சொல்லிரு”

அமைதியாக கீழே இறங்கி காருக்குள் ஏறினேன். அப்படி ஒரு தனிமை திடீரென்று என்னை தொற்றிக்கொண்டது. அதுவரை எனக்கு அப்படி ஆனதில்லை என்றே நினைக்கிறேன். என்ன நினைத்தேனோ தெரியவில்லை; சத்தமாகக் கத்தினேன். அதுபோன்ற இடத்தில் அப்படி கத்தியது அதுதான் முதல் முறை. என்னைக் கடந்து சென்ற ஒரு காருக்குள் இருந்த குழந்தை நான் செய்வதை வெறித்துப் பார்த்தது. அதை உணர்ச்சியில்லாமல் பார்த்தேன். பின் சிரிக்க முயன்றும் தோற்றேன்.

வீட்டிற்குள் நுழைந்தபோது நீச்சல் குளம் அருகில் அமர்ந்து அப்பா குடித்துக் கொண்டிருந்தார். எவ்வளவு முடியுமோ அவ்வளவு வேகமாக அவரை அவசர அவசரமாக கடக்க முயன்றேன்.

“டேய் இங்க வா...”

“டயர்ட்டா இருக்குப்பா... காலைல பேசுவோம்”

உற்றுப் பார்த்தார்.

“மொத வாடா இங்க, அப்புறம் இன்னைக்கு என்ன பொய் சொல்லிட்டு வந்த?”

கேட்டுவிட்டு “எல்லாம் தெரியும்” என்ற தோரணையில் சிரித்தார்.

சோர்வுடன் சென்று அமர்ந்தேன். கிளாஸை எடுத்து நீட்டினார்.

“வேண்டாம்பா”

“எப்ப தேவையோ அப்ப குடிக்காதீங்கடா. கண்ட கண்ட காரணத்துக்காகல்லாம் குடிச்சிட்டு, சும்மா நின்ன போலீஸ் வண்டியை தீ வச்சு எரிக்க மட்டும் தெரியும்”

நீட்டிய க்ளாஸை கீழே வைத்தார்.

“நீ இன்னும் அத மறக்கலையா?”

“அந்த எப்ஐஆரை க்வாஷ் பண்ணி, உன்னை பார் கவுன்சில்ல வக்கீலா பதிய வைக்க நான்தான நாய் மாதிரி ஓடுனேன். எப்படி மறக்க முடியும்?”

நான் சிரித்தேன்.

“ஒண்ணு என்னை மாதிரி அமைதியா இரு. இல்ல அவன்கூட நிம்மதியா பழகு. நீதான் அவனுக்கு எல்லாம் பண்ற. ஆனா ஒரு அஞ்சு நிமிஷம்கூட அவனோட உன்னால இருக்க முடியல. இதுல அவன்மேல எப்பவும் கொலைவெறில வேற இருக்குற. இது எப்படி இருக்குனா ஊர்ல ஒரு சொலவம் சொல்லுவாங்க... பாரு இந்த நேரத்துக்கு அதுவும் ஞாபகம் வர மாட்டேங்குது. வேதனையை தேடித் தேடில்ல போய் வாங்குற. சரி ஒரு கல்யாணம் பண்ணுன்னா, இன்னும் அவள மறக்க

முடியலன்னு சொல்ற. இந்த விஷயத்துல மட்டும் என்னால உன்ன புரிஞ்சிக்கவே முடியலடா"

ராவாக இன்னொன்றை ஊற்றி குடித்துவிட்டு அமைதியாக இருந்தேன்.

"இப்பவாவது சொல்லு என்னதான்டா நினைக்குற? லா காலேஜ்ல உன்னை சேரச் சொன்னதுதான்டா நான் செஞ்ச பெரிய தப்பு. அதுக்கு உலகத்துல இருக்குற அத்தனை பிராண்டி பாட்டிலையும் எடுத்து என் மண்டையை உடைச்சாலும் தகும். ஒருத்தன் அப்படி போய்ட்டான். இருக்குற ஒண்ணு இப்படி இருக்கு. உனக்கு ஒரு கல்யாணம் பண்ணி வைக்கனும்ங்குற ஆசை எனக்கும் இருக்காதா? உன் சித்தி அதப் பத்தி பேசாத நாள் இல்ல... நான் சரியில்ல. உன்னை இழுத்துப் பிடிச்சு ஒருத்திக்கு கல்யாணம் பண்ணி வச்சிருக்கணும். அப்படி வச்சிருந்தா சாரா மாதிரி உனக்கும் ஒரு பொண்ணு இந்நேரம் இந்த வீட்ல துள்ளி குதிச்சு விளையாண்டுட்டு இருக்கும். எனக்கு கொடுத்து வச்சது அவ்வளவுதான்"

தம் ஒன்றை பற்ற வைத்துவிட்டு நீட்டினார். அவருக்கும் ஒன்றை பற்ற வைத்துக்கொண்டார். என் அமைதி அவருக்கு எரிச்சலை உண்டாக்கியிருக்கும்போல.

"டேய் நான் உன்ட்ட ஒரு அப்பன் மாதிரியா பழகிட்டு இருக்கேன், சொல்லு? நான் பாட்டுக்கு பேசிட்டே இருக்கேன், எனக்கு மரியாதை கொடுக்க வேண்டாம். இந்தா உள்ள போகுதுல்ல... இதுக்காவது ஒரு மரியாதை கொடுத்து வாயத் திறந்து எதையாவது சொல்லலாம்ல. இல்ல இனிமே இதப் பத்தி என்கிட்ட பேசாதன்னு இந்த செருப்ப எடுத்து என்னை நாலு சாத்து சாத்தவாவது செய்"

இன்னொரு பெக் ஊற்றப்போன அவரின் கையைப் பிடித்தேன்.

"எனக்கும் அபர்ணாவுக்கும் குழந்தை பிறந்திருந்தா அதுவும் சாரா மாதிரிதானப்பா இருந்திருக்கும்?"

அவர் கண்கள் கலங்கியது.

"மறுபடியும் ஏண்டா?"

கலங்கிய அவர் கண்களைத் துடைத்துவிட்டு பாட்டிலை கையோடு எடுத்துக்கொண்டேன். அப்படி குடித்தபடியே நான்

வீட்டிற்குள் சென்றது எனக்குப் பிடிக்கவில்லை; ஒருவேளை அவருக்கு பிடித்திருக்கக்கூடும்.

தமிழ் மீண்டும் அழைத்தான். கடந்தகால காட்சிகள் மெல்ல என்னை விட்டு விலகியது.

"முன்னாடி ஒரு வேன். பின்னாடி ஒரு வேன். மொத்தம் பதிமூணு போலீஸ். நான் இருபது நிமிஷ கேப்ல குறுக்கு பாதை வழியா வாரேன். ஜீப் டிரைவர் நம்மாளு. அன்யூனிபார்ம்"

லாரி முகப்பிலிருந்து அரிவாளுடன் கீழே குதித்து ஷெட்டை விட்டு வெளியே வந்து கத்தினேன்.

"இந்த லாரியையும், துப்பாக்கியையும் மெய்ன்டெய்ன் பண்றவன் எவன்டா?"

அந்தக் கூட்டத்திலிருந்து ஒருவன் கை உயர்த்தினான். மீண்டும் அவன்தான். விஜய்க்கு பிடித்த அதே ஆள். ஓடிவந்தவனிடம் லாரியின் பானட்டை துறந்து இன்னொரு நீளமான வெட்டரிவாள் ஒன்றை தூக்கிப்போட்டேன்.

முழுவதுமாக போட்டு முடிக்கப்படாத, பணிகள் நிறுத்திவைக்கப்பட்ட புழுதி தோய்ந்த நான்கு வழிச்சாலை. அதன்மேல் வழக்கத்தைவிட உயரமாக - கீழே நின்று பார்த்தால் மேலே நிற்பவர்களின் முகம் தெரியாத அளவிற்கு - நடந்து கொண்டிருந்த பதினோரு கிலோமீட்டர் நீள மேம்பாலத்திற்கான வேலைகளும் நிறுத்தி வைக்கப்பட்டிருந்தன. காவல்துறை வாகனங்களுக்காக மேம்பாலம் தொடங்குமிடத்தில் காத்துக்கொண்டிருந்தேன். அருகிலிருந்தவன் ஒருவித பதட்டத்துடனும் பயத்துடனும் அமர்ந்திருந்தான்.

"போலீஸ்னா பயமா?"

"இல்லண்ணா... நீங்கன்னாதான் பயம்"

புன்முறுவல் செய்தபடியே லாரியின் பக்கவாட்டு கண்ணாடியைப் பார்த்தேன். போலீஸ் வாகனங்கள் புழுதி பறக்க அந்த இருவழிச் சாலைக்குள் நுழைவது தெரிந்தது. ஏதோ ஒரு விரக்தி.

"நீ புதுசா சேந்த அன்னைக்குப் படிச்ச பாட்டுதான் இப்ப ஞாபகத்துக்கு வருது. இப்ப யோசிச்சு ஒண்ணும் ஆகப்போறது இல்ல"

"அண்ணே புரியல"

"இது உனக்கு புரியறதுக்காக சொல்லல; எனக்கு புரியுறதுக்காக சொல்லிக்கிறேன்..."

இருந்தாலும் பாடினேன். "என் ஊரு மதுரப் பக்கம்...."

சிரித்தான்.

மனதுக்குள் நினைத்துக்கொண்டேன்: "நாம ஒவ்வொருத்தரும் ஒரு பாதையை நம்ம காலுக்கு கீழ உருவாக்குறோம். நல்லதோ கெட்டதோ அது நம்மள கொண்டுபோய் சேக்குற ஒவ்வொரு இடத்தையும் அப்படியே ஏத்துக்கணும். அதப் பத்தி வருத்தப்படவும் கூடாது; அதுல இருந்து பின்வாங்கவும் கூடாது. கடைசியா அது நம்மள எங்க கொண்டு போய் விடுதோ அங்க நின்னு சிரிக்க மட்டும் கத்துகிட்டா போதும்"

"அந்தப் பாட்டப் பாடேன்"

“எல்லோர்க்கும் வாழ்க்கை இங்கே எண்ணம்போல வாய்க்காதம்மா,

வாய்க்காட்டி விட்டுத்தள்ளு ஏன் ஏங்கணும்.

வந்தாரை வரவில் வைப்போம்,

விட்டுப்போனா செலவில் வைப்போம்,

வேண்டாத பாரம் எல்லாம் ஏன் தாங்கனும்.

பூ பூத்ததெல்லாம் காயாகுதா,

காயனதேல்லாம் கனியாகுதா,

இதுக்காக வாடலாமா, அதுக்காகப்...”

லாரி மேம்பாலத்திலும் அதன் நேர்கீழ் சாலையில் காவல்துறை வாகனங்களும் சென்று கொண்டிருந்தது. எனக்கும் அவனுக்கும் இடையில் கிடக்கும் வெட்டரிவாளைப் பார்த்தேன்.

“முடிஞ்சா போலீஸ் ஜீப்ப மட்டும் விட்ரு.... முடிஞ்சா மட்டும்”

அவன் முகத்தைத் துணியால் மறைத்துக்கொண்டு, அரிவாளுடன் லாரியின் கைப்பிடி கதவைத் திறந்து பின்னால் சென்றான். நான் லாரியை பாலத்தின் தடுப்புச்சுவரை ஒட்டியபடி படுவேகமாக இயக்கினேன். காவல்துறை வாகனங்கள் மூன்றும் லாரியின் நேர்கீழிலிருந்து கொஞ்சம் பின்னால் வந்துகொண்டிருந்தது. பின்னால் வரும் வேன்தான் என் முதல் இலக்கு. இருவர் சேர்ந்து கட்டிப்பிடிக்கும் அளவு அகலம் கொண்ட மரத்தடி ஒன்றை கட்டியிருக்கும் கயிற்றை அவன் ஒரே வெட்டாக வெட்டினான். அது வேகமாக கீழ்நோக்கி பாய்ந்தது.

ஆனால் வாகனங்களுக்கு மேல் விழுவதற்கு பதில் அதன் பக்கவாட்டில் விழுந்து, விழுந்த வேகத்தில் துள்ளி ஜீப்பின் பின்புறம் வந்து கொண்டிருக்கும் வேன் ஒன்றின் வலது பக்கத்தில் இடித்தது. அதன் வலது பக்கவாட்டு சக்கரங்கள் இரண்டும் சாலையிலிருந்து மேல் தூக்கி இடதுபுறமாக சாய்ந்து கொஞ்சம் நிலைகுலைந்து பக்கவாட்டு கண்ணாடிகள் சில சிதற பின் இருபுறமும் குலுங்கி நேர் நின்றது.

வேனுக்குள் இருந்த போலீசாரும் வேன் போலவே நிலைகுலைந்து சமநிலைக்குவர முயற்சித்தனர். அதிர்ச்சியடைந்த டிரைவர் அந்த வாகனத்தை சாலையில் நிறுத்தினார். முன்னாள் சென்ற போலீஸ் ஜீப்பும், இன்னொரு வேனும் அதேபோல மரத்தடி விழுந்த

பகை பாவம் அச்சம் பழியென நான்கு பெருஞ்சித்திரச் சொற்கள் ✺ 159

பயங்கரச் சத்தத்தைத் கேட்டு நின்றது. அப்படி நின்றதைப் பார்த்த நான் மேம்பாலத்தில் அந்த வாகனங்களை கடந்து முன்னால் சென்றுகொண்டிருந்த லாரியை சட்டென்று படுவேகத்தில் ரிவர்ஸ் எடுத்தபடியே பக்கவாட்டில் தொங்கிக்கொண்டிருந்த அவனை நோக்கி வெறியுடன் கத்தினேன்.

“மேல ஏறி இன்னொன்ன வெட்றா...”

நான் சொன்னதுபோலவே அவன் வெட்டுவதும், கீழே நிலைகுலைந்து நிற்கும் வாகனத்தில் இருந்து இறங்கியபடி போலீசார்கள் மேலே பார்ப்பதும் சரியாக இருந்தது. மேம்பால கைப்பிடிச் சுவரில் பக்கவாட்டாக தட்டுப்பட்டு, பின் நேர்பட்டு இடதுபுறமாக சாய்ந்து ஒரு ராட்சத வேர் இல்லாத மரம் பூமியை நோக்கி செங்குத்தாக வருவதுபோல பாய்ந்த அம்மரத்தடி அப்படியே ஆள் இல்லாத போலீஸ் வாகனத்தின் நடுவில் மீதமிருந்த முன் மற்றும் பின் கண்ணாடிகள் சிதறிப் பறக்க குத்தி நின்றது. கண்ணாடிச் சில்கள் கை கால் முகத்தில் தெறித்து சொருவ போலீசார்களும் ஓடிச் சிதறினர். பாய்ந்த மரத்தடி நட்டு வைத்த மரம்போல அப்படியே தூசி சூழ நிற்பதைப் பார்த்தேன்... ஆஹா! அற்புதம்.

கீழிருந்து மேலே பார்த்தவர்களுக்கு எங்களைத் தெரியவில்லை. ஆனாலும் எதற்கோ கட்டுப்பட்ட ஜீவராசிகளான அவர்கள் வழக்கம்போல என்ன செய்வதென்று தெரியாமல் சுடத் தொடங்கினர். குண்டு சத்தம் கேட்டு போலீஸ் ஜீப்பிற்குள் இருந்த அந்தப் பெண் காதைப் பொத்தியபடி உள்ளேயே சுருங்கி மடங்கியிருப்பாள் என்று நினைத்துக்கொண்டேன்.

நான் லாரியை பாலத்தின் வலதுபுறம் பின்னால் எடுத்து அவனைப் பாதுகாத்தேன். அதனால் லாரியின் முன்கண்ணாடியில் சீறிவந்த குண்டுகள் சில பாய்ந்து மொத்த கண்ணாடியும் சிதறி விழுந்தது. நான் மயிரிழையில் தப்பித்தேன். மேலே இருந்த அவனும் லாரியின் இடதுபுறத்தில் இருந்து வலதுபுறத்திற்கு பின்னோக்கி சாய்ந்து தலைகுப்புற கீழே விழுவதுபோல தத்தளித்தான். அதில் அவன் கையில் வைத்திருந்த அரிவாள் தவறி ஒரு மரத்தை கட்டியிருக்கும் ஒரு கயிற்றின் இடையில் சொருவி நின்றது.

குண்டுகளிலிருந்து தப்பிக்க லாரியை ரிவர்ஸில் ஓட்டிக்கொண்டிருந்த நான் ஆக்ஸிலேட்டரை மிதித்தபடி இருக்கையிலிருந்து எழுந்து வெளியே தலையைவிட்டு

கீழே சாலையில் தலைகுப்புற விழப்போவதுபோல தொங்கிக்கொண்டிருந்த அவனை இழுத்துப் பிடித்து அங்குமிங்கும் ஆடிக்கொண்டிருந்த லாரியின் கைப்பிடிக்கு கொண்டு வந்து தொங்க வைத்தேன். இப்போது அவனும் அதனுடன் சேர்ந்து ஆட தொடர்ந்து வந்த கண்மூடித்தனமான குண்டுகளிலிருந்து தப்பித்து லாரியை ஒரு ஓரத்தில் நிறுத்தி நான் இறங்கினேன். கயிற்றினில் ஆடியபடியிருந்த அரிவாளையும், கீழே மூச்சுவாங்கியபடி நின்றுக்கொண்டிருந்த அவனையும் மாறி மாறி பார்த்தேன்.

வேறு என்ன செய்ய? "எட்றா லாரியை..." என்றேன்.

முகத்தை துணியால் மறைத்துக்கொண்டு இடது கையை கயிற்றிலும், வலது கையை ஆடிக் கொண்டிருந்த அந்த அரிவாளைப் பிடிங்கி அதை வைத்தே ஒவ்வொரு மரத்தடியில் ஓங்கி வெட்டி அதுதரும் பிடியில் லாரியின் மேலே ஏறி அவர்களைப் பார்த்தேன். அவர்கள் நடத்திய துப்பாக்கிச் சூட்டில் ஒரு மரத்தைச் சுற்றியிருந்த கயிறு நைந்திருந்தது.

"ஒருத்தனும் இந்த ரோட்டைத் தாண்டக்கூடாது. பாலத்துக்கு கீழ இறக்குடா வண்டியை..."

அவன் லாரியைக் கிளப்பினான். தடுப்புகள் இல்லாத இடம் வந்ததும் இரண்டு மரத்தடிகளின் கயிறுகளை வெட்டினேன். அது சாலையின் குறுக்காக, அடைப்பு பூட்டப்படாத லாரியின் பின்பக்கமாக சறுக்கிப்போய் கீழே உருண்டு விழுந்தது. பயந்துபோனவர்கள் பின்வாங்க இப்போது எதிர்பார்த்தபடி ஜீப் மட்டும் அந்தச் சாலையில் முன்னோக்கி நகர்ந்தது. இரண்டு வேன்களை கடந்து குறிப்பிட்ட ஒரு தூரம் வந்ததும் தமிழ் ஆளான ஜீப் டிரைவர் ஜீப்பிலிருந்து இறங்கி ஓடினான். எல்லாம் முடிந்தது என்ற நினைப்பில் வேகமாக ஓட்டிக் கொண்டிருந்த லாரியின் வேகத்தை அவன் குறைத்தான். ஆனால் அந்த நேரத்தைப் பயன்படுத்தி சப் இன்ஸ்பெக்டர் டிரைவர் சீட்டிற்கு வந்து ஜீப்பை வந்த வழியே வேகமாக திருப்பினான். அவனுக்கு சந்தேகம் வந்திருக்கும். உடனே கத்தினேன்.

"ஜீப்பைத் தட்டித் தூக்குடா"

அவன் லாரியை வேகப்படுத்தினான். இளம் சப் சுடத் தொடங்கினார். அவ்வளவுதான் லாரி பாலத்தின் தூண் ஒன்றில்

மோசமாக இடித்தது. இடித்த வேகத்தில் அது அப்படியே பின்னோக்கித் திரும்பியது. அது அப்படி திரும்பி நிற்கவும் நான் லாரிக்குள் இடதுபுறமாக நுழையவும் சரியாக இருந்தது.

“திருப்ப நேரமில்லை... அப்படியே எடு”

லாரி ரிவர்சில் ஜீப்பை நோக்கி சென்றது. சப் இன்ஸ்பெக்டரும் மனிதன்தானே பயந்து ஜீப்பை பின்னோக்கி இயக்கினான். இனிமேலும் முகத்தை மறைத்திருக்கும் துணி தேவையில்லை என்று நினைத்தேன். அதைக் கழட்டிக்கொண்டு எங்கள் இருவருக்குமிடையில் பின்புறமாக இருந்த சிறிய கையடக்க ஜன்னல் கதவைத் திறந்தேன். அதன் வழியே பின்னால் பார்த்தேன். சரியாக அந்த ஜன்னல் கதவை ஒட்டினாற்போல வைக்கப்பட்டிருந்த பெரிய மரத்தடி ஒன்றின் நடுப்பாகத்தில் அதன் நீளத்திற்கு வட்ட வடிவில் ஓட்டை போடப்பட்டிருந்தது. அதன் வழியே பார்த்த என் கண்களுக்கு ஜீப் தெளிவாகத் தெரிய இருக்கையின் அடியிலிருந்து ஷாட் கன் ஒன்றை எடுத்தேன். பின் பொறுமையாக குறி வைத்தேன். ஒரே ஷாட். ஜீப் டயர் வெடித்து சாலையில் அது அங்குமிங்கும் அலைக்கழிந்து பாலத்தினடியில் செல்லும் சாலை ஒன்றில் மோதி ஒரு ஓரமாக நின்றது. அதிலிருந்த சப் இன்ஸ்பெக்டரும், வயதான ஏட்டும் பயந்து பின்னோக்கி தெறித்து ஓடினார்கள். மனதுக்குள் சொல்லிக்கொண்டேன்.

“யார்ட்ட இருந்துடா அவளுக்கு பாதுகாப்பு தர்ரீங்க?”

சப் இன்ஸ்பெக்டரையும், ஏட்டையும் காலில் சுட்டேன். அவர்கள் சுருண்டு விழுந்தார்கள். உள்ளே பயந்துபோய் இருந்த அவளை குறிவைத்தும் சுடாமல் விட்டேன். பிரதானச் சாலையில் அல்லாமல் குறுக்குப் பாதை வழியாக இன்னொரு ஜீப் வந்தது. அதைப்பார்த்த அவள் தன்னைக் காப்பற்றிக்கொள்ள ஜீப்பிலிருந்து இறங்கி அதைநோக்கி கைகாட்டியபடியே லாரியை திரும்பி திரும்பி பார்த்துக்கொண்டு ஓடினாள்.

அப்படி அவள் லாரியை பார்த்துவிட்டு பார்வையை அதிலிருந்து அகற்றி ஜீப்பை பார்க்கும் கணத்தில் வந்த வேகத்தில் அந்த ஜீப் அவளை இடித்துத்தூக்கி அவள் எங்கிருந்து ஓடத் தொடங்கினாலோ அதே சாலையின் ஓரத்தில் லாரி முன்பாக அவளை தூக்கி வீசியது. லாரியிலிருந்து குதித்து அவளருகே சென்றேன். உயிருக்குப் போராடிக் கொண்டிருந்தாள். சிகரெட்டை

எடுத்துப் பற்ற வைத்து ஜீப்பை பார்த்தேன். மகேந்திரன் இறங்கினான். இன்னொரு போலீஸ் ஜீப்பிலிருந்து இன்ஸ்பெக்டர் தமிழும், ஓடிப்போன ஜீப் ட்ரைவரும் இறங்கினார்கள்.

“வாங்கடா போய் பாக்கலாம்னு, பின்னாடி வந்த வேன்ல இருந்து ஓடி வந்த போலீஸ்கள கூப்பிட்டா ஒருத்தனும் ஏன் வரலன்னு அந்த வேனை பாக்கும்போதுதான் தெரிஞ்சது. மரத்துக்கு அடில எவனாவது சிக்கிருந்தா அவன வழிச்சுதான் எடுக்கணும்போல”

கை தூக்கி குடிக்க கொஞ்சம் தண்ணீர் கேட்டாள்.

தமிழிடம் கண்ணசைத்தேன். ஜீப்பிலிருந்து தண்ணீர் பாட்டில் எடுத்து வந்து கொடுத்தான். சாலையின் ஓரத்தில் விழுந்து கிடந்தவள் தண்ணீர் குடிப்பதற்கு அருகிலிருந்த மேம்பாலச் சுவரில் தலையைத் தூக்கிச் சாய்த்தவாறு பாட்டிலை வாயருகே கொண்டு சென்றாள். மகேந்திரன் என்னிடமிருந்து துப்பாக்கியை வாங்கி அவளை குறி பார்த்தான். அவளது அம்மாவுடன் இரவு நேரம் ஒன்றில் அவன் கழித்த மங்கலான காட்சிகள் அவள் நினைவுக்குள் வந்திருக்கும் என்று நினைக்கிறேன்.

“நானும் எவ்வளவோ கொலை பண்ணிருக்கேன். ஆனா உன் புருஷன் அந்த வாட்ச்மேன் நாயை கொன்னதுபோல ஒரு சந்தோஷமான கொலை வேற எதுவும் இல்ல. நம்ம வக்கீலும், போலீசும் இல்லைனா சத்தியமா மாட்டிருப்பேன்”

அவள் எதுவோ பேச வாயெடுத்தாள். மகேந்திரன் சுட அவளது வயிற்றிலிருந்து இரத்தம் சிதறி வழிந்தது. குனிந்திருக்கும் தமிழ் சீருடைமேலும் இரத்தம் சிதறியது.

“டேய் சைக்கோ... இந்த மாதிரி வேலை பாக்காதன்னு எத்தனை தடவை சொல்லிருக்கேன். மேலதிகாரிககிட்ட இதுக்கு என்னடா கதை சொல்ல?”

தமிழ் கோபமடைய நானும் மகேந்திரனும் சிரித்தோம். என்னுடன் வந்தவனிடம் காதில் கிசுகிசுத்தேன். அவன் ஓடிச்சென்று லாரி பானட்டை திறந்து ஒரு ரிவால்வரையும், அதன் குண்டுகள் இருக்கும் புல்லட் பாக்கையும் எடுத்து வந்து தமிழின் கையில் கொடுக்க அவனிடமிருந்து அதை எரிச்சலுடன் வாங்கிய அவன் அதை இறந்துபோன சப் இன்ஸ்பெக்டர், வயதான ஏட்டு,

அந்தப் பெண் என்று மூவர் மீதும் ஜீப் மீதும் சுட்டுவிட்டு மீண்டும் குண்டுகள் நிரப்பி ஜீப் ட்ரைவரைப் பார்த்தான்.

"எல்லாம் ஏற்கனவே சொன்னதுதான். என் ரூட் கிளியர். மினிஸ்டர் டூட்டிக்குனு சொல்லிட்டு நான் உள்ள வரத எல்லாரும் பாத்தாங்க. இன்னும் கொஞ்ச நேரத்துல போலீசும், பாரன்சிக்கும் வந்துருவாங்க. இப்போதைக்கு நீ செய்ய வேண்டியது இதுதான். அவங்க வரும்போது தெளிவா இருக்காத. 'முகம் தெரியல. துணியால மறைச்சிருந்தாங்க. மயங்கிக்கிடந்ததால செத்துட்டன்னு நினச்சி போய்டாங்க. அதையும் மீறி எதையாவது கேட்டா லாரி டிசைனை மட்டும் அரைகுறையா சொல்லு. அத எல்லாரும் பாத்துருப்பாங்க. வேற எதாவது சந்தேகம் இருக்கா?"

ஜீப் டிரைவர் இல்லை என்று தலையாட்டினான். தமிழ் தொடர்ந்தான்.

"ரெண்டு குண்டு அப்படிங்குறதுனால பயப்படாத. பெர்மனன்ட் டிஸாப்ளிட்டி எதுவும் ஆகாது. மீதி வர வேண்டியதும் உனக்கு கரெக்டா வந்து சேரும். அப்புறம் வேற எதாவது சிக்கல் வரும்னு யோசிக்கிறியா?"

அவன் யோசிக்கவில்லை.

"ரெண்டு வேன்லயும் இருந்த பீசில குறைஞ்சது ரெண்டு பேரையாவது நம்ம பக்கம் இழுத்துடலாம். அப்புறம் பலி போடுறதுக்கு நம்மகிட்ட பஞ்சமா என்ன? இன்னைக்கு சட்டத்துறை அமைச்சர் வந்துருக்காரு. அவர்னு நெனச்சு இங்க அட்டாக் பண்ணிட்டாங்கான்னு நக்சலைட், மாவோயிஸ்ட் கதை விட்றலாம். நம்ம நல்ல நேரத்துக்கு இது எலக்சன் டைம்வேற. அதுனால மூடிட்டு சுடு"

தமிழ் வயதையொத்த அவன் சத்தம் வராமலிருக்க கர்சீப் எடுத்து வாயில் வைத்து அவன் கண்ணை மூடினான். அப்படி அவன் வைத்துக்கொண்ட மறுநொடி ஒன்று அவன் தொடையிலும், ஒன்று அவன் வயிற்றின் ஓரத்திலும் துளைத்தது. எல்லாம் முடிய தமிழ் என்னைப் பார்த்தான்.

"லாரியைப் பிரிக்கச் சொல்லிரு. அடுத்த தடவை இந்தப் பேரையும் பாடியையும் மாத்திரு. என்ன எளவு டிசைன்ப்பா இது?"

பானட்டில் துப்பாக்கியையும், அரிவாளையும் போட்டுவிட்டு லாரியில் ஏறப்போன என்னுடன் வந்தவனிடம் விரல் சுண்டி லாரியின் முன்பக்கத்தின் கீழ் கண் காட்டினேன். உள்ளே சொருகியிருந்த நம்பர் பிளேட்டை எடுத்துவிட குறுக்கு பாதை வழியாக லாரி கிளம்பியது.

"விஜய்?"

தமிழ் கேட்டான்.

"அடுத்து அவன்தான்"

"என்ன பண்ணப் போற?"

தாடியைத் தடவினேன்.

"ரொம்பநாள் கூடவே வச்சிருக்கேன். செரைக்கலாம்னு இருக்கேன்"

கண்ணாடியின்முன் நின்று தாடியைத் தடவினேன். முன்னிருந்த ஷேவிங் க்ரீம், ரேசர் முதற்கொண்டு சகல சாதனங்களையும் தொட்டுப் பார்த்ததேன்; எடுத்தேன்.

அப்பா ஹாலில் இரண்டு வியாபாரிகளுடன் பேசிக்கொண்டிருந்தார். மாடியிலிருந்து கதவைத் திறந்தேன். நான் படி இறங்கி வர வர அப்பாவின் முகம் ஆச்சரியத்திலாழ்ந்தது. அவருடன் இருந்தவர்களை கவனிக்காமல் என்னையேப் பார்க்க ஆரம்பித்தார்.

“அங்க என்ன பாத்துட்டு இருக்கீங்க? சீக்கிரம் பால் எடுத்துட்டு வாங்க?”

சித்தி அழைத்தும் வராமல் அங்கேயே வேலைக்காரம்மா நிற்க, அதைப்பார்த்து குழம்பிய சித்தியும் அன்றுதான் என்னை தாடியில்லாமல் பார்த்தார்.

“மகேந்திரன் கால் பண்ணுவான். அப்ப இதுல இருந்து விஜய்ட்ட பேசு. என்ன பேசணும்னு அவனே சொல்லுவான். விஜய் குரல் எப்படி இருந்துச்சுன்னு மட்டும் அவன்ட்ட சொல்லிரு”

அப்பா குழப்பத்துடன் தலையாட்டிவிட்டு என்னிடம் ஏதோ கேட்க முற்பட்டார்.

“இப்போதைக்கு எதுவும் கேட்காத”

வியாபாரிகள் இருவருக்கும் வணக்கம் சொல்லிவிட்டு சித்தியை நோக்கி நடந்தேன். அவர்கள் பேசுவது தெளிவாகவே கேட்டது.

“ஏம்பா நாங்களும் கொஞ்ச காலமா பாக்குறோம். நம்ம ஆளுக எல்லாம் உன்னப் பாத்தா பயப்படுறாணுக. நீ என்னடான்னா தம்பி பேச்சுக்கு மறுபேச்சு பேச மாட்டுற. ஒண்ணும் புரிய மாட்டேங்குதே?”

“நீங்க எதுக்கு என்ன தேடி வந்தீங்க?”

“என்னப்பா உனக்கு தெரியாதா என்ன?”

“அட சும்மா சொல்லுங்க”

“பொருளுக்குதான்....”

“இன்னைக்கு இல்ல, என்னை மாதிரியே தொழில் பண்ற எல்லாரையும் விட்டுட்டு மொத மொதலா ஒருநாள் என்னை தேடி வந்தீங்களே அது எதுக்குன்னு கேட்டேன்”

“குத்திக் காட்றீங்க பாத்தீங்களா அண்ணாச்சி”

“அது இல்ல விஷயம். அன்னைக்கு தேதிக்கு ஒருத்தனாலும் பொருள ஒரு இஞ்ச்கூட நகட்ட முடியல. ஆயிரம் கிலோமீட்டர் தாண்டி நாங்க மட்டும் எப்படி கொண்டு வந்து சேத்தோம்?”

“அதப் பாத்துதான் நாங்க மிரண்டு போய்டோமே”

“இவன் லாரி ஓட்டிட்டு வந்தது மட்டும்தான் உங்களுக்குத் தெரியும். மரத்த கிழிச்சு சரக்க உள்ள வைக்குற ஐடியாவ கொடுத்ததே இவன்தான். அப்ப மட்டும் இல்ல ஒவ்வொரு தடவையும் நமக்கு சிக்கல் வரும் போதெல்லாம் என்ன பண்ணலாம் அண்ணாச்சின்னு என்னையக் கேப்பீங்கல்ல? நான் யாரக் கேட்பேன்னு நினைக்கிறீங்க? சாமியையா? இல்லவே இல்ல. இவனைத்தான்... உங்களுக்கு வரவேண்டியது நாளைக்கு மதியம் வந்து சேரும்”

எழுந்து அவர்களைப் பார்த்து கைகூப்பி வணங்கி அனுப்பி வைத்தார்.

“என்ன நடக்குது? நீ என்ன பண்ண போற?”

நான் எதுவும் பேசவில்லை.

“கெட்டவனா இருந்தா அவன் என்ன செய்யப் போறான்னு கொஞ்சம் கெஸ் பண்ணலாம். கெட்டவனை உருவாக்குறவனா இருந்தா? வர வர எனக்கே உன்னைப் பாத்தா பயமா இருக்கு”

வேறென்ன சொல்ல கிளம்பினேன்.

மகேந்திரனை கோர்ட் வளாகத்தில் வக்கீல்களின் சேம்பரின் அருகில் காத்திருக்கச் சொல்லியிருந்தேன். காரில் சென்றுகொண்டே அவனுக்கு அழைத்தேன்.

"கிழவன் வந்துட்டானா?"

"இன்னும் வரலப்பா"

"சரி அங்கேயே வெயிட் பண்ணு. அவங்க ரெண்டு பேரையும் தொடர்ந்து வாட்ச் பண்ணு. அவன் ஆபிஸ் விட்டு கிளம்புனதும் மட்டும் எனக்கும், அப்பாவுக்கும் கால் பண்ணு. அதுவரை பண்ணாத"

"சரி நீ எங்க இருக்க?"

"எங்க இருக்கணுமோ அங்க"

விஜய் வீட்டின் முன் நின்றுகொண்டு அழைப்பு மணியை தொடர்ந்து இருமுறை அழுத்தினேன். அபர்ணா குரல் கேட்டது.

"வரேன்.. வரேன்.."

ஆனாலும் விடுவதாயில்லை. மீண்டும் இருமுறை அழுத்தினேன். எல்லாம் ஒரு நடிப்புதான்.

"டேய் இருடா... மாமா இன்னும் வரல. வரும்போது கண்டிப்பா வாங்கிட்டு வந்துருவாரு"

இடது கையால் முகத்தை கொஞ்சம் மறைத்துக்கொண்டு மூன்றாவது முறையாக அழைப்பு மணியை அழுத்த கை வைக்க அபர்ணா கதவைத் திறந்தாள். என்னை விஜய் என்று நினைத்திருப்பாள்போல, சரியாகக்கூட பார்க்காமல் வீட்டுக்குள் திரும்பினாள்.

"நானும் கீழ் வீட்டுப் பையன்னு நெனச்சேன். காலைல இருந்து பத்து தடவை வந்துட்டான். என்ன இன்னைக்கும் மறந்துட்டியா?"

நான் பதில் பேசவில்லை.

"ஓ.. வரும்போதே கொடுத்துட்டு வந்துட்டியா? ஆளு பயங்கர சந்தோஷமா இருந்துருப்பானே?"

"ம்"

"அது இருக்கட்டும், இது என்ன புது பழக்கம்? காலைல என்னன்னா சாரி கேக்குற, இப்ப என்னடான்னா காலிங் பெல் அடிச்சு விளையாடுற? பொறுப்பா வேற இருக்குற? ம்... தலைவருக்கு இளமை திரும்புதோ?"

பேசிக்கொண்டே சென்றவள் ஏதோ யோசித்தவாறு சட்டென்று நின்றாள். அவள் பின்னாலேயே சென்றுகொண்டிருந்த நானும் நின்றேன்.

"ஆமா காலைல நீ பிளாக் அன்ட் வொய்ட்ல..."

மெதுவாக திரும்பினாள். என்னைப் பார்த்து அப்படியே நிற்க அவளைப் பார்த்து சத்தம் போட்டு சிரிக்க ஆரம்பித்தேன்.

“டேய்... பாவி..”

ஆச்சரியத்தில் சிரித்துக்கொண்டே அருகில் வந்தவள் கன்னங்களைத் தடவியபடியே பொய் கோபம் கொண்டாள்.

“டேய் உனக்கு தாடிதான் அழகே.. அத ஏன்டா?”

அவளது கோபத்தை இரசித்தேன்.

“சும்மா பொய் சொல்லாத?”

கன்னங்கள் இரண்டையும் பிடித்துக் கிள்ளினாள்.

“நான் ஏன்டா பொய் சொல்லப்போறேன். சரி என்ன சாப்பிடுற? டீ, காஃபி, டிபன், பொங்கல், பூரி, ஆம்லேட், மசாலா தோசை...”

ஹோட்டல் பாணியில் அடுக்கினாள்.

“ஒண்ணும் வேணாம். ஒரு வேலை விஷயமா இங்க பக்கத்துல வந்தேன். வந்த வேலை இன்னும் முடியல. எப்படியும் அரை மணிநேரம் ஆகும்னு நினைக்கிறேன். அதான் சாரா இல்லாம நீங்க ரெண்டுபேரும் ஒருத்தர் மூஞ்ச ஒருத்தர் எப்படி பாத்துட்டு இருக்கீங்கன்னு பாத்துட்டுப் போகலாம்னு வந்தேன்”

“அத ஏன் கேக்குற? நான் கூட சமாளிச்சிருவேன்போல. தலைவர்தான் பயங்கர அப்சட். எங்களை விடு. அங்க மட்டும் என்னாவாம்? ஒண்ணுமே உள்ள நடக்காத மாதிரி நடிக்குற?”

நான் ஆரம்பித்தேன். அதுவரை மகிழ்ச்சியாக இருந்த முகத்தை சோகமும் விரக்தியுமாக மாற்றிக்கொண்டேன்.

“ரொம்ப வருஷமா நடிச்சிட்டுத்தான் இருக்கேன். இது மட்டும் கஷ்டமா என்ன?”

காதில் விழாததுபோல கேட்டாள்.

“என்ன சொன்ன..?

“நீயும் என்ன மாதிரியே நடிக்க ஆரம்பிச்சிட்டியா?”

சிரித்துக்கொண்டே சோபாவில் அமர்ந்தேன்.

“டேய் நீயும் அவன மாதிரி புரியாம பேச தொடங்கிட்டியா? அவன்தான் கண்ட கண்ட புக் எல்லாம் படிச்சிட்டு தத்துவ மழையா பொழிவான். நீ எப்ப இருந்து இப்படி?”

“சரி அத விடு. தலைவர் எங்க?”

“தலைவருக்கு இப்பெல்லாம் கோர்ட்டும், ஆபிஸூம்தான் வீடு. இது அவனுக்கு கேஸ் கட் போட்டு வைக்குற குடோவ்ன். வர லேட் ஆகும். தெரியாத மாதிரியே எல்லாம் கேளு”

நான் பேசத் தொடங்க, தடுத்தாள்.

“வேண்டாம்பா நீ எதுவும் சொல்ல வேண்டாம். அப்புறம் ‘ரொம்ப வருஷமா எதுவும் தெரியாமத்தான் இருக்கேன். இது மட்டும் தெரியுமா என்ன?’ அப்டீன்னு சொல்லுவ. அது என்னான்னு புரிஞ்சுக்க முன்னாடி எனக்கு தலையே வெடிச்சிரும்.

நான் சிரித்தேன்.

“இப்படியே சிரிச்சிட்டு இருந்தா எவ்வளவு அழகா இருக்க? ஆனா இப்ப உன்னப்பத்தி வர தகவல் எல்லாம் முன்னவிட ரொம்ப மோசமா இருக்கே. ஆரம்பத்துல அது இதுன்னு அப்பாகூட சேந்து என்னல்லாமோ பண்ண. அப்புறம் அத எல்லாம் விட்டுட்டு வக்கீல் தொழில்ல பெரியாளா ஆகணும்னு முழு மூச்சா இறங்குன. இப்ப திரும்பவும் எதோ தப்பா பண்ற மாதிரி கோர்ட்ல பேச்சு அடிபடுதாம்; விஜய் சொன்னான். இதுல உன் க்ளைன்ட் லிஸ்ட் எல்லாம் பாத்தா... ஏன்டா இப்படி? மொதல்ல அந்த மகேந்திரன்கூட இருக்குற பழக்கத்த விடு. நீ உருப்புட்டுருவ”

முகத்தை சோகத்தில் ஆழ்த்திக்கொண்டேன். அதைப் பார்த்த அபர்ணா முகம் சுருங்கியது. சரியாக அந்த நேரத்தில்தான் மகேந்திரனிடமிருந்து அழைப்பும் வந்தது. அவளுக்கு அந்த அழைப்பின் பெயரை காட்டாமல் ‘முக்கியமான அழைப்பு’ என்பதுபோல பாவனை செய்துகொண்டு எழுந்து விலகி ஜன்னலோரம் போய் நின்று கொண்டேன்.

“டேய் கிழவன் வந்தான். நீ கோபப்பட்டாலும் பரவாயில்லை, அவன அடிச்சு தூக்கி பேப்பரை எடுத்துடலாம்னு பாத்தேன். ஆனா அவன்கூட ரெண்டுபேர் வந்துட்டானுக. அப்புறம் பொறுமை இல்லாம நான் மேலயே வந்துட்டேன். அவன் சேம்பருக்கு எதிர்ல ஒரு ரூம் திறந்துதான் கெடந்துச்சு. எவனாவது கேட்டா க்ளைன்ட் மாதிரி பேசலாம்னு உள்ள வந்துட்டேன். உள்ள எவனும் இல்ல. விஜய் ஒரு மாதிரி இருக்கான். அப்பாட்ட பேசச் சொன்னேன். மொத ரிங் எடுக்கல. ரெண்டாவது பயந்துட்டே எடுத்தான். அவரு சொன்னத வச்சு பாக்கும்போது அவனுக்கு நிச்சயம் நம்ம மேல சந்தேகம் வந்துருக்கும். இப்பதான் கீழ இறங்கிப் போறான். பேப்பர் உள்ளதான் இருக்கு. இப்ப என்ன பண்ண?”

“பூட்டை உடைச்சு உள்ள போ. உள்ள நமக்கு எதிரா எதாவது இருந்தா எடுத்துக்க”

அபர்ணாவிற்கு சந்தேகம் வராமலிருக்க முடிந்தவரை பதட்டமில்லாமல் பேச முயற்சி செய்தேன்.

“என்னப்பா இது ஆபிஸ்? பூட்டே இல்லப்பா”

“அப்புறம் ஏன் சார் காத்துட்டு இருக்கீங்க உள்ளே போங்க சார்”

“ஒண்ணும் இல்ல, அவளோட கன்பஷன் மட்டும்தான் இருக்கு. எடுத்துட்டேன்”

“நேரம் கொஞ்சம்தான் இருக்கு. விஜய் காரை பாலோ பண்ணு. அவன் அப்பார்ட்மென்ட் உள்ள நுழைஞ்சதும் எனக்கு கால் பண்ணு. நான் கட் பண்ணதும் நீ ஹாஸ்பிட்டல் போய்ரு. அடுத்த இருபது நிமிஷத்துல நான் அங்க இருப்பேன். டாக்டரை ரெடியா இருக்கச் சொல்லு”

இப்படி விட்டுவிட்டு நேரம் கடத்திப் பேசுவது எரிச்சலாக இருந்தது. இதில் கொஞ்சம் சத்தமாகப் பேசியதில் அவளுக்கு ஏதோ அரைகுறையாக கேட்டிருக்கும்போல.

“என்ன ஹாஸ்பிட்டல், டாக்டர்னு பேச்சு ஓடுது? யாருக்கு என்ன ஆச்சு?”

“யாருக்கும் ஒண்ணுமில்ல, எனக்குத்தான். கொஞ்ச நாளா மனசு சரியில்ல. அதுனால தூக்கமும் இல்ல. அது உடம்பயும் மனசையும் என்னமோ பண்ணுது. எதுலயும் கவனம் செலுத்த முடியல. அதான் ப்ரண்ட்டுக்கு தெரிஞ்ச ஒரு சைக்யாட்ரிஸ்ட் இருக்காரு. அவரோட அப்பாய்ண்மென்ட் விஷயமாத்தான் பேசிட்டு இருந்தேன்”

“என்னடா சொல்ற?”

“என்ன சொன்னாலும் ஒண்ணு உனக்குப் புரியாது; இல்ல கேட்காது.

“டேய் ஃபிராடு நானும் உனக்குத்தான் ஏதோ பிரச்சனைனு ஒரு நிமிஷம் ஆடிப் போய்ட்டேன். என்ன அழகா பேச்ச மாத்துற? இதெல்லாம் விஜய்ட்ட வச்சுக்க, என்கிட்ட நடக்காது. மொதல்ல கேட்ட கேள்விக்கு பதில் சொல்லு. ஏன்டா இப்படி இருக்குற?”

பெருமூச்சு விட்டுக்கொண்டேன். தலை குனிந்தபடியே வந்த வேலையை முடிக்கும் எண்ணத்தில் என்னை இன்னொரு ஆளாக உருமாற்ற தயார்படுத்திக்கொண்டேன். பின் நிமிர்ந்து எந்தவித உணர்ச்சியுமின்றி வெற்றுப் பார்வையை வீசியபடி அவளருகே சென்றேன். சோபாவில் சாய்ந்து அமர்ந்தபடி என் எதிரிலிருந்த விஜய்-அபர்ணா திருமண புகைப்படத்தைப் பார்த்தேன்

“எல்லாம் முடிஞ்சுபோய்... அதுவும் இத்தனை வருஷம் கழிச்சு... நான் என்ன சொன்னாலும் உனக்கு புரியாது அபர்ணா. அப்படியே புரிஞ்சாலும் நான் சொல்றதையோ என்னையவோ உனக்கு பிடிக்காம போய்ரும்... விடேன்”

அவள் குழப்பத்தை அதிகமாக்க விட்டுவிட்டு பேசினேன்.

“என்ன முடிஞ்சுபோய்? இன்னைக்கு உனக்கு என்னடா ஆச்சு? பிடிக்காமத்தான் உன்கிட்ட உக்காந்து இப்படி பேசிட்டு இருக்கேனா? நீ நல்லா இருக்கணும்னுதான... சரி விடு... நீ ஒண்ணும் சொல்ல வேண்டாம். உனக்கு எப்படி தோணுதோ அப்படியே இரு”

இருவரும் அமைதியாக இருந்தோம். அந்த அமைதியை அவள் விரும்பவில்லை.

“தலைவலிக்குது, டீ போட போறேன், உனக்கு வேணுமா?”

அவளை அமர வைக்க முடிவு செய்தேன். துறைமுகம், கடத்தல், அடிதடி, போலீஸ் துரத்தல், அம்மாவிற்காக, சித்திக்காக, விஜய்க்காக, மகேந்திரனுக்காக நான் செய்த உதவிகள், அதிகப்படியான சட்டவிரோத வேலைகள் என என்னுடைய, அப்பாவினுடைய ஒட்டுமொத்தத்தையும் அவளிடம் சொல்வதின் மூலம் எனக்குச் சாதகமான சூழ்நிலையை உருவாக்க நினைத்தேன்; மெதுவாக ஆரம்பித்தேன்.

“சரி இவ்வளவு தூரம் நீ சந்தேகப்பட்டதுக்கு அப்புறம் நானே எல்லாம் சொல்றதுதான் நல்லது”

“விஜய் உட்பட நீங்க எல்லோரும் நினைப்பீங்க, அப்பாவுக்கு இது பரம்பரத் தொழில்னு. அப்படி எல்லாம் இல்ல. அவரோட சின்ன வயசுல அரசாங்க அனுமதி இல்லாம ஜப்பான், கொரியா மாதிரியான வெளிநாடுகள்லருந்து ஹார்பர்ல வந்து இறங்குற டேப் ரிக்கார்டர் முதல் துணிமணி வரைக்குமான வர பொருட்களை வாங்கி விக்குறதுதான் அவரோட வேலை. அப்புறம் கொஞ்சம் அதுல லாபம் பார்த்த பிறகு அதுல வர காசை வட்டிக்கு கொடுக்க ஆரம்பிச்சாரு. அங்க அப்பாட்ட பொருள் வாங்க வரதுலதான் சித்தி அப்பாவுக்கு பழக்கம். எல்லாமே நல்லாதான் போயிட்டு இருந்துச்சு. ஒருநாள் அவர்ட்ட வட்டிக்கு வாங்குன ஒரு சாமில் ஓனரால வாங்குன பணத்தை திருப்பிக் கொடுக்க முடியல. அவரே அப்பாவுக்கு அந்த சாமிலை எழுதிக் கொடுக்க, பாவம் பாத்து அப்பாவும் அவரை கூடவே வச்சுகிட்டாரு. அதுதான் அவர் செஞ்ச பெரிய தப்பு. சாமில் பறிபோன வெறியை எப்ப வெளிக்காட்டலாம்னு காத்திருந்த அவருக்கு அப்பாவோட பண வெறி கை கொடுக்க ஆரம்பிச்சது. சின்ன சின்ன பொருட்களை மட்டும் ஹார்பர்ல இருந்து வாங்கி வித்துட்டு இருந்த அப்பாவுக்கு அங்க வர போதை பொருட்களை வாங்கி விக்கிற ஆசையை அவர் படிப்படியா தூண்ட ஒரே வருஷத்துல அப்பா அதுலயும் கொடிகட்டிப் பறக்க ஆரம்பிச்சாரு. அப்பா பேர்ல இன்னும் ரெண்டு சாமில் உருவாக, எழுதி வாங்குன சாமிலை அவருக்கே திருப்பியும் கொடுத்துட்டாரு. ஆனாலும் அவருக்கு அந்த வெறி அடங்கல. அந்த நேரம் போலீஸும் அப்பாவுக்கு குறி வைக்க ஆரம்பிச்சது. சரியான நேரத்தை எதிர்பார்த்து காத்திருந்த அவருக்கு அத யூஸ் பண்ண ரொம்ப நாள் ஆகல. வெறும் நாலு பாக்கெட் ஹெராக்கைய்ன் இருந்த சாமிலையும், மரலோடு லாரியையும் அப்ப இருந்த இன்ஸ்பெக்டர் ஒருத்தர் தீ வச்சு எரிச்சி, அப்பாவ அரெஸ்ட் பண்ணி உள்ளவும் தள்ளிட்டாரு. சித்திக்கு அவங்க வீட்ல வேற கல்யாணம் பண்ணி வச்சிட்டாங்க. ஜெயில்ல அவருக்கு நிறைய பழக்கம் கிடைச்சது. தப்பை தப்பா பண்றவங்களைத்தான் போலீசுக்கும் அரசியல்வாதிகளுக்கும் பிடிக்காது, தப்பை சரியா பண்றவங்களை எப்பவுமே அவங்க கைவிடமாட்டங்க அப்டீன்னு அங்கதான் அவர் கத்துகிட்டாரு. அதுனாலதான் தகவல் கொடுத்தவனோட கையை வெட்டுனப்பவும், எரிச்சவனோட வீட்டை கொளுத்துனப்பவும் அவர்மேல

பெட்டி கேஸ்கூட போட முடியல. அப்படி மறுபடியும் முதல்ல இருந்து தொடங்குன அவரோட பிஸ்னஸ் பின்னாடி ஒரு சிக்கலை சந்திக்கும்போது, அப்ப அவரு பெத்த பிள்ளைல ஒண்ணு மட்டுமே அவர்கூட இருக்கும்போது, அவன் முன்னாடி வேற வழி என்ன இருக்கு? மறுபடியும் எவனோ ஒருத்தன் வந்து எல்லாத்தையும் எரிச்சிட்டு போகுற நிலைமை இருக்கும்போது அவன் கனவை அவன் நிறைவேத்துறது முக்கியமா? இல்ல அவனோட அப்பாவோட கனவை கலைஞ்சிறாம பாத்துக்குறது முக்கியமா?"

என் கண்களில் இனம்புரியாத வெறியை வரவழைத்துக்கொண்டேன். அபர்ணா அதுவரை என்னை அப்படி பார்த்திருக்க மாட்டாள். அதனால் திகைத்துப் போயிருந்தாள். அந்த திகைப்பை இன்னும் அதிகப்படுத்தும் வண்ணம் வெறிகொண்டு பேசத் தொடங்கினேன்.

"மூணு ஆள் கட்டிப்பிடிக்குற அளவுள்ள மரத்தடியை ரம்பம் கிழியக் கிழிய ரெண்டா கீறுனேன். அது நடுவுல நாலு சவப்பெட்டி நீளத்துக்கும் ஒரு சவப்பெட்டி ஆழத்துக்கும் குழி பறிச்சேன். மனுசனப் பொதைக்குற மாதிரி அவ்வளவு பொட்டலத்தையும் புதைச்சேன்; குழிய மூடுனேன். பொதைச்ச தடம் தெரியாத அளவுக்கு ரெண்டா கீறுன மரத்தை மறுபடியும் ஓட்ட வச்சேன். அப்புறம் அதுக்கான மிஷினை வர வச்சேன். வெட்டுனா வேறப் பக்கம் கீறனுமே தவிர நான் வெட்டுன பக்கத்துல ஒரு சின்னக் கீறலும் விழ முடியாத அளவுக்கு ஓட்ட வச்சேன். அந்தக் கடவுளே வந்து சொன்னாலும் எவனும் நம்ப முடியாத அளவுக்கு; ஏன் நானேகூட நம்பக்கூடாத அளவுக்கு. அவ்வளவுதான் ஒரு மரம் ரெண்டாச்சு, ரெண்டு மூணாச்சு, மூணு நாளாச்சு. அப்புறம் மரத்தையும், சவப்பெட்டியோட எண்ணிக்கையையும் நாங்க கணக்கெடுக்கவே இல்ல. மரம், டைல்ஸ் முதற்கொண்டு செத்துப்போன மனுசனோட உடம்பு வரை என் கண்முன்ன இருக்குற எந்த வாய்ப்பையும் விடல. எப்பவோ எரிஞ்ச தீயோட அனல் இப்படித்தான் படிப்படியா குறைய ஆரம்பிச்சது. இப்படித்தான் எனக்குப் பிடிக்காத எல்லாத்தையும் யாரோ ஒருத்தங்க சந்தோஷத்துக்காக செய்ய ஆரம்பிச்சேன். அப்பாக்கு, அம்மாக்கு, சித்திக்கு, விஜய்க்கு, உனக்கு, நீ சொல்றியே பழக்கத்த விடுன்னு அந்த மகிக்குன்னு,

எனக்கு பிடிக்காத எல்லாத்தையும் அவங்கவங்க சந்தோசத்துக்காக நான் பண்ணிருக்கேன்"

திகைப்பிலிருந்து, என் மீதான பயத்திலிருந்து கொஞ்சம் விடுபட்டு நான் இறுதியாக சொன்னது புரியாமல், அதேநேரத்தில் அதைக்குறித்து கேள்வி எழுப்ப தைரியமில்லாமல் வந்த வார்த்தைகளை உள்ளுக்குள்ளே வைத்துக்கொண்டு அபர்ணா திணறினாள். நான் அதைப் புரிந்துகொண்டேன்.

"என்ன புரியலையா? அப்பாவ பத்தி போலீஸ்க்கு தகவல் சொன்னது வேறு யாருமில்ல மகேந்திரனோட அப்பா. சின்ன வயசுல அந்தக் கதையெல்லாம் நான் கேள்விப்படும்போது நான் வளந்து பெரியாளா ஆகும்போது அவரைக் கொல்லணும்னுங்குற வெறி இருந்துச்சு. அவரக் கொல்ல அவ்வளவு வாய்ப்பிருந்தும் அப்பா சொன்னதுக்காக விட்டு வச்சேன். அம்மாவுக்கு விஜய் மாதிரியேதான் என்னையும் புடிக்கும். வயசுக்கு மீறி நான் இருந்துருக்கக்கூடாது. அப்பாக்கும் அம்மாக்கும் பிரச்சனை வந்தப்ப அவன நானா அவங்ககூட அனுப்பி வச்சேன். சின்ன வயசுலேயே என்னை சித்தி வீட்டுக்கு எல்லாம் கூட்டிட்டுப் போயிருக்காரு. அங்க நான் சாப்ட்ருக்கேன்; உறங்கியிருக்கேன். இதெல்லாம் யார்ட்டயும் சொல்லக்கூடாதுன்னு அப்பா சொன்னதால நானும் அத அப்படியே எனக்குள்ள வச்சிக்கிட்டேன். இப்பதான் முதல் முறையா இத உன்கிட்ட சொல்றேன். எனக்கும் அவங்கள ஏத்துக்குறத தவிர வேற வழி இல்ல. அப்புறம் மகிகூட பழக்கம் உனக்கே தெரியும். அத அப்பா எப்பவும் குறை சொன்னது கிடையாது. அவன் என் வீட்டுக்கு வருவான். நான் அவன் வீட்டுக்குப் போவேன். அவன் அப்பாவும் என்னை ஒண்ணும் சொன்னது கிடையாது. யார நான் கொல்லணும்னு நினைச்சேனோ அவருகூட, அவரோட மகன்கூட நான் பழகிட்டு இருக்கேன். இதுல நான் எங்க இருக்கேன்? வெறும் சீரோ. இப்படி எனக்காக நான் வாழணும்னு எப்பெல்லாம் நினைக்குறேன்னோ அப்பல்லாம் ஏதோ ஒண்ணு வந்து என் முன்ன வந்து நின்னுரும். அப்புறம் நான் என்ன பண்ண?"

அவளுக்கு இப்போது என்மீது இரக்கம் பரவியது. அதேநேரம் அவளுக்குள் புதுக்குழப்பமும் இருந்தது.

“எல்லோருக்கும் ஒகே. ஆனா என் விசயத்துல, விஜய் விஷயத்துல...”

நான் தலைகுனிந்தபடி அமைதியாக இருந்தேன். என் எதிரில் அமர்ந்திருந்த அபர்ணா என் தோளில் கை வைத்து உலுக்கினாள்.

“என்னைச் சுத்தி இருக்குறவங்களப் பத்தி பேசும்போது சும்மா ஒரு வரிசைல வந்துருச்சு, அத விடேன்”

“நீ அப்படி பேசுற ஆள் இல்லைன்னு தெரியும். ஏதோ ஒண்ணு உன் மனசுக்குள்ள இருக்கு. அத நீ மறைக்குற. நான் உன்கிட்ட என்னைக்காவது அப்படி நடந்துருக்கனா? விஜய்ட்டகூட சில விஷயம் சொல்லாம இருப்பேன். உன்கிட்ட...”

“ஆனா நீ அவனைத்தான....”

சொல்ல வந்ததை சொல்லாமல் நிறுத்தினேன். பின் இப்படி முடித்தேன்.

“ஒண்ணும் இல்லைனா விடேன்”

“பாரு... பாரு.. இப்பக்கூட நீ ஏதோ சொல்ல வந்து... எனக்கு தலையே வெடிச்சிரும்போல...”

“எனக்கும் தலை வெடிக்குற மாதிரிதான் இருக்கு. டீ வேணுமான்னு கேட்டல்ல.. வா என் கையால உனக்கு நானே போட்டுத் தரேன்”

நான் கிட்சனை நோக்கி செல்ல ஆயத்தமானேன். அவளோ என்னை கோபமாக பார்த்துவிட்டு அப்படியே அமர்ந்திருந்தாள்.

“ஒவ்வொன்னையும் ஒவ்வொரு நாளும் ஒவ்வொரு இடத்துல வச்சிருப்ப, எது எது எங்கங்க இருக்குன்னு கொஞ்சம் எடுத்துக்கொடேன்”

நான் கெஞ்சினேன். அவள் முகத்தைத் திருப்பிக்கொண்டாள். சிரித்துவிட்டு கிட்சனுக்குள் தனியாக சென்றேன். அங்கே டப்பாக்களை, பாத்திரங்களை உருட்டினேன். சத்தம் அவளுக்கு கேட்டது. இப்போது என் பின்னால் வந்து நின்றாள். என்னை தள்ளிவிட்டு தேயிலை, சர்க்கரை, பாத்திரம் என எல்லாவற்றையும் என்முன்னால் எடுத்து வைத்துவிட்டு என்னிடமிருந்து முகத்தை

திருப்பிக்கொண்டாள். அவளின் கோபத்தை நான் ரசித்தேன். அவளுக்கும் அது தெரிந்தது.

"இதுவே விஜய்யா இருந்திருந்தா இப்படி என்னை கெஞ்ச..."

அவள் சொல்லி முடிப்பதற்குள் என் குரல் அதை இடைமறித்தது.

"நம்ம லா காலேஜ் மொத நாள் உனக்கு ஞாபகம் இருக்கா?"

“அது எப்படி இல்லாம போகும்.. அடிதடியும் ரகளையுமா...”

“அதக் கேக்கல, காலேஜ் வாசலை மிதிக்கிறதுக்கு முன்னாடி காலைல எந்துரிச்சு, குளிச்சு, கிளம்பி, பஸ் பிடிச்சு காலேஜ் வந்து இறங்குற வரைக்கும் உள்ள விஷயம் ஞாபகம் இருக்கான்னு கேட்டேன்”

அபர்ணா யோசித்தாள். ஆனால் பெரிதாக ஒன்றும் அவள் ஞாபகத்திற்குள் வரவில்லை.

“அது மாதிரிதான் நானும், எப்பவும் உன் ஞாபகத்துக்குள்ள வராமலேயே இருக்கேன். அடிக்கடி நீ சொல்வியே என்னை முதன் முதலா பார்த்ததைப் பத்தி... அதுக்கு முன்னாடியே நான் உன்னை பாத்துட்டேன்”

குழம்பிய அபர்ணா மீண்டும் பலமாக யோசித்துத் தோற்றபடி, துவண்டுபோய் கிட்சன் திண்டோடு சாய்ந்து சோர்வுற்றாள்.

“ஒருவேளை அன்னைக்கு காலைல நீ ரோட் கிராஸ் பண்றதுக்காக வெயிட் பண்ணிட்டு இருக்கும்போது பைக்ல வந்து உன்ன இடிச்சிருந்தேன்னா இந்நேரம் உனக்கு ஞாபகத்துக்கு வந்திருக்குமோ என்னவோ?”

அவளுக்கு முதுகை காண்பித்தபடி அடுப்பை பற்ற வைத்தேன்; அவளையும்தான். ஏதோ சட்டென்று நினைவிற்குள் வந்து கடந்து செல்ல திடுக்கிட்டு என்னைப் பார்த்தாள். இப்போது அவள் கண்களைத் தைரியமாகப் பார்த்தேன். அவளுக்குள் நாங்கள் முதன் முதலில் சந்திக்கும் காட்சிகள் வேகமாக கடந்து சென்றிருக்கும்போல. அபர்ணாவின் நினைவு வேலை செய்ய ஆரம்பித்தது.

“நான் உன்னப் பாத்தேன். என் கூச்சத்தைப் பத்திதான் உனக்குத் தெரியும்ல. உன்கிட்ட என் முகத்தை காமிக்காம சட்டுன்னு திரும்பிட்டேன். நீ ஆக்ஸிடெண்ட்ல இருந்து தப்பிச்சிட்ட, நான் மாட்டிக்கிட்டேன். நல்ல மேளம் கொட்ட, அழகான ஒரு கல்யாண ஊர்வலம் நடுவுல, மசூதில இருந்து புறாக்கள் பறக்க, அந்த சிறகடிப்புச் சத்தத்தோட என் பைக் கண்ணாடில உன் முகத்தைப் பார்த்த நொடி இப்பவும் ஞாபகம் இருக்கு. இப்ப

மாதிரியே ஒரு அதிர்ச்சியும் சங்கோஜமும் அப்பவும் உன் முகத்துல இருந்துச்சு”

பெருகிவரும் தலைவலியால் அபர்ணா நெற்றியில் கைவைத்து தடவினாள். பால் பொங்கியது. அடுப்பை அணைத்தேன். இரு டம்ளர்களில் பாதிக்குப்பாதி ஊற்றி சர்க்கரையிட்டு நன்றாக ஆற்றினேன். இன்னொரு அடுப்பில் கொதித்த தேயிலை நீரை எடுத்து கொஞ்சமாகப் பாலிலிட்டேன். ஒன்றை அவளிடம் நீட்டினேன். என்னை நேருக்கு நேராகப் பார்த்துக்கொண்டிருந்தாள். நான் சிரித்தபடியே நின்றேன்.

“ரொம்ப நாள் யோசிச்சிருக்கேன் ஏன் அன்னைக்கு உன்ன இடிக்காம விட்டேன்னு”

நான் சொல்ல சிரித்தாள். அதை நான் சிரிப்பதற்காகச் சொல்லவில்லை என்பது நான் பேசப்பேச அவளுக்கு புரிய ஆரம்பித்தது.

“அது மட்டும் இல்ல, மொதநாள் மொத கிளாஸப்ப, பசங்க கூச்சலைக் கேட்டு ப்ரபஃசர் திணறுனப்ப, “சீர்திருத்த பள்ளி மாணவர் இப்போது சட்டக் கல்லூரி ஆசிரியர்”னு வேற யாரோ ஒருத்தரோட செய்தியை அவருக்கு கொடுத்து ஹெல்ப் பண்ண விஷயத்தை உன்கிட்ட சொல்லி உன்னை இம்ப்ரஸ் பண்ணாம ஏன் விட்டேன்னு தெரியல. அந்தப் பசங்க உன்னை பழிவாங்க அத்துவான காட்டுல விட்டுப்போன தகவல் தெரிஞ்சதும் உன்னைப் பாக்க நான்தான் உடனே பைக் எடுக்கப் போனேன். விஜய் என்கிட்ட உரிமையோட அந்தச் சாவியைப் பிடுங்கினப்ப அத நான் அவன்கிட்ட ஏன் கொடுத்தேன்னு இப்ப வர எனக்குத் தெரியல. அந்த பசங்ககூட சண்டை முடிஞ்சு இடது கைல வெட்டுபட்ட காயத்தோட விஜய் வெளிய வரத பாத்துட்டு உள்ளேயே ஏன் இருந்தேன்னு தெரியல?”

சட்டைப் பட்டனை அவிழ்த்து வலது மார்பில் வெட்டுப்பட்ட காயத்தை காண்பித்தேன்.

“ஒருவேளை இந்தக் காயத்தை உன்கிட்ட காட்ட விருப்பமில்லையோ என்னவோ? அவனை நீ ஹாஸ்பிட்டல் கூப்பிடுட்டுப் போனப்ப என்னை ஏன் நீ தேடலன்னு இப்பவும்கூட எனக்குத் தெரியல”

விட்டேத்தியாகச் சிரித்தேன்

“விஜய்க்கு பதிலா வீட்ட விட்டு அம்மாக்கூட நான் போயிருக்கணும்னு எவ்வளவோ நாள் நெனச்சிருக்கேன். என்னவோ தெரியல என்னோட சின்ன வயசுல இருந்து, இது இப்படி நடந்துருக்கலாமோ? அது அப்படி நடந்துருக்கலாமோன்னு நிறைய விஷயங்களை பத்தி நிறையா யோசிச்சிருக்கேன். ஆனா எல்லாமே எனக்கு தலைகீழத்தான் நடக்கும். ஆனா என்ன பண்ண? அதுக்கு காரணமும் நானாத்தான் இருப்பேன். பெரிய பெரிய விஷயங்களுக்கு ஆசைப்படுறப்ப சின்ன சின்ன விஷயங்கள் மேல கவனம் வைக்கக்கூடாதுன்னு யாரோ சொன்னதை தப்பா புரிஞ்சிகிட்ட எனக்கு எது பெரிய விஷயம்? எது சின்ன விஷயம்?னு கடைசி வர புரியாமயேப் போயிருச்சு. அதுனால எனக்கு எதுவுமே பெருசா வலிக்கிறது இல்ல. இப்பக்கூடப் பாரு அன்னைக்கு கூச்சப்படாம உன் பேரக் கேட்ருந்தா? அவனுக்கு முன்னால சட்டை முழுசா ஒழுகுற ரத்தத்தோட நான் மொத ஆளா வெளிய வந்துருந்தா? நீ என்னை விரும்பிருப்பியோனு முட்டாள்தனமா இப்பக்கூட யோசிக்குறேன். நீ ஏன் இன்னும் கல்யாணம் பண்ணல? உனக்கு எப்ப கல்யாணம்? உன் தம்பி பிள்ளைக்கு கல்யாணம் ஆகிரும்போல! உனக்கு ஒண்ணும் இன்னும் ஆகலையா?ன்னு கேள்வி கேக்குறவங்ககிட்ட, ஏன் நீயே கேட்கும்போதுகூட என்கிட்ட சொல்ல என்ன பதில் இருக்கு? அப்பவும் இது இப்படி நடந்துருக்கலாமோ? அது அப்படி நடந்துருக்கலாமோன்னு யோசிச்சிட்டே இருப்பேன். யோசிச்சு யோசிச்சு, கொஞ்சநேரத்துக்கு முன்னாடி நீ சொன்னியே தலையே வெடிச்சுரும்போல இருக்குன்னு, அது மாதிரித்தான் இருக்கும். இப்ப சொல்லு நான் ஏன் இப்படி இருக்கேன்?”

கேட்டுவிட்டு சிரித்தேன். அவள் கண்ணீர் வழிய உறைந்துபோய் நின்றாள். அவளுக்கு என்ன சொல்வதென்று தெரியவில்லை. என்னை வாஞ்சையாக கட்டியணைக்க அவள் கைகள் துடித்ததா? இல்லையா? என்று தெரியவில்லை. அது எப்போதும் அவள் செய்யக்கூடியதுதான். ஆனால் அந்த சந்தர்ப்பத்தில் அவளால் என்னை நெருங்கக்கூட முடியவில்லை. பின் கஷ்டப்பட்டு என் அருகில் வந்தவள் சிரித்துக் கொண்டிருந்த என்னை பரிதாபத்தோடு பார்த்தாள்.

விஜய் கார் அப்பார்ட்மென்ட்டினுள் நுழைந்திருக்கும்போல. மகேந்திரனிடமிருந்து அழைப்பு வந்தது.

திரும்பியபடி அழைப்பைத் துண்டித்தேன். அவளை இன்னும் அதிர்ச்சிகுள்ளாக்க இதைவிட்டால் வேறு சந்தர்ப்பம் கிடையாது என்று எனக்குத் தெரியும்.

துண்டித்துவிட்டு திரும்பிய நான் கொஞ்சம்கூட யோசிக்காமல் அபர்ணாவை இழுத்துப்பிடித்து உதட்டில் முத்தம் வைத்தேன். எதிர்பார்த்ததுதான். என்னை விலக்கிவிட்டு பலமாக அறைந்தாள். அந்த அறையும் அந்தச் சத்தத்தால் நிரம்பியது. அந்தச் சத்தத்தைக்கேட்டு அபர்ணாவே ஒரு கணம் திடுக்கிட்டாள்.

"இப்படித்தான் அபர்ணா எனக்கு எதுவுமே சரியா பண்ணத் தெரியாது. இனி இத நினச்சே அவஸ்தப்பட்டு நான் ஏன் அப்படி நடந்துகிட்டேன்? நான் ஏன் இப்படி நடந்துகிட்டேன்? இது இப்படி நடந்துருக்கலாமோ, இல்ல அப்படி நடந்துருக்கலாமோ இனி என் வாழ்நாள் முழுக்க நினச்சிட்டே இருப்பேன். சொல்லப்போனா நான் வாழவே தகுதியில்லாத ஒருத்தன் அபர்ணா"

என் கன்னத்திலேயே மாறி மாறி அடித்துக்கொண்டேன்.

"டேய் என்னால உன்னை அப்படியெல்லாம் பாக்க முடியாதுடா. நீ விஜய்க்கும்மேல; ஆனா நீ விஜய் இல்ல. புரிஞ்சுக்கோ.. ப்ளீஸ்.. சாரிடா"

என்னை அணைத்துக்கொண்டாள்.

"மணமுடித்தவர் போல் அருகினில் ஓர் வடிவு கண்டேன் தோழி
மங்கை என் கையில் குங்குமம் தந்தார் மாலை இட்டார் தோழி
வழி மறந்தேனோ வந்தவர் நெஞ்சில் சாய்ந்து விட்டேன் தோழி..."

எங்கோ ஒலித்தது. இந்நேரம் அபர்ணாவைவிட குழம்பிய தலையோடு மெதுவாகப் படியேறி வீட்டின்முன் வந்து நின்றிருப்பான் விஜய். அபர்ணாவை அணைத்தபடியே சொன்னேன்.

“கடத்தல்ல ஈடுபடக்கூடிய ஒரு பொருளை உருவாக்குறதவிட அத பாதுகாப்பா கொண்டுப்போய் சேக்குறதுதான் முக்கியம். அவன்தான் எப்பவும் நம்பர் ஒன் இடத்துல இருப்பான்னு என் கீழ வேலைப் பாக்குறவங்ககிட்ட அடிக்கடி சொல்வேன். ஆனா அதோட அர்த்தம் எனக்கே இப்பதான் புரியுது. காதல் ஒண்ணும் கடத்தல் பொருள் இல்லையே? அதப்பொறுத்தவரை அத உருவாக்குறதுதான் முக்கியம். பாதுகாக்குறது ரெண்டாவது பட்சம்தான்”

விஜய் சித்தமில்லாமல் உள்ளே நுழைந்தான். கிச்சன் திண்டோடு அபர்ணாவை சாய்த்து கட்டியணைத்தபடி நின்று கொண்டிருந்தேன் நான்.

சிலவினாடிகளில் என் பின்னால் விஜய் நிற்பதைப் பார்த்தாள் அபர்ணா. “விஜய்” என்று முனகினாள் என்று நினைக்கிறேன். என்னை சுதாரித்துக்கொண்டேன். அபர்ணாவின் மீதான எனது அணைப்பை மெதுமெதுவாக விலக்கி, கைகளை கீழ்நோக்கி தொங்கவிட்டு அப்படியே சில நொடிகள் நின்றேன். அபர்ணா என்ன செய்வதென்று தெரியாமல் அதிர்ச்சியில் உறைந்து நின்றாள். மூச்சுவிடும் அவள் மார்பின் ஏற்ற இறக்கமும், மூச்சுக்காற்றும் எங்கள் மூவருக்குமே கேட்டிருக்கும். விட்டால் சரிந்துவிடும் பலத்தோடு விஜய் கொஞ்சம் கொஞ்சமாக என்னை நோக்கி நகர்ந்தான். அவன் என் முதுகின் பக்கம் கொஞ்சம் கொஞ்சமாக வருவதை உணர்ந்த நான் சட்டென்று திரும்பி என்னருகில் கிடந்த மர நாற்காலியை இடது கையால் இழுத்து தூக்கி “சாவுடா” என்றவாறு அடக்கி வைத்திருந்த வெறி அனைத்தையும் வெளியே தள்ளும்படி கத்திக்கொண்டு அவன் இடது காது மடலோடு ஓங்கி அடித்தேன்.

இரத்தமும் உடைந்த நாற்காலி துண்டுகளும் சிதற விஜய் அப்படியே அதிர்ச்சியுடன் பக்கவாட்டு கிச்சன் திண்டின்மேல் தலை இடித்து சரிந்து தொப்பென்று விழுந்தான். அபர்ணா “விஜய்” என்ற அலற முயற்சித்தாள். ஆனால் குரல் எழவில்லை. விக்கலும் இருமலும் ஒரே நேரத்தில் வந்ததுபோல “க்ளுக்” என்று ஒரு சத்தம் மட்டும் அவளிடமிருந்து வெளிவந்தது.

சிதறிய இரத்தத்துளிகளும் அமைதியும் சூழ ஆழ்ந்திருந்தது என் உள்முகம். அதில் வெறியும் இல்லை; அன்பும் இல்லை. அன்றாடம் ஏதோ செய்யவேண்டிய வேலையை செய்து

முடித்த ஒரு பாவனையுடன் இருந்தது. அதை அபர்ணா உணர்ந்திருப்பாள்; பார்த்திருப்பாள். முதல் முறையாக என்னைப் பார்த்து பயம் கொண்டிருப்பாள். அந்த பயம் அவளுக்கு கொஞ்சம் தெம்பை அளித்திருக்கும்போல; கத்தினாள்.

"விஜய்"

அவள் கத்திய சத்தம் அந்த அப்பார்ட்மெண்டையே உலுக்கியது. அப்படி அவள் பயம் கொண்டு கத்தியதும்தான் நான் எனது பாவனையை மாற்றிக்கொண்டேன்.

"அபர்ணா... அபர்ணா... அபர்ணா... சாரி அபர்ணா.. ஒரு நிமிஷத்துல நீ எனக்கு முழுசும் சொந்தம்னு நெனச்சிட்டேன். மறுபடியும் அவன் குறுக்க வந்துட்டானோன்னு நெனச்சு அறிவில்லாம நடந்துகிட்டேன் அபர்ணா. அபர்ணா... சாரி அபர்ணா.. அய்யோ... டேய்... டேய்... விஜய் எந்திரிடா... ஒண்ணும் இல்ல... ஒண்ணும் இல்ல... அண்ணன்தாண்டா அடிச்சிட்டேன். சின்ன அடித்தாண்டா... இப்ப சரியாயிரும்.. இப்ப சரியாயிரும்"

அபர்ணாவிடமும் விழுந்து கிடக்கும் விஜய்யிடமும் மாறி மாறி சென்று கதறினேன். உடைந்த ஒரு மரத்துண்டை எடுத்து என்னைக் குத்திக்கொல்லுமாறு அபர்ணாவிடம் கெஞ்சினேன். அவள் அந்த மரத்துண்டை பிடிக்கும் சக்திகூட இல்லாமல் என்ன செய்வதென்று தெரியாமல் விஜய்யின்முன் அமர்ந்திருந்தாள். மீண்டும் என்னை அவள் முழுவதும் நம்புவதற்காக அந்த மரத்துண்டை எடுத்து எனது வயிற்றில் நானே குத்திக்கொண்டேன்.

ஆழமாகவெல்லாம் இல்லை. ஆனாலும் இரத்தம் தெறித்தது. அப்படி நான் செய்ததைப் பார்த்து "அய்யோ" என்று அபர்ணா கதறினாள். நாடகம் வேலைசெய்ததும் உடனே விஜய்யை தூக்கிக்கொண்டு தோளில் போட்டபடி வீட்டை விட்டு வெளியேறினேன். விஜய்யின் தலையிலிருந்தும் என் வயிற்றிலிருந்தும் வழிந்த இரத்தம் வீட்டின் நடுவில் இரட்டை சிவப்பு கோடுகள் போட்டது. இதற்கிடையில் அபர்ணா அலறிய சத்தம் கேட்டு பக்கத்து வீட்டுக்காரர்கள் ஓடி வந்தார்கள்.

"ஒண்ணும் இல்ல... ஒண்ணும் இல்ல... ஸ்டூல் வழுக்கி கீழ விழுந்துட்டான்"

நான் சொல்வதை ஒரு இயந்திரம்போல கேட்டுக்கொண்டு என் பின்னாலேயே அபர்ணா வந்துகொண்டிருந்தாள். லிப்ட் வேலை செய்யவில்லை. நான் விஜய்யைத் தூக்கிக்கொண்டு படிக்கட்டு வழியாக இறங்கினேன். என்னுடைய காரின் பின்னால் அவனைப் படுக்க வைதேன். திகைத்து நின்ற அபர்ணாவை நானே முன் சீட்டில் அமர வைத்து காரை வேகமாகக் கிளம்பினேன்.

பாவம்தான். வேறு என்ன செய்ய?

III

ஜோஸ் பகத்தின் முகத்தைப் பார்க்காமல் மேஜை மீதிருந்த மணிக்கட்டுவரை மட்டுமே இருக்கும் இரண்டு கைகள் கட்டப்பட்ட மெழுகுச்சிலையின்மீது கவனத்தை குவித்தபடியிருந்தார். விஜய் மீதான உச்சபட்ச கோபம் பகத்தின் முகத்தில் புன்னகை பொங்க வெளிப்பட்டுக் கொண்டிருந்தது. அந்த இருவிதமான மன மற்றும் உடல் மொழியோடு அவன் பேசிக்கொண்டிருந்தான்.

"சின்ன வயசுல எவனாவது அவன் மேல கை வச்சா அவ்வளவுதான். இப்பவும் அப்படித்தான். யாரு அவனுக்கு கஷ்டத்தை கொடுத்தாலும் என்னால தாங்க முடியாது டாக்டர்"

மொபைல் அதிர அவரிடம் 'ஒரு நிமிஷம்' என்று சைகை காண்பித்துவிட்டு தமிழிடம் பேசினான்.

"இப்பதான் வந்து விஜய் பணம் தந்துட்டுப் போறான். என்ன சொன்னாலும் நம்புறாம்ப்பா. உன்மேல அவ்வளவு பாசம். ஆனா அவன் வாரான்னு தெரிஞ்சும் பொடியை மாத்துறதெல்லாம் கொஞ்சம் ஓவர். இனிமேல் இது மாதிரி செஞ்சு எங்களுக்கு பீதியை கொடுக்காத..."

"பணத்தை நீயே பிரிச்சுக் கொடுத்துரு. கோர்ட்ல பாக்கலாம்"

அழைப்பை துண்டித்தான்.

"என்ன சொல்லிட்டு இருந்தேன்... ம்... யாரு அவனுக்குக் கஷ்டத்தை கொடுத்தாலும்..."

அந்தச் சிற்பத்திலிருந்து பார்வையை அகற்றாமல் ஜோஸ் "பொய்" என்றார். பகத் நெற்றியைத் தடவியபடி

அந்தச் சிலையை எடுத்து அதன் கைகளை கட்டியிருக்கும் நிஜக் கயிறுகளை அவிழ்க்கத் தொடங்கினான்.

“என்னைத்தவிர”

ஜோஸ் அவன் என்ன சொல்கிறான் என்று புரியாமல் அவனைப் பார்த்தார்.

“அவனுக்கு யார் கஷ்டத்தை கொடுத்தாலும் என்னால தாங்க முடியாது; என்னைத்தவிர”

ஜோஸ் பெருமூச்சு விட்டார்.

“உண்மைக்கும் பொய்க்கும் இடைல இருக்குற தூரம் ரொம்ப அதிகம்னு நிறையபேரு நெனக்கிறாங்க டாக்டர். ஆனா அப்படியெல்லாம் இல்ல. உண்மை எப்பவுமே பொய்க்கு ரொம்ப ரொம்ப பக்கத்துலதான் இருக்கும். ஆனா அது பொய்க்கு முன்னாடி இருக்கா? பின்னாடி வருதா? இல்ல வரது உண்மையிலேயே உண்மைதானா? அப்டீங்குற சந்தேகத்துனாலதான் அது அவங்களுக்கு பிடிபடறதே இல்ல. அப்புறம் எப்படி அவங்களுக்கு எது உண்மை? எது பொய்யுன்னு தெரியும்? அப்படி அவங்களால அடையாளம் காண முடியாததத்தான் அவங்க தூரம்னு நெனச்சிக்கிறாங்க... எப்படி டாக்டர் உங்களை மாதிரியே பேசுறேனா?”

“ஏன் அந்த ரெசார்ட் விஷயத்துல சம்மந்தமே இல்லாம விஜய்...?”

“அவன் கொஞ்சம் லேட்டா வருவான்னு நெனச்சுதான் பண்ணேன். ஆனா கைமாறும்போதே வந்துட்டான்”

அவன் சொல்வதில் உண்மை இல்லை என்று தெரிந்த ஜோஸ் மறுபடியும் “பொய்” என்றார்.

பகத் மறுபடியும் அவன் சொன்னதை உண்மையுடன் தொடர்புபடுத்த பேச ஆரம்பித்தான்.

அவன் சொல்ல சொல்ல “ரிசார்ட்டின் உள்ளே இருக்கும் டென்னிஸ் மைதானத்தினருகில் வைத்து பேரம் நடப்பது, உயர் போலீஸ் அதிகாரிகளின் பிள்ளைகளுக்கும் பகத் ஆட்களுக்கும் இடையில் பெரியளவிலான ஹெராக்கைன் பொட்டலங்களும், பணக்கட்டுகளும் இடம் மாறுவது, அப்போது எதிர்பாராத விதமாக விஜய் அங்கே நுழைய அதை சாமாளிக்கும் விதமாக பகத்

சொல்வதுபோல பொட்டலங்களைப் பெற்றுக்கொள்பவர்கள் ரெசார்ட்டை அபகரிக்க வந்தவர்கள் போலவும், பகத் அவர்களை அடிப்பது போலவும் அவர்கள் திருப்பி பகத்தை தாக்குவது போலவும் நடிப்பது, விஜய் உண்மையிலேயே பகத்தை அவர்கள் அடிப்பதாக நினைத்துக்கொண்டு அவர்களை அடிக்க, அவர்களுடன் வந்த அடியாட்கள் விஜய்யை தாக்க விஜய் அந்த சண்டையில் எப்போதும்போல தன்னுடன் இருக்கும் கத்திகளை வீசி தப்பிப்பது, பகத் நினைத்ததுபோல எதுவும் நடக்காமல் அவன் தலையில் கை வைத்து அமர்ந்திருப்பது, பின் எழுந்து விஜய்யை சமாதானப்படுத்துவதுபோல இழுத்துச் செல்வது" என ரெசார்ட் காட்சிகள் அவரது கண்களின்முன் விரிந்தது.

அவரால் எதுவும் பேச முடியவில்லை.

"ப்ராபர்ட்டிய பொஷசன் எடுக்கப்போறதா சொன்னதே ஒரு பொய். அப்பாவுக்குத் தெரியாம அந்த விஷயத்தை பண்ணனும்னு நெனச்சேன். அதேநேரம் என்னோட எல்லா குற்றத்துலயும் அவன் இல்லாட்டாலும், சாத்தியமான எல்லா விஷயத்துலயும் அவனை சம்மந்தப்படுத்துறது அவனை நான் நெனச்சபடி ஏதாவது செய்ய ஒரு சந்தர்ப்பத்தை கொடுத்துறாதான்னு ஒரு அற்ப ஆசைதான். அவன் கொஞ்சம் லேட்டா வருவான்னு நெனச்சுதான் பண்ணேன். ஆனா கைமாறும்போதே வந்துட்டான். அதுனால ட்ராமாவை கொஞ்சம் மாத்த வேண்டியதாப் போச்சு. அடியாட்கள் கொஞ்சம் குழம்பிட்டாங்க. அதுவுமில்லாம அவங்க கொண்டுவந்த பொருட்கள் எல்லாம் அவங்க கார்லயே மாட்டிக்கிச்சு. உண்மையிலே அவன் கொஞ்சம் லேட்டா வந்துருந்தா அன்னைக்கு அவனோட கடைசி நாளா இருந்திருக்கலாம். ஒவ்வொரு தடவையும் நான் அவனை ரொம்ப சிக்கலான விஷயங்கள்ல தள்ளி விடுறேன், ஆனா எப்படியோ அதுல இருந்து தப்பிடுறான். கராத்தேல இருந்து கத்தி வீசுறதுவர எல்லாத்தையும் எனக்கு பின்னாடி கத்துகிட்டு எனக்கே போக்கு காட்டுறான் டாக்டர். சிலநேரம் அவனப் பாத்தா எனக்கே பயம் வருதுன்னா பாத்துக்கோங்களேன்"

ஜோஸ் கண்களை அகல விரிக்க, பகத் அடக்கமாட்டாமல் சிரித்தான்.

"நியாயப்படி நான் சொன்ன இந்த கடைசி விஷயத்துக்குதான் நீங்க 'பொய்'யுன்னு சொல்லிருக்கணும். இப்ப வர அவனுக்கும்

எங்க அப்பாவுக்கும் தெரியாது, அந்தப் பணம் எங்ககிட்ட பிஸ்னஸ் பண்றவங்களுக்குத்தான் போகுதுன்னு"

அவன் பேசிக்கொண்டிருக்கும்போது விஜய்யிடமிருந்து பகத்திற்கு அழைப்பு வந்தது.

"இவன் சாவ மாட்டான்.... சாகவே மாட்டான்... நூறு வயசு வரைக்கும் இருப்பான் டாக்டர்"

எரிச்சலில் கத்திவிட்டு அழைப்பைத் துண்டித்தான்.

"தன்னை நம்புறவங்களை அவங்களுக்கேத் தெரியாம விளையாட்டுப் பொருளா பயன்படுதுறதுல மனுஷனுக்கு எப்பவுமே ஒரு சந்தோஷம்தான் இல்லையா பகத்?

"இப்ப உங்க தியரிய எல்லாம் என்மேல கொட்ட வேண்டிய நேரம் வந்துருச்சு... ம்... ஒரு லாரி நிறைய கொண்டு வந்து என் தலைல கொட்டுங்க டாக்டர்; ஆனா கொஞ்சம் வலிக்காம..."

அவர் எதுவும் பேசவில்லை.

"சும்மாதான் சொன்னேன் டாக்டர். நானே பேசிட்டு இருந்தா சரியா வராது?"

"நீ எதுக்காக இப்படி பண்றேன்னு சொல்ல என்கிட்டே நூறு தியரி இருக்கு பகத். அந்த தியரில தொண்ணூறு சதவீதத்தை உன்மேல அப்பளை பண்ணலாம்தான். ஆனா மீதி இருக்குற அந்தப் பத்து சதவீதம்தான் எனக்கு கொஞ்சம் சிக்கல கொடுக்குது. உண்மை, பொய், அன்பு, வெறுப்பு, பகை, பயம், பழி, பணம், காதல்னு நீ எல்லார்ட்டயும் பயன்படுத்துற விளையாட்டு மூலமா அந்த பத்து சதவீதத்துல இருந்து நேர்த்தியா தப்பிச்சுடுற. அது எப்டீன்னு எனக்கே சிலநேரம் குழப்பம் வந்துருது. கடவுளுக்குத்தான் வெளிச்சம். அவருதான் மேல இருந்து உனக்கு ஏத்த மாதிரி ஒரு தியரிய கொட்டனும்; நான் அந்தக் கட்டத்தை எப்பவோ தாண்டிட்டேன்"

"சரியா சொன்னீங்க டாக்டர். கடவுளுக்கு மட்டும்தான் வெளிச்சம்"

ஜோஸ் விரக்தியில் சிரித்தார்.

“ஏன்னா நீங்க சொல்ற அந்த அத்தனை விளையாட்டையும் நான் அவர்ட்ட இருந்துதான் கத்துக்கிட்டேன்”

“நீ இதுவரை அவரை மட்டும்தான் உன்னோட பழி வாங்குற உணர்ச்சிக்கு பயன்படுத்தல. இப்ப அவரையும் இதுல கொண்டு வந்துடாத. அவர்ட்ட எப்பவும் உங்களை மாதிரியான ஆட்களோட சாயலே இருக்காது பகத். உன் சாமர்த்தியத்தை மனுஷங்களோட நிறுத்திக்கோ. அதுக்கு கடவுளை துணைக்குக் கூப்பிடாத”

பகத் கைதட்டினான்.

“நைஸ் ஸ்பீச் டாக்டர். பழி வாங்குறதும், கொலை பண்றதும் எதுக்கும் தீர்வு இல்லைன்னு அவருக்கு நல்லாவே தெரியும். இந்த மனுஷப் பயலுகதான் இன்னும் அதப் புடிச்சு வச்சு தொங்கிட்டு இருக்கானுக. அப்படி இல்லைனா ‘தம்பியைக் கொன்ன அண்ணனை கொல்ற எவன் மேலும் ஏழு பழி விழும்’னு அவரால ஒரு வரத்தை கொடுத்துருக்க முடியுமா? ஐ லவ் ஹிம் டாக்டர்”

விஜய்யிடமிருந்து மீண்டும் அழைப்பு வர அதை துண்டித்துவிட்டு “என்மேல கோபத்துல இருப்பேன்னு தெரியும். எனக்கு வேற வழி தெரியல. சாரிடா” என்று அன்பொழுக அவனுக்கு ஒரு வாய்ஸ் மெசேஜ் அனுப்பினான். பழகிப்போன அவனது நடிப்பைக் கண்டு ஜோஸ் அமைதியாக இருந்தார்,

“மனுஷனும், கடவுளும் எப்பவுமே பழியோட சாயல்தான் டாக்டர். ஏன்னா அவங்க ரெண்டு பேருமே தன்னோட சாயல்லதான் மாறி மாறி அவங்களை படைச்சிக்கிட்டாங்க. இது நான் சொல்லல டாக்டர்... எல்லா மதத்தோட தியரியும் இதத்தான் மறைமுகமா சொல்லுது. சொல்லப்போனா உங்க எல்லா தியரியும், கொள்கைகளும், கோட்பாடுகளும் இதத்தான் சொல்லுது. எங்க இத ஒத்துகிட்டா சாமி கண்ணக் குத்திருவாரோன்னு ஒரு பயம். அவரு ரொம்ப நல்லவரு டாக்டர். அப்படியெல்லாம் பண்ண மாட்டாரு”

“சரி உன் பேச்சுப்படி நீ கடவுள்ட்ட இருந்து தப்பிச்சிடலாம்; ஆனா சட்டத்துல இருந்து...”

பகத் பலமாக சிரித்தான்.

"உங்க பிரச்சனையே இதான் டாக்டர் நீங்க எல்லாத்தையும் கடவுள்ட்ட இருந்து பிரிச்சுப் பிரிச்சுப் பாக்குறீங்க. சட்டமும் கடவுளும் ஒண்ணுதான் டாக்டர். இன்னும் தெளிவா சொன்னா சட்டம்கூட கடவுளோட சாயல்தான் டாக்டர். கடவுள் பழி வாங்கப்பட்டவனுக்கு நியாயம் வழங்க பல பல சட்டப் பிரிவுகள், காக்கி உடைகள், செவப்பு கட்டிடங்கள், கருப்பு அங்கிகள்னு வாய்ப்பையும், பாதுகாப்பையும் அள்ளி அள்ளி கொடுப்பாரு. ஆனா கடைசில அதுல ஒண்ணுகூட அவங்களுக்குப் பயன்படாது. பழி வாங்குறவனுக்கும் அதே சட்டம், போலீஸ், கோர்ட், நீதியரசர்கள், வக்கீல்கள்னு பல பல சிக்கல்கள் கொடுப்பாரு. ஆனா கடைசில எல்லாம் அவங்க பக்கம்தான் இருக்கும். ஏன்னா கடவுளுக்குத் தெரியும் பழி வாங்குறவன் தன்னோட சாயல்னு"

"ஒருவேளை நீ சொல்ற அந்தக் கடவுளோ, இல்ல என்னை மாதிரியான மனுஷனோ ஏதோ ஒரு வகைல ஒருநாள் உன்னோட இந்த எல்லா இரகசியங்களையும் உன் தம்பிக்கு தெரிய வச்சு உன் முன்னாடி நிறுத்துனா என்ன பண்ணுவ...?"

பகத் கொஞ்சமும் யோசிக்கவில்லை.

"பழி வாங்கணும்னு முடிவு பண்ணிட்டா மனுஷனா இருந்தா என்ன? கடவுளா இருந்தா என்ன டாக்டர்? ஒரே போடுதான்"

அவன்முன்னால் இருக்கும் மதுவை பாதி குடித்துவிட்டு கோப்பையை சுவரை நோக்கி பலமாக வீசினான். தண்ணீரும் கோப்பையும் அறையெங்கும் சிதறியது.

அச்சம்

பகத்தை ஒருவராலும் தடுக்க முடியவில்லை. விஜய்யைத் தூக்கிக்கொண்டு செவிலியர்கள் தடுக்க தடுக்க அவசர சிகிச்சைப் பிரிவை நோக்கி ஓடினான். இரத்தம் அதிகம் வெளியேறியதால் அதை நெருங்குவதற்கு முன்பே அவனும் மயங்கி விழுந்தான். பின்னாலேயே ஓடிவந்த அபர்ணாவை அமர வைத்துவிட்டு அவன் கூட்டாளிகளான டாக்டரும் மகேந்திரனும் அவர்கள் இருவருக்கும் சிகிச்சையளிக்க, அபர்ணாவும் இளவரசுவும் சித்தியும் இரவை அங்கேயே கழித்தார்கள். அதிகாலையில் சாராவும், குமாஸ்தாவும், வழக்கறிஞர் நண்பர்களும், சீனியரும் என ஒவ்வொருவராக அங்கு குவியத் தொடங்கினர்.

தமிழ் அபர்ணாவிடம் நேர்மையாக விசாரணை செய்வதுபோல நடித்தான். அவனுடைய எந்தக் கேள்விக்கும் அவள் பதில் சொல்லவில்லை. மகேந்திரன் அவனை சமாதானம் செய்வதுபோல வெளியே அழைத்துச்சென்று சிரித்துப் பேசினான். வழக்கு எதுவும் பதியப்படவில்லை.

பகத் கண் விழித்தபோது அவனைச் சுற்றி அனைவரும் இருந்தனர். கண்ணீர் வடித்தான். பின்னர் அவனுக்கே அது எரிச்சலாக இருக்க டாக்டரைப் பார்த்து கண் சிமிட்டிவிட்டு மயக்கமடைவதுபோல நடித்தான். அனைவரும் வெளியே செல்வதை அரைகுறையாக கண்களைத் திறந்து உறுதிப்படுத்திக்கொண்டான். வயிற்றில் போடப்பட்டிருந்த தையல் வலியைத் தந்தது. பகத் முகத்தை சுழிக்க மகேந்திரன் ஆரம்பித்தான்.

"ஏண்டா அந்த ஓட்டம் ஓடி வந்த? ஆனாலும் கொஞ்சம் ஓவர்தாண்டா. அவன்மேல அவ்வளவு பாசமா?"

“அவனுக்காகவா இவ்வளவு தூரம் இப்படி ஓடி வந்தேன்? போடாங்... எப்படியும் கொஞ்சநேரத்துல மயங்கி விழுந்துருவேன்னு தெரியும். வழில விழுந்தா எவன் என்னை காப்பாத்துவான்? அதான் நேரா ஐசியூ வாசல்ல வந்து மயங்கி விழுந்துட்டேன். அப்பவும் கொஞ்சம் ஞாபகம் இருந்துச்சு. முழிச்சா அபர்ணா தப்பா நெனச்சிட மாட்டா? ஆனாலும் நீ சொல்றதும் சரிதான். கொஞ்சம் ஓவர் ஆக்டிங்தான். இல்லைனா கொல்லப்போன எடத்துல எவனாவது உணர்ச்சிவசப்பட்டு தன்னைத்தானே குத்துவானா? அதுவும் இல்லாம ஓவர் சென்டிமென்ட் வேற... சைய்...”

டாக்டர் அதிர்ச்சியடைந்தார்.

“என்னாது கொல்லப் போனியா?”

“பின்ன?”

“டேய் எப்பா நீ அடிச்ச அடியே சரியில்ல. சாவவெல்லாம் மாட்டான். ஞாபகம் வேணா திரும்பாம போக வாய்ப்பிருக்கு. அதுவுமில்லாம அவனைக் கொல்றது ப்ளான்ல இல்லையே?”

“அப்ப அவன் இன்னும் சாகலையா? நீங்க ஏதோ செத்துப்போனவனை வச்சு ட்ராமா பண்ணிட்டு இருக்கீங்கன்னுதான நெனச்சேன்”

கோபம் அதிகமாக படுக்கையிலிருந்து எழ முயற்சித்தான். அவனை கட்டுப்படுத்துவதே அவர்கள் இருவருக்கும் பெரும் பாடாக இருந்தது.

“ஒரே ஒரு நிமிஷம் மட்டும் கொடுங்க. இன்னும் ஒரே ஒரு அடி. நிச்சயமா செத்துருவான். ப்ளீஸ்”

“ஏன்டா அந்த அடியை நாங்க அடிக்க மாட்டோமா? இப்ப என்ன செஞ்சாலும் மாட்டிக்குவோம். அந்தக் குமாஸ்தா நாங்க இல்லாத நேரமா பாத்து எல்லா மெடிக்கல் ரிபோர்ட்டையும் வாங்கி போட்டோ எடுத்து வச்சிருக்கான். அதை அபர்ணாவுக்கும் காட்டி ஏதோ பேசிருக்கான். இனி விஜய்யை அடிச்சா அபர்ணாவுக்கே உன்மேல சந்தேகம் வந்துரும்; மாட்டிக்குவோம். எல்லாத்தையும் கெடுத்துறாத. உனக்கு அவனை கொல்லத்தான செய்யணும், ஒரே ஒரு மாசம் மட்டும் பொறுத்திரு”

"விஜய்க்கு திரும்பவும் ஞாபகம் வந்துருச்சு. இப்ப என்ன பண்ண?"

"காலைல கொடுத்த மாதிரி கொஞ்சம் டோஸ் கொடுங்க டாக்டர்"

"ஒரேநாள்ல இப்படி ரெண்டாவது தடவை அந்த மருந்த கொடுத்தா ரொம்ப ஆபத்தாயிரும் பகத்..."

"அதானே எனக்கு வேணும்..."

"மொத நீ கிளம்பி ஹாஸ்பிட்டல் வா"

“என்ன விளையாடுறியா? நடக்குறதெல்லாம் நீயும் பாக்கத்தான செய்ற? ரொம்ப ஆபத்தாயிரும் பகத். ஒரு மாசத்துல அவனை முடிச்சிறலாம்னு நெனச்சோம். ஆனா அடிக்கடி அவனுக்கு ஞாபகம் வருது. அதான் சிக்கல். நீயே பாக்குற எவ்வளவு டோஸ் கொடுக்குறோம்? அதையெல்லாம் மீறி ரெண்டாவது வாரத்துல அவனே எழுந்து இந்த ரூமை விட்டு வெளிய வந்து நிக்குறான். அந்தக் கிழவன் என் முன்னாடியே அவன்ட்ட ‘உனக்கு என்னாச்சு என்னாச்சு’ன்னு கேக்குறான். அதைக்கேட்டு அபர்ணா அழுகுறா. அந்த நிலைமைல நான் என்ன பண்ணுவேன்னு சொல்லு? அன்னைக்கு மட்டும் தான் யாருன்னு அவனுக்கு தெரிஞ்சிருந்தது நீ அப்பவே உள்ள போயிருப்ப. உன்கூடச் சேந்து நாங்களும் உள்ளப் போயிருப்போம். ஆனா நீ சொல்றதையே திரும்பத் திரும்பச் சொல்ற. எத்தனை தடவை சொன்னாலும் இதோட சீரியஸ்னஸ் உனக்குப் புரியவே மாட்டேங்குது. இதுல அவள கொன்ன விவகாரம் வேற சிபிஐ கைல போயிருக்கு. அதுல என்ன நடக்கப் போகுதோ?”

பகத் அலட்சியமாக பார்த்தான்.

“சரி நீ சொல்றது எல்லாத்தையும் கேக்குறேன். இதுக்கு மட்டும் பதில் சொல்லு. இதுவரை மொத்தம் எத்தனை தடவை அவனுக்கு ஞாபகம் வந்துருக்கு?”

பகத் முகத்தில் மேலும் அலட்சியம் மேலோங்கியது.

“மொத்தம் ஆறு தடவை. இன்னைக்கு காலைல அபர்ணா இங்க இருக்கும்போதே முழிச்சிட்டான். நல்லவேளை பிபி ரைஸ் ஆனதுனால அவள வெளிய அனுப்பி டோஸ் கொடுக்க முடிஞ்சது. இப்படியெல்லாம் அவனுக்கு அடிக்கடி ஞாபகம் வர்றது, எழும்புறது, எல்லோரையும் வெறிச்சுப் பாக்குறதுன்னு கொஞ்சம் கொஞ்சம் டெவலப் இருக்குறதுனாலதான் இன்னும் அவங்க நம்மள நம்புறாங்க. ஆனா அவன இந்த நிலைக்கு ஆளாக்குறதே நாம கொடுக்குற மருந்துதான்னு தெரிய வந்துச்சு, அவ்வளவுதான். அதுனால அவன் இப்ப சாகுறது நமக்குத்தான் டேஞ்சர். ஒரு போஸ்ட்மார்ட்டம் போதும்; நம்ம எல்லோரோட டவுசரும் சுக்குநூறா கிழிஞ்சிரும். அபர்ணாவோ இல்ல அந்தக் கிழவனோ யாராவது ஒரு ஆள் எப்பவும் இங்க இருக்குறாங்க.

எல்லாத்தையும் அந்தக் கிழவன் தெரிஞ்சு வச்சிருக்கான். அவனப்பாத்தாலே பயமா இருக்கு. ஆரம்பத்துல விஜய் குடிச்சிட்டு கீழ விழுந்ததா நெனச்சிருந்தான். ரிப்போர்ட் பாத்ததுக்கு அப்புறம் நாலு வக்கீல் ஒண்ணாச் சேந்த மாதிரி கேள்வி கேட்டே கொல்றான். அவனுக்கு உன்மேல கொஞ்சம் இல்ல, நிறையவே சந்தேகம் இருக்கு. அதான் அவங்க இல்லாத நேரமா பார்த்து உன்ன வரச் சொன்னேன்"

அவர் பேசிக்கொண்டிருந்தபோதே விஜய்யின் தலையும் உடலும் மெல்ல மெல்ல அசைந்தது. மூடியிருக்கும் இமைகள் சுருங்கி விரிய வாய்க்குள்ளேயே ஏதோ புலம்பினான்; கழுத்து துடித்தது. டாக்டர் பேசியதை, பேசுவதை பகத் கொஞ்சமும் பொருட்படுத்தவில்லை.

"த்தா... எல்லாம் இவனாலத்தான்... இவன.."

கத்திக்கொண்டு சுற்றிலும் கண்களைச் சுழற்றினான். அருகிலிருந்த அறுவைச் சிகிச்சை செய்யப் பயன்படுத்தும் கத்தி ஒன்றை எடுத்து விஜய்யின் கழுத்தில் குத்தப் பாய்ந்தான். நொடியில் என்ன நடக்கிறது என்று புரிந்துகொண்ட அவனை முழு பலமும் கொடுத்து இழுத்துப் பிடித்துக்கொண்டு கத்தினார்.

"டேய்..டேய்.. அவனுக்கு ஞாபகம் எல்லாம் வரல. வந்துருந்தா கண் முழிச்சிருப்பான். சொல்றத கேளுடா... இது வெறும் கனவுதான்"

பகத் கொஞ்சம் நிதானமடைந்தான்.

"அவன மழுங்கடிக்க நாம கொடுக்குற ஹை டோஸ் மருந்துக்கு அடிக்கடி இப்படித்தான் ஆகும். ஒருவேளை ஞாபகம் வந்தாலுமேகூட அது நிஜமா கனவான்னு புரியுறதுக்குகூட அவனுக்கு கொஞ்சநேரம் ஆகும். புரியும்போது அதுவுமே அவனுக்கு முழுசா ஞாபகம் இருக்காது. எல்லாமே கனவா மாறியிருக்கும். இப்பக்கூட அவன் ஏதோ கனவு கண்ட்ருக்கலாம்"

டாக்டர் சொல்லி முடிக்க விஜய்யின் கண்கள் மறுபடியும் அலம்பியது. அலம்பும் அந்தக் கண்களுக்குள் ஒல்லியான தேகம் கொண்ட மரமறுக்கும் மனிதன் வாட்ச்மேனாகத் தெரிய, சவப்பட்டிக்குள் அவரது இரு பெண் குழந்தைகளும் இருப்பது தெளிவாகத் தெரிகிறது. அதனைத் தொடர்ந்து எதிரில் முகம் முழுவதும் இரத்தக் கறைகளுடனும், அந்த

நீளத் துப்பாக்கியை தனது தலைக்கு குறி வைத்துக்கொண்டு தான் நின்றுகொண்டிருப்பதைப் பார்த்து சத்தத்துடன் விஜய் அலறுவதும், அவன் அலறத் தொடங்கிய அடுத்த நொடி எதிரில் நிற்கும் இன்னொரு விஜய்யும் அவனைப்போலவே ஆனால் அதைவிட பெரும் சத்தமாக வெறியுடன் அலறிக்கொண்டு விஜய்யின் தலையை தொடர்ச்சியாக சுட்டு சுக்கு நூறாக்குவதும், இருவரின் கழுத்திலும் தலை இல்லாததும், விஜய்யின் கைகளில் துப்பாக்கியும், எதிரில் நிற்கும் அவனைச் சுட்ட பகத்தின் கைகளில் இரத்தம் தெறித்த அந்த வெள்ளைத் தாளும் கைமாறி இருப்பதும், அந்தத் தாள் வாட்ச்மேன் மகள் கொடுத்த வாக்குமூலமாகவும் மாறுவதும் என என்னவெல்லாமோ காட்சிகள் நீள்கிறது.

“இப்ப எங்க அவங்க ரெண்டு பேரும்?”

“கேண்டீன் போயிருக்காங்க”

“சரி நான் சொல்றதை அப்படியே அபர்ணாட்டையும் அந்தக் கிழவன்ட்டையும் சொல்லுங்க. கண்டிப்பா ஒத்துக்குவாங்க. மிச்சத்தை நான் பாத்துக்கிறேன். இப்ப அபர்ணா என் வீட்லதான இருக்கா, ஒரு பிரச்சனையும் இல்ல”

“புனேல இதவிட பெட்டரா ட்ரீட்மெண்ட் கொடுக்க முடியும்னு டாக்டரே சொல்றாருன்னா இதுல என்ன யோசிக்க வேண்டியதிருக்கு? சாரா இங்க இருந்தாகூட நீ யோசிக்கலாம். அவளுக்கு ஹாஸ்டல் இருக்கு. லீவுநாள் நாங்கப் பாத்துக்குறோம். நீ இங்கேயே வீடும் ஹாஸ்பிட்டலுமா அலைய அலைய உனக்கு அவன் கீழ விழுந்தததுதான் திரும்ப திரும்ப ஞாபகம் வரும். அதான் டாக்டர் அவ்வளவு உறுதியா சொல்றாரே. உனக்குத் துணையா நானும் வரேன். அங்கருந்து திரும்பி வரும்போது நீங்க ரெண்டுபேரும் பழைய மாதிரி ஒண்ணா வருவீங்க. நம்பிக்கையோட இரு.”

சித்தி முடிக்க இளவரசு தொடர்ந்தார்.

“ம்மா.. இங்கப் பாரு. இவன்கிட்ட காசு வாங்க வேண்டிய நிலைமை வந்துருமான்னு ஏதாவது யோசிக்கிறியா என்ன? என்ன இருந்தாலும் அவனும் என் மகன்தான். இந்த மாதிரி நிலமைல அவனுக்கு செய்ய வேண்டிய கடமை இருக்கு. நீ எதப்பத்தியும் கவலைப்படாத... நான் பாத்துக்கிறேன், அவன் நிச்சயம் நல்லபடி திரும்பி வருவான்”

அபர்ணா ஒத்துக்கொள்ளும் விதமாக தலையசைத்தாள்.

“அம்மா, விஜய் எப்படியும் கண்ணு முழிச்சு, நம்மகூட பழைய மாதிரி ஜாலியா விளையாடும்ல”

சாரா கேட்டதும் அபர்ணா அவளை இறுகக் கட்டிக்கொண்டாள். பின் இரவின் பாதிக்கு அழுதாள்.

எல்லோரும் தூங்க அபர்ணா எதையோ யோசித்தபடி நீச்சல் குளத்தின் அருகில் அமர்ந்திருந்தாள். பகத் வந்தான். அவன் வருவது தெரிய எழுந்து அவனைக் கடந்து வீட்டினுள் செல்ல முற்பட்டாள்.

“ப்ளீஸ்.. ஒரு நிமிஷம் மட்டும். இதுக்குமேல உன்னை தொந்தரவு படுத்த மாட்டேன்”

அவனுக்கு முதுகைக் காட்டியபடி நின்றாள்.

“உனக்கு என் முகத்தை பார்க்கக்கூட அருவெறுப்பா இருக்குன்னு எனக்கு நல்லாவேத் தெரியும். அதுக்கு தகுதியானவன்தான் நான். என்னை மன்னிக்க சொல்லி எல்லாம் கேக்க நான்

வரல. ஏன்னா என்னை நானே மன்னிக்க முடியாத அளவுக்கு இத்தனை காலம் என்னோடவே இருந்த அவஸ்தை, வலி, அழுகை, காதல் எல்லாத்துக்கும் அதிகபட்சமா துரோகம் பண்ணிட்டேன். உண்மையை சொல்லனும்னா இப்பல்லாம் எனக்கு கொஞ்சம்கூட வாழப் பிடிக்கல. விஜய்யை உன்கிட்ட ஒப்படைக்குறதுக்கும், எல்லா உண்மையையும் அவன்ட்ட சொல்றதுக்கும் மட்டும்தான் நான் இங்கேயே சுத்தி சுத்தி வரேன். இதச் சொல்லத்தான் வந்தேன். இனிமே உன் முன்னாடி வந்து நின்னு உன்னை தொந்தரவு பண்ண மாட்டேன். எல்லாம் நல்லபடியா நடக்கும் போய்ட்டு வா.”

அவளிடமிருந்து எந்த பதிலையும் எதிர்பார்க்காமல் விலகி நடந்து வீட்டிற்குள் நுழைந்தான். இளவரசு அங்கு நின்று கொண்டிருந்தார்.

“அன்னைக்கு வழக்கம்போல நீ கொடுக்குற வேலை விஷயமா அவன்மேல ஏதோ சந்தேகப்பட்டு என்னை அவன்ட்ட பேசச் சொல்றேன்னுதான் நெனச்சேன். ஆனா நீ இப்படி பண்ணுவேன்னு கொஞ்சம்கூட நெனைக்கல. நீ ஏதோ பெருசா பிளான் பண்றேன்னு மட்டும் தெரியுது. தயவு செஞ்சு எல்லாத்தையும் நிறுத்திருடா. என்ன இருந்தாலும் அவன் உன் தம்பி. பிடிக்கலைனா ஒதுங்கிரு. அதுக்குன்னு... வேண்டாம்டா... ஒரு பொட்ட பிள்ளைய வச்சிகிட்டு அது சுருங்கிப் போயிரும்ப்பா. விஜய்க்காக இல்லாட்டாலும், அபர்ணாவுக்காகவாவது...”

பகத் பார்த்த பார்வையில் இளவரசு மேற்கொண்டு பேசாமல் அப்படியே ஸ்தம்பித்து நின்றார். உள்ளுக்குள் இருக்கும் வெறியோடு உதட்டில் ஆள் காட்டி விரலை வைத்து அவரை அமைதியாக இருக்கும்படி சைகையாலே சொல்லிவிட்டு அவரைக் கடந்து செல்ல அது இதுவரை அவரிடம் அவன் காட்டாத முகமாக இருந்தது.

விஜய்யை புனே கொண்டு செல்வதற்கான அனைத்து ஏற்பாடுகளும் செய்யப்பட்டன. பிரத்யேகமாக வசதி செய்யப்பட்ட ஒரு ஆம்புலன்ஸ் ஆண் செவிலியர் ஒருவருடன் அவனுக்காக காத்திருந்தது. அதன் ஓட்டுனராக முத்து நின்று கொண்டிருந்தான். விஜய் மருத்துவமனையின் உள்ளிருந்து கொண்டு வரப்பட்டு ஆம்புலன்சில் ஏற்றப்பட்டான். அபர்ணா, சித்தி, டாக்டர், விஜய் குமாஸ்தா தனியாக கார் ஒன்றில் புறப்பட அதனுடன் ஆம்புலன்சும் கிளம்பியது.

“சரிங்க சார்.. ஓகே சார். கேக்குறேன் சார்”

கார் டிரைவர் அழைப்பை துண்டித்துவிட்டு அபர்ணாவிடம் பேசினார்.

“அம்மா இங்க பக்கத்துல நல்ல ஹோட்டல் ஒண்ணு இருக்காம். இதைவிட்டு டோல் தாண்டிட்டா இனி நாப்பது கிலோமீட்டர் போகணுமாம். இங்க சாப்டலாமா? இல்ல அங்கப் போகலாமான்னு டாக்டர் கேக்குறாரு”

“இங்கேயே சாப்பிடலாம்”

முத்து இண்டிகேட்டர் போட்டு காரை நிறுத்த இடம் காட்டினான். பின்னால் வந்த கார் ஹோட்டல் முன்பு நிற்க, இடமில்லாததால் ஆம்புலன்ஸ் கொஞ்சம் முன் நகன்று நின்றது. காருக்கும் ஆம்புலன்சிற்கும் இடையில் வரிசையாக ஐந்தாறு லாரிகளும், இரண்டு மூன்று கார்களும் சாலையோரத்தில் வரிசை கட்டி நிறுத்தப்பட்டிருந்தன. பரவலான மக்கள் கூட்டம். காரிலிருந்து அனைவரும் இறங்க, ஆம்புலன்ஸ் முன்னால் இருந்து இறங்கிய டாக்டர் அதன் பின் கதவைத் திறந்தார்.

“நாங்க சாப்ட்டு உனக்கு பார்சல் வாங்கிட்டு வரோம். கவனமா பாத்துக்க”

“நான் வேணா விஜய்கூட இருக்கேன். அவர சாப்பிடச் சொல்லுங்க?”

“இல்ல அபர்ணா. இது அவர் வேலை. அங்கேயே இருக்கட்டும். பார்சல் வாங்கிக் கொடுத்துறலாம்”

ஹோட்டலை ஒட்டி நின்றுகொண்டிருக்கும் ஐந்தாறு லாரிகளில் ஒன்று மட்டும் ஆம்புலன்சை நோக்கி வேகமெடுத்தது. அதே கூட்ஸ் லாரி புதிதாக பாடி டிசைன் மாற்றப்பட்டு ஆம்புலன்சையொட்டி வந்து நின்றது. ஓட்டுனர் இருக்கையில் தமிழ் இருந்தான். ஆட்கள் கூட்டத்தைப் பார்த்த பகத் சிரமமே இல்லாமல் செவிலியர் உதவியுடன் பிரத்யேகமாக வடிவமைக்கப்பட்ட ஆம்புலன்சின் அடிப்பாகத்தை திறந்து விஜய்யை லாரிக்கு மாற்றினான். லாரிக்காக அருகில் இருந்த டோல்கேட்டில் பகத் காத்திருந்தான். அங்கு விஜய்போலவே நோயாளிக்கான ஆடை ஒன்றை அணிந்துகொண்டு அவனது

உயர எடையுடன் ஒருவன் நடந்து சென்றான். எல்லாம் அவன் ஏற்பாடுதான்.

எல்லாம் முடிந்ததும் நடந்த எதைப் பற்றியும் தெரியாத அபர்ணா முதல் ஆளாக ஹோட்டலிலிருந்து ஆம்புலன்சை நோக்கி ஓடி வந்தாள். அவள் பின்னாலேயே அனைவரும் ஓடி வந்தார்கள். உள்ளே விஜய் இல்லாததைப் பார்த்து அதிர்ச்சியடைய அங்குமிங்கும் விஜய்யை தேடினார்கள்.

அபர்ணா அதே சாலையில் முட்டியிட்டு ஓவென்று அழுதாள். அப்போது அவளின் முன்னால் லாரி ஒன்று வந்து நின்றது.

"அம்மா நோயாளி யாரையாவது காணோம்னு தேடுறீங்களா?"

அபர்ணா ஆவேசத்துடனும், ஆர்வத்துடனும் அழுதுகொண்டே "ஆம்" என்றாள்.

"டோல் தாண்டி ரோட்டோரமா நடந்து போறாரும்மா"

அபர்ணா காரில்கூட ஏறாமல் ஆந்திரா நான்கு வழிச்சாலையில் அந்த நடு மதியத்தில் டோலை நோக்கி திரும்பி ஓடினாள். அவள் பின்னாலேயே காரும் கிளம்பியது. ஆனால் எவ்வளவு தேடியும் அவர்களால் கண்டுபிடிக்க முடியவில்லை. அவள் அப்படியே அங்கேயே மயங்கிச் சரிந்தாள்.

"விஜய் சார் உடல் அசைவதுபோலவும், அவரது கண்கள் திறந்து மூடுவதுபோலவும் எனக்குத் தோன்றியது. அவர் உடலையும் கண்களையும் உற்றுப்பார்த்த அடுத்த நொடி அவரது கண்கள் சட்டென்று திறந்து எனது வலது கையை பலமாக ஒரு பிடி பிடித்தது. அந்தப் பிடியினால் பயந்துபோன நான் அலற, விஜய் சார் அவரது உடலை தொடர்ந்து உதறிக்குலுக்கி ஒரு எமெர்ஜென்சி சூழ்நிலையை உள்ளே உருவாக்கினார். என்னால் அதை சமாளிக்க முடியவில்லை. "அபர்ணா... அபர்ணா..." என்று தொடர்ந்து பிதற்ற அவரது உடல் வேகமாக சமநிலை இழந்து வந்தது. அதனால் பயந்துபோன நான் ஆம்புலன்சை விட்டு இறங்கி டாக்டரை அழைக்க ஹோட்டலை நோக்கி ஓடினேன்"

எப்படி சொல்லிக் கொடுக்கபட்டதோ அப்படியே அவன் இன்ஸ்பெக்டரிடம் எழுதிக் கொடுத்தான்.

இன்ஸ்பெக்டர் அறைக்கு வெளியே அபர்ணாவும், அவளை தாங்கிப் பிடித்தபடி சித்தியும் பெஞ்சில் அமர்ந்திருக்க, டாக்டரும்,

விஜய் குமாஸ்தாவும் உள்ளே அமர்ந்திருந்தார்கள். பகத் போனில் இன்ஸ்பெக்டருடன் பேசிக்கொண்டிருந்தான். அவர் அரைகுறை ஆங்கிலமும் தமிழும் தெலுங்கும் கலந்து "எவ்வளவு முடியுமோ அவ்வளவு சீக்கிரம் கண்டுபிடிச்சு கொடுத்துறலாம் சார்" என்ற விதத்தில் பவ்யமாக தலையாட்டியபடி பேசி முடிக்க டாக்டர் அவர் கையில் ஐநூறு ரூபாய் கட்டு ஒன்றை கொடுத்தார். அதை வாங்கி பான்ட் ஜோப்பில் சொருவிக்கொண்டதும் உள்ளே நுழைந்த காவலர் ஒருவர் அவருக்கு சல்யூட் செய்துவிட்டு பென்ட்ரைவ் ஒன்றைக் கொடுத்தார். அந்தக் காவலரிடமே வெளியே இருக்கும் அபர்ணாவையும் பகத் சித்தியையும் உள்ளே அனுப்பச்சொல்ல, உள்ளே வந்த அவர்களிடம் டோல்கேட் சிசிடிவி புட்டேஜை அவரது லேப்டாப்பில் போட்டுக் காண்பித்தார். அதில் விஜய் போலவே நடந்து செல்பவன் சாலையை விட்டு ஒதுங்கி இடதுபுறமாக சென்றான்.

"டோலுக்கு அந்தப்பக்கம் புல்லா காடும்மா. இப்ப அதான் சிக்கல். ஆனா எப்படியும் கண்டுபிடிச்சிருவோம், இப்பவே கிளம்புறோம். உங்கள்ல ஒரு ஆள் மட்டும் என்கூட இருங்க"

இரண்டு மொழிகளில் அரைகுறையாக அபர்ணாவிடம் அவர் கூற அவள் தெம்பின்றி அழுதாள்.

"இதுக்கு முன்ன முழிப்பு வரும்போது அவன் உடம்பு இவ்வளவு நேரம்கூட தாக்குப் பிடிக்கல. மறுபடியும் மயங்கிட்டான். இப்ப பாக்கும்போது அதுல ரொம்ப இம்ப்ரூவ்மெண்ட் தெரியுது. நிச்சயம் அவனுக்கு எல்லாமே ஞாபகம் வந்துரும். அவனாவே உனக்கு கால் பண்ணுவான் அபர்ணா. நான் சார்கூட இருந்து தேவையானதை செய்றேன். கவலைப்படாத"

விஜய் குமாஸ்தா அவளை சமாதானப்படுத்தினார்.

இன்ஸ்பெக்டரிடம் பேசி முடித்த பகத் மொபைலை டேபிளின் மேல் வீசினான். விஜய்க்கும் அபர்ணாவிற்கும் திருமணம் நடந்த இரவு அன்று அமர்ந்திருந்த அதே சாமில். அதே இடம். கையில் மதுபாட்டிலுடன் எழுந்து உள்ளே சிறிது தொலைவு நடந்தான். மரப்பொடிகள் கொட்டி வைக்கும் குண்டுகளும், மரம் அறுக்கும் இயந்திரங்களும், மரத்தடிகளும், இருளும், மஞ்சள் விளக்குகளும் சூழ்ந்த அந்த இடத்தை அந்த நேரத்தில் எவர் பார்த்தாலும் அச்சமுறுவர். குறிப்பிட்ட ஒரு இடத்தில் நின்றவன் கீழே கொட்டிக்கிடக்கும் மரப்பொடிகளை காலால் அகற்றினான்.

நிலவறையின் கதவு தெரிந்தது. குனிந்து திறந்தான். படிகளில் இறங்கி உள்ளே சென்றான். நிலவறைக்கே உண்டான பழையப் பொருட்களும், இயந்திரங்களுக்கான இரும்பு பைப்களும், சின்ன சின்ன மரத்தடிகளும், இரும்பு சாதனங்களும் குவிந்து கிடந்தன. கடத்தலுக்கான பொட்டலங்கள் ஆங்காங்கே அடுக்கி வைக்கப்பட்டிருந்தன. அதன் நடுவிலிருந்து ஒரு துப்பாக்கியை எடுத்துக்கொண்டான். மூலையில் போடப்பட்டுள்ள பெட் ஒன்றில் விஜய் படுக்க வைக்கப்பட்டிருந்தான்.

இரும்பு நாற்காலி ஒன்றை அவனருகில் இழுத்துப்போட்டமர்ந்து அவனையேக் கண்கொட்டாமல் பார்க்க ஆரம்பித்தான். மூடியிருந்த விஜய் கண்களின் மேலாக தனது கையை வைத்து அசைத்தும், அவன் தோளைத் தொட்டு எழுப்பியும், கன்னத்தில் லேசாக அறைந்தும், பின் கையில் வைத்திருந்த பாட்டிலிலிருந்து சிறிது மதுவை அவன் வாய் திறந்து ஊற்றியும் பார்த்தான். அது ஒழுகி வழிய விஜய்யிடம் ஒரு அசைவுமில்லை என்பதை உணர்ந்தவன் பரிதாபப்படுவதுபோல உதட்டைச் சுழித்தான். பின் காதை அவனது இதயத்தில் வைத்தான்; துடிக்கும் சத்தம் கேட்டது. அதைக் கேட்டு சந்தோஷப்படுவதுபோல விஜய்யிடம் கட்டை விரலை காட்டி உற்சாகமானான். பின் இருக்கையை விட்டு மெதுவாக எழுந்து திரும்பி செல்வதுபோல ஒரு அடியை எடுத்து வைத்தவன் சட்டென்று திரும்பி அந்த இரும்பு நாற்காலியை தூக்கி அன்றைய தினம் போலவே அவனை அடிக்கப் பாய்ந்து அவனது தலைக்கு அருகில் கொண்டு வந்து நிறுத்தினான். அப்போதும் விஜய்யிடம் எந்த அசைவுமில்லை. மீண்டும் அவனருகிலேயே அமர்ந்தவன், துப்பாக்கியை எடுத்து

விஜய்யின் தலைக்கு குறிவைத்து சுடத்தொடங்கினான். ஒன்று, இரண்டு, மூன்று. குண்டுகள் எதுவும் வெளிவரவில்லை. அப்போது யாரோ உள்ளே இறங்கி வரும் சத்தம் பகத்திற்கு கேட்கிறது.

அவன் திரும்பி பார்க்கவில்லை. வருவது மகேந்திரன் என்று அவனுக்கு தெரியும்.

"இந்த நேரத்துல என் பிறந்தநாள்தான் முக்கியமா? அபர்ணாவுக்கு தெரிஞ்சா... நெனச்சுப் பாரு?"

"பெரிய பெரிய தப்புக்கு ஆசைப்படும்போது, இந்த மாதிரி சின்ன சின்ன தப்புக்களை எல்லாம் கண்டுக்கக்கூடாது. எப்பவும் பர்பக்ட்டா இருந்தா ரொம்ப போர் அடிக்கும்"

அபர்ணாவிடம் சொல்லியதைக் கொஞ்சம் மாற்றி சொல்லிவிட்டு பகத் சிரித்தான்.

"சரி வா. எல்லோரும் உனக்காகத்தான் வெய்ட் பண்றாங்க"

பகத் அவனை போகச்சொல்லி கை காட்டிவிட்டு துப்பாக்கியின் சேம்பரைப் பார்த்தான். உள்ளே குண்டுகள் இல்லை. சிரித்துவிட்டு அதில் மூன்று குண்டுகளை மட்டும் நிரப்பினான். இப்போது மீண்டும் விஜய் தலைக்கு குறி வைத்தான்; குறி மட்டுமே வைத்தான். சிரித்துக்கொண்டே நிலவறையிலிருந்து வெளியேறினான்.

டாக்டர், தமிழ், ட்ரைவர் முத்து, அடியாட்கள் என அனைவரும் கலந்துகொண்ட மகேந்திரனின் பிறந்தநாள் கொண்டாட்டம் ஆரம்பமானது.

ஆந்திர போலீசார்கள் மூவர், இன்ஸ்பெக்டர் ஆகியோர் காட்டுக்குள் சென்று விஜய்யை தேடுவதுபோல நடிப்பதும், அவர்களுடன் சென்ற விஜய் குமாஸ்தாவை அவர்கள் நடுக்காட்டில் வைத்து அடித்துக் கொல்வதும், இன்ஸ்பெக்டர் மற்ற மூவருக்கும், அதில் ஒருவர் இன்ஸ்பெக்டருக்கும் சில காயங்களை ஏற்படுத்துவதும், அவர் உடலை அங்கு வரும் பகத்தின் "கூட்ஸ் லாரி"யில் ஏற்றி அனுப்புவதும், வனத்துறை செக்போஸ்ட்டில் இருக்கும் காவலர்களுக்கு இன்ஸ்பெக்டர் இலஞ்சம் கொடுப்பதும், பின்னர் நேராகச் சென்று அவர்கள் மருத்துவமனைகளில் அட்மிட் ஆவதும் அந்த பிறந்தநாள் கொண்டாட்டத்திற்கு நடுவில்தான் நடந்து முடிந்தது.

அடிபட்டு கிடந்தவர்களை நலம் விசாரிக்க உயரதிகாரிகள் வந்தனர். இன்ஸ்பெக்டர் கதையளந்தார்.

“சார் நேத்து ஒரு மேன் மிஸ்ஸிங் கம்ப்ளைன்ட் சார். சிசிடிவி புட்டேஜ் பாத்ததுல அவரு காட்டுக்குள்ள போனது மாதிரிதான் சார் இருந்துச்சு. அதான் உள்ளப் போய் நம்ம டீம் தேடுச்சு. இதுக்கு முன்னவும் ஒரு மேன் மிஸ்ஸிங் கம்ப்ளைன்ட்ல நம்ம டீம் உள்ள போய் ஆள கண்டுபிடிச்சு வந்துருக்கு. பொதுவா அங்க மிருகங்கள் எதுவும் கிடையாது. அப்படியே இருந்தாலும் இவ்வளவு கீழிறங்கி வராது. அந்த நினைப்புலதான் உள்ள போனோம். ஆனா இந்த தடவை தாய் ஒண்ணு குட்டி ஒண்ணு ரெண்டு சிறுத்தைங்க சார். என்ன ஏதுன்னு பாக்குறதுக்குள்ள எங்க எல்லோரையும் அட்டாக் பண்ணிருச்சு. நாலா பக்கம் சிதறி ஓடிட்டோம். அப்புறம் பாரஸ்ட் ஆள்க உதவிலதான் வண்டியையே எடுத்தோம். கூட வந்த அவங்க ஆள் ஒருத்தரை எவ்வளவு தேடியும் கண்டுபிடிக்க முடியல. ஸ்பெஷல் டீம் ஒண்ண உடனே பார்ம் பண்ணணும் சார்”

இன்ஸ்பெக்டர் சொன்னதை அப்படியே நம்பிவிட்டு அதிகாரிகள் சென்றனர்.

அந்த இளம்பெண் தலையை வெட்டிக்கொண்டு வந்திருந்த அன்று தொப்பையும், பணத்திமிரும், பொங்கி வழியும் ஆந்திர முகத்துடன் குற்றவாளி கூண்டிற்குள் நின்றிருந்த பகத்தின் க்ளைன்ட், பகத், தமிழ், டாக்டர், மகேந்திரன் ஆகிய நால்வரும், இப்போது இன்னொரு பாடி வடிவமைப்பில் நின்றிருந்த "கூட்ஸ்" லாரியின் முன்பு போடப்பட்டிருக்கும் டேபிளை சுற்றி அமர்ந்தபடி மதுவருந்திக் கொண்டிருந்தார்கள்.

பகத் க்ளைன்ட்டிடமிருந்து இன்ஸ்பெக்டருக்கு அழைப்பு சென்றது. அவனிடம் இன்ஸ்பெக்டர் சிரித்து சிரித்துப் பேசினார். பேசும்போதே அவரது படுக்கையின் அடியில் எவனோ ஒருவன் வந்து சில ஐநூறு ரூபாய் பணக்கட்டுகளை கொண்டுவந்து வைத்துச் சென்றான்.

"ஆந்திரான்னு இல்ல எப்ப, எங்க, என்ன உதவினாலும் தயங்காம கேளுங்க பகத். என்னால முடிஞ்சத செய்றேன். நீங்க என்னோட வாழ்க்கையையும், மானத்தையும் திருப்பித் தந்துருக்கீங்க. நான் எப்பவும் உங்களுக்கு நன்றி உள்ளவனா இருப்பேன்"

"தமிழ்நாடுன்னு இல்ல எப்ப, எங்க, என்ன தப்பு பண்ணாலும் தயங்காம கூப்பிடுங்க. இப்பருந்து நானும் உங்களுக்கு நன்றிக்கடன் பட்டிருக்கேன் சார்"

அவன் சிரித்துக்கொண்டே "யாரு எப்ப மொத கூப்பிடுறாங்கன்னு பாப்போம். இப்ப எனக்கு நேரமாயிடுச்சு. நான் கிளம்புறேன்" என்றான்.

பகத் அவனைக் கார் வரை சென்று வழியனுப்பிவிட்டு வந்தான்.

"எப்படியோ என் தலை தப்பிச்சது. இனி அண்ணனாச்சு, தம்பியாச்சு. நான் கிளம்புறேன்"

தள்ளாடியபடியே கிளம்பி இரண்டு எட்டு எடுத்து வைத்தவர் நின்றார்.

"எதுனாலும் கொஞ்சம் யோசிச்சு முடிவெடு. அப்புறம் நீ கேட்டது உன் கார்ல வச்சிருக்கேன். மருந்து கொடுத்து நாளாச்சு. இனி அவன் முழிக்க வாய்ப்பிருக்கு"

“டாக்டர் சொல்றது மாதிரி கொஞ்சம் யோசிச்சு முடிவெடு பகத். ஒரு கொலையை மறைக்க இன்னொரு கொலைன்னு எண்ணிக்கை கூடிட்டே போகுது. இதுவரை ஓகே. இனிமேல் கொஞ்சம் கவனமா இருக்கணும்னு நெனக்கிறேன். ஆனா நீ என்ன பண்ணாலும் நான் உன்கூடத்தான் இருப்பேன், அதையும் மறந்துறாத. அவன்ட்ட பேசிப் பாப்போம். நாம சொல்றதுக்கு சம்மதிச்சா விட்ருவோம். இல்ல நம்மகிட்ட இருக்குற ஆதாரத்தை வச்சு அவன உள்ளத் தூக்கிப் போடுவோம். அதுவும் ஒத்து வரலைனா நீ பண்றத பண்ணு”

பதிலுக்கு எதுவும் பேசாமல் அமைதியாக இருந்த பகத்தைப் பார்த்து சிறிது அதிருப்தியுடன் தமிழும் டாக்டரும் அவரவர் கார்களை நோக்கிச் சென்றனர். மகேந்திரன் அமைதியாக இருந்தான்.

“நமக்குத் தேவை அவளைக் கொல்றது. அது நல்லபடியா முடிஞ்சது. அந்த விஷயமா மகளிர் ஸ்டேஷன்ல இருந்த எல்லா பேப்பரையும் நாம அப்பவே எடுத்துட்டோம். அதுனால அதுலயும் ஒரு பிரச்சனை இல்ல. திடீர்னு ஏன் அவனக் கொல்லணும்னு முடிவு பண்ண? உன் பழைய காதலுக்கு, அத நினச்சு நினச்சு நீயா உருவாக்கிக்கிட்ட போலியான பரிதாபத்துக்கு பழிவாங்க இதுதான் நேரமா? ரெண்டு பேரும் சேந்து உள்ளப்போனா பியூச்சர்ல நாம பண்ணப்போற பெரிய பெரிய சம்பவங்களுக்காக வச்சிருக்க ப்ளான் எல்லாத்தையும் என்ன பண்ண? இனிமேதான் நம்ம லைஃப்பே ஆரம்பிக்கப் போகுது. அந்த நேரத்துல ஏன் இப்படி....?

கொஞ்சம் இடைவெளி விட்டு தொடர்ந்தான் பகத்.

“எல்லோரும் அவங்கவங்க நினைக்கிறத சொல்லிட்டாங்க. நீயும் இப்படியெல்லாம் கேக்க மாட்டியா?”

கடுமையாக முகத்தை வைத்துக்கொண்டு அதை ஆமோதிப்பதுபோல மகேந்திரன் ஆரம்பித்தான்.

“புரிஞ்சிகிட்டா சரி. எல்லாம் கைமீறிப் போகுறதுகுள்ளயாவது புத்தி வந்துச்சே. ஒரே ஒரு பொண்ண மட்டும் காதலிக்குறது, அவளுக்காக கல்யாணமே பண்ணாம இருந்து அவள நினச்சே உருகுறது, கூடப் பிறந்தவன் மேலயே வெறுப்பு காட்டுறதுனு அலையாம இனியாவது டல் அடிக்குற கம்போடியா

ப்ராஜெக்ட்ட்ட தூக்கி எறிஞ்சிட்டு வேற எதாவது யோசிச்சு நாலு காசு சம்பாதிக்குற வழியக் காட்டு”

சொல்லிவிட்டு மகேந்திரன் அமைதியாக இருந்தான். பகத் அவனைப் பார்த்தான். இருவருக்கும் சிரிப்பை அடக்க முடியவில்லை. சத்தமாகச் சிரித்தனர்.

“என்ன இருந்தாலும் அவன் என் தம்பி. நான்தான் ஏதோ வெறில அவனக் கொல்றதுக்கு ரெடியா இருக்கேன். நீ என்னடான்னா நான் சொல்ற எல்லாத்துக்கும் தலையாட்டிட்டு இருக்க. முக்கியமா இந்த எல்லாப் பிரச்சனையும் உன்கிட்ட இருந்துதான் ஆரம்பமாச்சு. நீதான் இவ்வளவுக்கும் காரணம். நீ மட்டும் அந்த வாட்ச்மேன் பொண்டாட்டி பின்ன அலையலன்னா இதெல்லாம் நடந்துருக்குமா....?”

பகத்தைப் போலவே கொஞ்சம் இடைவெளி விட்டு பின் இப்படி கேட்டான்.

“ஏன் நீ இப்படியெல்லாம் கேக்க மாட்டியா?”

இருவரும் அமைதியாக சிரித்துவிட்டு அவரவர் கோப்பைகளில் மது ஊற்றினர். பின்னர் மகேந்திரனே மறுபடியும் தொடங்கினான்.

“தோணாம எல்லாம் இல்ல. ஆனா இப்படியில்ல. நான் செஞ்சது தப்புதான். இதுக்கு முன்ன இதவிட மோசமான தப்பு எல்லாம் பண்ணிருக்கேன். நீயும் அதுலருந்து என்னைக் காப்பாத்தியிருக்க; காப்பாத்திட்டு இருக்க. ஆனா இந்த விஷயத்துல மட்டும் நீ இப்படி வெறி புடிச்சவன் மாதிரி ரியாக்ட் பண்றது புதுசா இருக்கு. அதப் பாக்கும்போது எப்படா நான் வாட்ச்மேன் பொண்டாட்டி பின்னாடி போவேன்னும், அது பிரச்சனையாகும்னும், அதுல விஜய்யை சம்மந்தபடுத்தனும்னும், அத வச்சு அவன தீத்துக் கட்டணும்னு காத்திட்டு இருந்த மாதிரி தோணுச்சு. நாம வாட்ச்மேன கொன்னதுல இருந்து அந்த வெறி இன்னும் உனக்குள்ள அதிகமானதுபோல தோணுச்சு. அவ தலையை வெட்டுனத கேள்விப்பட்டப்ப நான் பயந்து நடுங்கிட்டேன். ஆனா நீ குடியரசு தலைவர்ட்ட விருது வாங்கப்போகுற மாதிரி ஷேவ் பண்ணி, குளிச்சு, கிளம்பி... யப்பா டேய்”

தன்னை வியந்தோதி கையெடுத்துக் கும்பிட்ட அவனைப் பார்த்து கண்களை அகல விரித்து சிரித்தான் பகத். ஆனால்

பதிலேதும் சொல்லவில்லை. குடித்தான்; சிகரெட் பற்ற வைத்தான்; அவனுக்கும் ஊற்றிக்கொடுத்தான்; சிகரெட் எடுத்துக்கொடுத்தான்; அவ்வளவுதான்.

மகேந்திரன் சலிப்படைந்தான்.

"டேய்..டேய்.. என்கிட்டயேவா..?"

"என்ன உன்கிட்டயேவா..?"

"கேட்டதுக்கு பதில் சொல்றா?"

"அதான் கண்டுபிடிச்சிடேல்ல... இனி சொல்ல என்ன இருக்கு?"

"இல்ல, எனக்கு அவனை சுத்தமாப் பிடிக்காது. அது வேற விஷயம். ஆனா சின்ன வயசுல இருந்து நீதான் அவன கஷ்டப்படுத்துனியே தவிர அவனால உனக்கு எந்த கஷ்டமும் இல்ல. ஆனாலும் அவன் உன்மேல அன்பாதான் இருந்தான். உனக்காக அவனுக்குப் பிடிக்காததையும் செய்றான். உன்னை ஒருத்தன் அடிச்சா அடுத்த நொடி அவன் என்ன ஆவான்னு உனக்கே தெரியும். ஆனா எப்பவோ நடந்த அந்த ஒரு விஷயத்துக்காக, இத்தனைக்கும் அவங்க ரெண்டு பேருக்கும்கூட அதப் பத்தி எதுவும் தெரியாது. ஆனா அத இப்ப வர மனசுல வச்சிட்டு அலையுற. நான்கூட உன்னை அந்த விஷயத்துல இருந்து டைவர்ட் பண்ணிட்டேன்னு பெருமைல வேற இருந்தேன். ஆனா இப்ப உன்னை இன்னொருத்தனா பாக்க எனக்கே பயமா இருக்கு. இப்போதைக்கு நாம அந்த கேஸ்ல இருந்து தப்பிக்கணும் அதுக்கு ஒரு பலி ஆடா அவன பயன்படுத்துறோம்னு நீ சொல்லித்தான் எனக்கு தெரியுது. ஆனா அந்த விஷயத்துல நீ அவன ஸ்டேஷன் அனுப்புனதுல இருந்து இந்த நொடி வரை இப்படி மோசமா நடத்த வேண்டிய தேவை என்னான்னுதான் புரியல. இன்னொன்னு அவனக் கொல்றதா இருந்தா எப்பவோ உன்னால கொன்னுருக்க முடியும்... ஆனா..."

அவன் பேசுவதை இடைமறிக்கும் விதமாக பகத் கிளம்பினான்.

"இவ்வளவு பேசிருக்கேன். என்னடா ஒண்ணுமே சொல்லாம கிளம்புற?"

"என்னைப் பத்தி உனக்கு தெரிஞ்ச விஷயத்தை வச்சு நீ ஒண்ணு சொல்லிட்ட. என்னைப் பத்தி எனக்கு தெரிஞ்ச

விஷயத்தை வச்சு நான் யாருன்னு கண்டுபிடிக்கணுமே, அதான் கிளம்பிட்டேன்.

"டேய்... கார்ப்பரேட் சாமியாருக மாதிரி புரியாம பேசாம, கொஞ்சம் கஞ்சா குடிக்கி சாமியாருக மாதிரி புரியுறாப்ள எதாவது சொல்றா?"

"உன்னால் புரிந்துகொள்ள முடியாத விஷயங்களை உன்னால் அறிந்துகொள்ளவும் முடியாது பாலகனே"

அருள் கொடுப்பதுபோல ஆசீர்வாதம் செய்தான் பகத்.

"அவனை கூடவே இருந்து பாத்துக்க. முப்பது மணிநேரத்துகுள்ள வந்துருவேன்"

"அப்புறம் ஒரு முக்கியமான விஷயம். உன்கிட்ட சொல்லனும்னு நெனச்சு நெனச்சு இருக்குற இந்தப் பிரச்சனைனால மறந்தும் போயிடுறேன். எவனோ தெரியல சமீபமா நமக்கு ரொம்ப கொடச்சல் கொடுக்க ஆரம்பிச்சிருக்கான். நானும் இதே தொழில்ல இருக்குற சில பேர வாட்ச் பண்ணிட்டேன். அவங்க பண்ற மாதிரி தெரியல. அவனுக்கு நாம செய்யுற வேலையைப் பத்தின விஷயம் கொஞ்சம் அதிகமாவே தெரிஞ்சிருக்கு. சிலபேரு நம்மகிட்ட எல்லாத்துக்கும் தலையாட்டிட்டு போறானுக; ஆனா திரும்பி வர மாட்றானுக. அப்படி திரும்பி வர சிலபேரு கம்போடியாவுல இருக்குற நம்ம ஆட்கள்ட்ட ஏகப்பட்ட கேள்விகள், டாக்குமெண்ட் எல்லாம் கேட்டு அவங்க கைல சிக்காலமலேயே வந்துடுறானுக. பிசினஸ் ரொம்ப டல் அடிக்க ஆரம்பிச்சிருச்சு. ஏற்கனவே சொன்னதுதான் இனிமேலும் இதுல மூணாவது ஒருத்தனை நம்பாம நாமளே நேரடியா இறங்குறதுதான் நாம அடுத்த கட்டத்துக்குபோக ஒரேவழி. இதையும் கொஞ்சம் மைண்ட்ல வச்சுக்க"

யோசித்தபடியே பகத் காரை வேகமாக கிளப்பினான். அது பிரதான சாலைக்கு வந்து இரவுநேரம் நெடுந்தூரம் பயணித்து ஜோஸ் வசிக்கும் கிராமத்திற்குள் நுழைந்தது.

ஜோஸ் பகத்தின் முகத்தைப் பார்க்காமல் மேஜை மீதிருந்த மணிக்கட்டுவரை மட்டுமே இருக்கும் இரண்டு கைகள் கட்டப்பட்ட மெழுகுச்சிலையின்மீது கவனத்தை குவித்தபடியிருந்தார்.

"பழி வாங்கணும்னு முடிவு பண்ணிட்டா மனுஷனா இருந்தா என்ன? கடவுளா இருந்தா என்ன டாக்டர்? ஒரே போடுதான்"

நினைத்த காரியம் எதுவும் நடக்காமல் வீம்பாக அவரிடம் எதையோ சொல்லிவிட்டு, ஆனால் கூடுதல் சிக்கலோடு அங்கிருந்து திரும்பினான்.

“நீ கால் பண்ண உடனே விஜய் ஆபிஸ், வீடுன்னு ஒரு இடம் விடாம தேட ஆரம்பிச்சாச்சு. ஒரு இடத்துலயும் நம்ம டாக்குமென்ட் எதுவும் கெடைக்கல”

மகேந்திரனிடமிருந்து வந்த பதிலால் பகத் எரிச்சலுற்றான்.

“ஒண்ணும் ஆகல, பதறாத? நீ வரதுக்குள்ள நம்ம சம்மந்தப்பட்ட எல்லா டாக்குமெண்ட்ஸூம் உன் முன்னாடி இருக்கும். போதுமா? முக்கியமா உன் டைரி”

பகத் அமைதியாக இருந்தான்.

“ஆமா அது என்ன கேஸ் டைரி? அவ்வளவு முக்கியமானதா? ஜோஸ்னா யாரு?”

“இப்போதைக்கு எதுவும் கேக்காத. ஏதோ தப்பா நடக்குற மாதிரி இருக்கு. கொஞ்சம் கவனமா இருந்துக்க. காலைல நான் வரதுவர நீயா எதுவும் பண்ணாத. எதுவானாலும் அப்புறம் பாத்துக்கலாம். டாக்டரையும் தமிழையும் கூடவே வச்சுக்க. அவன் முழிச்சா யோசிக்காத, அடிச்சுப் போட்ரு”

பகத் காரை ஓட்டியபடியே மகேந்திரனுக்கு தொடர்ச்சியாக கால் செய்தான். அழைப்புகள் ஏற்கப்படாமலேயே துண்டிக்கப்பட்டு கொண்டிருந்தது. பகத் பொறுமையை இழக்க சிறிது நேரத்தில் மகேந்திரன் எண்ணிலிருந்து அழைப்பு வந்தது.

“டேய் எங்கடா போய் தொலைஞ்ச? கண்டுபிடிச்சியா? இல்லையா?”

எதிர்முனை அமைதியாக இருந்தது.

“டேய்... டேய்...”

மீண்டும் அங்கிருந்து எந்த குரலும் கேட்காததை உணரும் பகத் சந்தேகம் கொண்டு அவனும் அமைதியாக இருந்தான். எதிர்முனையில் பலமாக மூச்சு விடும் சத்தமும் இருமுகிற சத்தமும் கேட்டது. அதைத்தொடர்ந்து கைதட்டும் ஓசை.

“யாரு... யாரு அது...”

“ஒண்ணுமில்ல எல்லோரோட இரத்தத்த உருஞ்சிட்டு இருந்த கொசு. அதான் அடிச்சுப் போட்டுருக்கேன். நீ ரொம்ப யோசிக்காத...”

தான் ஜோஸிடம் சொல்லிய அதே வார்த்தைகள் தன்னிடம் சொல்லப்படுவதை உணர்ந்த பகத் முதல்முறையாக பதட்டமுற்றான். அதுவும் அது விஜய் குரலில் கேட்கப்படுவது அவனுக்குள் கட்டுப்படுத்த முடியாத சீரற்ற கோபத்தை ஏற்படுத்தியது. அவன் நினைத்த வார்த்தைகள் வெளிவராமல் தடுமாறியது; திணறினான்.

“என்னடா ஒரு வார்த்தைக்கே இப்படி புஸ்சுனு ஆகிட்ட? இன்னும் எவ்வளவோ பாக்க வேண்டியது இருக்கு. அப்புறம் ரொம்ப பர்ஃபெக்ட்டா இல்லாதவங்களால அதிகமா குற்றம் செய்ய முடியும். அது ரொம்ப பர்ஃபெக்ட்டாவும் இருக்காது. அதுனால நீ கொஞ்சம் சீக்கிரம் வா. அப்புறம் உன் இடத்துல அது சரியா நடக்கல, இது சரியா நடக்கலன்னு வருத்தப்பட்டா நான் ஒண்ணும் செய்ய முடியாது”

பகத் தன்னை அமைதிப்படுத்திக் கொண்டான்; இயல்பாக்கினான். சாந்தப்படுத்திக்கொண்டு சிரிக்க முயற்சி செய்தான்; சிரிக்கவும் செய்தான்.

"என்னடா ஜீசஸ் க்ரைஸ்ட்டவிட வேகமா இருக்க, டக்கு டக்குனு ரெண்டு நாளுக்கு ஒருதடவை உயிர்தெழுந்துட்டே இருக்க? அவனுக்கு எதாவது ஒண்ணு ஆச்சு..."

"இருந்தாலும் நீ ரொம்ப தைரியசாலிடா. இந்த நிலைமைலயும் சிரிக்குற பாத்தியா? அப்புறம் உன்னோட கேஸ் டைரி எல்லாம் படிச்சுப் பாத்தேன். ம்... இன்ட்ரஸ்டிங்..."

"டேய் உனக்கு இதெல்லாம் செட் ஆகாது. ஏன்னா நான் வரதுக்குள்ள நீ மறுபடியும் காணாம போயிருவ. அந்தத் தகவல் எனக்கு வரும்போது இதவிடவும் எனக்கு சிரிப்பு ஜாஸ்தியா வரும்"

"சொல்ல மறந்துட்டேன் பகத். அவன் மட்டும் இல்ல, நம்ம டாக்டரும் தமிழும்கூட இங்கதான் இருக்காங்க. உன் பங்குக்கு நீயும் போன் பண்ணி உன் ஆளுக எல்லாரையும் வரச் சொல்லு. நாளைக்கு வெளிவர பேப்பர்ல மோதல், கொலை, போதைப் பொருள்னு சினிமா மாதிரி கொஞ்சம் கலர்புல்லான செய்திகளை கொண்டு வந்துடலாம். என்ன சொல்ற?"

"உனக்கு எதுக்குடா அத்தனை பேரு. நான் ஒருத்தன் போதாது"

"இல்லையே... நீ வழக்கமா இப்படி மொட்டையா பேச மாட்டியேண்ணே? 'நான் இதுவரை செஞ்ச கெட்டது எல்லாத்துலயும் கொஞ்சம் மட்டும்தான் உனக்கு ஒதுக்குனேன்; ஆனா இனிமேல் நான் செய்யப்போற ரொம்ப ரொம்ப கெட்டது எல்லாமே உனக்கு மட்டும்தான், அவசரப்படாத' இப்படில்ல சொல்லுவ? நியூஸ்ன உடன பயந்துட்டியா? உன் பர்பக்சன் அடிபட்டுரும்னு?"

"உனக்கு கடைசியா ஒரு வாய்ப்பு...."

அழைப்பு விஜய்யினால் துண்டிக்கப்பட்டது. பகத் எந்தவித உணர்ச்சியுமின்றி சாலையினோரம் காரை நிறுத்தினான். சிறிதுநேரம் கண்களை மூடி அமைதியடைந்தான். தண்ணீர் பாட்டிலை எடுத்தபடி காரின் வெளியே வந்து கொஞ்சம் குடித்து மீதியில் முகம் கழுவி சட்டையைக் கழற்றினான்.

உடம்பெங்கும் வெட்டுக்காயங்களின் தழும்புகள். பின்சீட்டில் இருந்த பேக்கைத் திறந்து புதிதான ஒரு சட்டையை எடுத்து அணிந்துக்கொண்டான். பின்னர் கார் டிக்கியைத் திறந்து ஒழித்து வைக்கப்பட்டிருந்த பிஸ்டலையும், வெட்டரிவாள்களையும் பார்த்தான். குண்டுகளை நிரப்பினான். நிரப்பியதும் அதை மீண்டும் மறைத்து வைத்துவிட்டு ஒரு முடிவுக்கு வந்தவனாக காரை அசுர வேகத்தில் எடுத்தான். சாலையில் புழுதிப் பறந்தது.

பகத் கார் உள்ளே நுழைந்து நிலவறை இருந்த சாமிலின் அற்றத்திற்கு ஊர்ந்து சென்றது. இயல்பிற்கு மாறாக ஏதாவது தென்படுகிறதா? என்று பார்த்தான். அங்குமிங்கும் ஆட்கள் இயக்கிக்கொண்டிருந்த ஐந்தாறு இயந்திரங்களில் மரத்தடிகளை வெட்டுவது, லாரிகளில் பாரம் ஏற்றுவது, இரண்டாக வெட்டப்பட்டு நடுவில் குழி தோண்டப்பட்ட மரத்தடிகளில் பொட்டலங்கள் வைத்து நிரப்புவது, நிரப்பிய மரத்தடிகளை மிஷின்கள் கொண்டு ஒட்டுவது என இயல்பாக வேலை செய்துகொண்டிருந்தார்கள். அவன் காரை ஓட்டிச் செல்லும்போதே அவனைப் பார்த்தவர்கள் அவனுக்கு வணக்கம் தெரிவித்தனர். அதில் பகத்துடன் மிக நெருக்கமான, யானைப்பாலம் சம்பவத்தில் பங்குபெற்றவன் காரின் பின்னாலேயே ஓடிவந்து கார் நின்றதும் கதவைத் திறந்து சொன்னான்.

“அண்ணே எல்லாரும் உள்ளதான் இருக்காங்க. அவங்களுக்குள்ள ஏதோ சண்டைனு நினைக்கிறேன். கொஞ்சம் சத்தமா இருந்துச்சு, அப்புறம் நின்னுருச்சு. நாங்க யாரும் உள்ளப் போகக்கூடாதுனு நீங்க சொல்லியிருக்குறதுனால...”

பகத் கார் டிக்கியைத் திறந்தான்.

“வேலையெல்லாம் அப்படியே போட்டுட்டு எல்லாரையும் கிளம்பச் சொல்லு. நீயும் கிளம்பு...”

அவன் கொஞ்சம் தயங்கியபடி “அண்ணே உள்ள நாலாவதா வேற யாரோ இருக்குற மாதிரி...” என்றான்.

அவனை கொஞ்சம் ஒதுங்கி நிற்கும்படி சொல்லிவிட்டு பகத் மரம் அறுக்கும் ஒரு இயந்திரத்தை நோக்கி சுட்டான். தீப்பொறி பறக்க இயந்திரம் நின்றது. குண்டு சத்தம் கேட்கவும் வேலை செய்து கொண்டிருப்பவர்கள் அப்படி அப்படியே வேலையை போட்டுக்கொண்டு நகர்ந்தார்கள். காதின் அருகில் குண்டு சத்தம் கேட்டதால் குனிந்து காதுகளைப் பொத்திக்கொண்டு நின்றவனிடம் பகத் “ரெண்டே நிமிஷம்...” என்றான்.

எழுந்து அவன் எல்லா இயந்திரத்தையும் அணைத்து ஆட்களை வெளியே அனுப்ப தட்டுத்தடுமாறி ஓடினான். பகத் நிலவறையின் உள்ளே நுழைந்தான்.

சாமிலின் நுழைவாயில் இரும்புச் சங்கிலி போடப்பட்டு அடைக்கப்பட்டது.

கையில் துப்பாக்கியுடன் உள்ளே நுழைய இரண்டாக நேர்த்தியாக வெட்டப்பட்ட ஐநூறு ரூபாய் நோட்டின் பாதி ஒன்று பறந்து வந்து பகத் காலடியில் விழுந்தது. அதை எடுத்துப் பார்க்க வெட்டப்பட்ட ஒவ்வொரு நோட்டுகளாக அவனை நோக்கி பறந்து வந்து விழ ஆரம்பித்தது. அவைகளை மிதித்தபடி நடக்க நடக்க இயந்திரம் ஓடும் சத்தம் அவன் செவிகளை நெருங்கியது. கிழிந்த நோட்டுகள் ஒரு அறையிலிருந்து வெளி வருவதை உணர்ந்து அந்த அறையைநோக்கி செல்ல அங்கு விஜய் அவன் முன்னால் குவிந்து கிடக்கும் நோட்டு கட்டுகளை மரமறுக்கும் ரம்பத்தில் குவித்து வைத்து அறுத்துக் கொண்டிருந்தான். பகத் வருவதை உணர்ந்த அவன் இயந்திரத்தை அணைத்தான்.

"குண்டு சத்தம் கேட்கும்போதே நெனச்சேன். ஆமா, என்ன இவ்வளவு சீக்கிரம் வந்துட்ட? பாரு இன்னும் எவ்வளவு மிச்சம் இருக்கு?"

பகத் வெட்டப்பட்ட நோட்டுகளை அலட்சியமாகப் பார்த்துவிட்டு துப்பாக்கியில் சைலன்சர் மாட்டி வெட்டப்படாமல் குவித்து வைத்திருந்த நோட்டுக்கட்டுகளை நோக்கி தொடர்ச்சியாகச் சுட்டான். பின் அந்தப் பணக்கட்டுகளை கைகாட்டியும், பின் தன் தலை முடியை இழுத்துக் காண்பித்தும் 'ரெண்டும் ஒண்ணுதான்' என்று விஜய்க்கு சைகை காட்டினான். விஜய் அதைப் பார்த்து கை தட்டிவிட்டு அங்கிருக்கும் கண்ணாடியின் முன் போய் நின்றுகொண்டு தாடியைத் தடவினான்.

"நீ என்னை மாதிரி ஆகணும்னு ஆசைப்பட்ட... ஆனாப் பாரு நான் உன்னை மாதிரி ஆகிட்டேன். பரவாயில்ல தாடியும், அடிதடியும், கொலையும் நல்லாத்தான் இருக்கு"

"மகி எங்கடா?"

"ஏன் மத்த ரெண்டு பேரையும் கேட்க மாட்டியா?"

பகத் கண்ணாடியை நோக்கிச் சுட விஜய் காதைப் பொத்திக்கொண்டான்

"ஏண்டா எப்பவுமே என் தலைக்கு குறி வைக்கமாட்டியா? கடத்திட்டு வந்த அன்னைக்கும் இதே மாதிரிதான் சுடுற..."

பகத் புரியாமல் அவனைப் பார்த்தான்.

“தோட்டா இல்லாம மூணு தடவை சுடும்போதே நான் முழிச்சுதான் இருந்தேன். சரி அப்புறம்தான் லோட் பண்ணேல்ல.. அப்பவும் முழுசா நிரப்பி போட்டுத்தள்ள வேண்டியதுதான... திமிரு...”

“அவங்க எங்கடா”

“ம்.. அப்படி கேளு. எல்லோரும் இருக்க வேண்டிய இடத்துல இருக்காங்க”

ஒரு மூலையைக் காட்டினான். அங்கே தோண்டிப் புதைத்ததற்கான சிறு மேட்டிற்கான அறிகுறி காணப்பட அதை பார்த்து ஆவேசப்படும் பகத் விஜய்யை நோக்கி சுட எத்தனித்தான்.

“அது நான் கொன்னது இல்ல; நீங்க கொன்னது”

விஜய் அவனது அப்பார்ட்மென்ட் செக்யூரிட்டியின் இரத்தக் கறை படிந்த பெல்டை எடுத்துக் காட்டினான். பகத் சமநிலைக்கு வந்தான். அவனது பழைய உடல்மொழி மெல்ல மெல்ல அவனிடமிருந்து வெளிவந்தது. அவன் அமைதியாக நடந்து வந்து ஒரு கதவை நோக்கிச் செல்ல கதவு பூட்டப்பட்டு இருந்தது. விஜய் சாவியைத் தூக்கிப் போட்டான்.

“பரவாயில்ல, வெட்டுக் குத்துன்னு வெளிய எங்கயும் போகாம இங்கயே எல்லாத்தையும் முடிக்குற மாதிரி உன் ப்ரண்ட்ஸ்காக உள்ள ஒரு மினி ஆப்பரேஷன் தியேட்டரே கட்டி வச்சிருக்க. என்னை மட்டும் இப்படி வெளிய தூக்கிப் போட்டுட்ட... ம்.. மைண்ட்ல வச்சுக்கிறேன்”

பகத் உள்ளே நுழைந்து தியேட்டர், ட்ரெஸ்ஸிங் ரூம் என ஒவ்வொரு இடத்திலும் மூவரையும் தேடினான். அங்கு ஒருவரும் இல்லை. கோபத்துடன் திரும்பும் பகத் முகத்தில் தனது கையில் வைத்திருந்த ஷாட் கன்னை வைத்து விஜய் ஓங்கி ஒரு இடி இடிக்க கீழே விழுந்த பகத்தின் கையில் இருந்த துப்பாக்கியை மட்டும் விஜய் பிடித்துக்கொண்டான். கையில் இருந்த துப்பாக்கியுடன் குறி வைத்து நிற்க பகத் விஜய்யைப் பார்த்து சிரித்தான். மீண்டும் ஒரு அடி பகத் வயிற்றில் விழுந்தது.

“இவ்வளவெல்லாம் நீ எஃபர்ட் போடனும்லாம் இல்ல. சுட்டுட்டுப் போக வேண்டியதுதானே?”

“எல்லாத்துக்கும் எல்லாம் பண்ற. ஆனா யாரையும் கொல்ல மாட்ற. நான் மட்டும் உன்னை எப்படி கொல்ல முடியும்?”

“அத அப்படி சொல்லக்கூடாது. எல்லாத்துக்கும் எல்லாம் பண்றவனே நீதான். உன்னை ஏப்படி அவ்வளவு சீக்கிரமா கொன்னுற முடியும்? இப்படிச் சொல்லணும்”

“ம்... அதுவும் சரிதான்”

“அப்ப கொல்றா...”

விஜய் யோசிக்க பகத் “என்ன பயமா... மாட்டிக்குவோம்னு... நான் வேணா ஐடியா தரவா..” என்றான்

“டேய்... கொஞ்சம் நேரம் அமைதியா இரேன். யோசிக்க வேண்டாம்? சும்மா நொய் நொய்ன்னு...”

பகத் எழ முயற்சி செய்ய அவனைப் பார்க்காமலேயே விஜய்... “டேய்.. இப்பதான உன்னை கொஞ்சம் அமைதியா இருக்கச் சொன்னேன்” என்றபடி அவன் அருகில் சுட்டான்.

“வாட்ச்மேன், அவன் குழந்தைக, செக்யூரிட்டினு எல்லோரும் என்னால மட்டும்தான் செத்தாங்க. இதெல்லாம் உன் ஒருத்தன கொல்றதுக்காகன்னு நெனக்கிறியா? இல்லவே இல்ல. அந்த லிஸ்ட்ல நீயும் ஒருத்தன்; அவ்வளவுதான். இதெல்லாம் அபர்ணாவுக்காக. அவளக் கல்யாணம் பண்ணிக்கணும்; அவக்கூட ஒண்ணா இருக்கணும் அப்படியெல்லாம் எனக்கு எந்த ஆசையும் இல்ல. அதெல்லாம் எப்பவோ என்னைவிட்டு போயிருச்சு. வயசாயிருச்சு இல்ல... எனக்குத் தேவை நீ இல்லாத அவளோட வாழ்க்கைல நான் இருக்கணும்; அவ்வளவுதான். ஒருவேளை ஆரம்பத்துல நீ இல்லாத அவ வாழ்க்கைல கொஞ்சநாள் அவகூட பழகுற வாய்ப்பு கெடச்சிருந்தாகூட நான் இந்தளவு இறங்கியிருக்க மாட்டேன். எனக்குத்தான் மூச்சுவிடக்கூட நீ நேரம் கொடுக்கலையே. எவ்வளவு நாள்தான் இப்படி திணறல்லயே இருக்க முடியும் சொல்லு? நானும் மனுஷந்தான? அதுனால நீ இனி எங்க நடுவுல வேண்டாம். உன்னவிட அழகா அபர்ணாவையும், சாராவையும் நான் பாத்துக்கிறேன். அதிகாரமும், பணமும் இல்லாத அப்பாக்களை, புருஷனுகளை இந்தக் காலத்துப் பிள்ளைங்களுக்கு, பொண்டாட்டிகளுக்கு பிடிக்கிறது இல்லடா. அதுனால உன்னோட இழப்பு ஒண்ணும் அவங்களை பெருசா பாதிக்காது. பாதிச்சாலும் அத எப்படி

சரி பண்ணணும்னு எனகுத் தெரியும். அதுனால நீ இடத்தை காலி பண்ணு. பாரு உன்னால இவங்க எத்தனை பேரு உயிர் விட்ருக்காங்க. அதுக்கு ஒரு நியாயம் வேணாம்?"

"நீ சொல்றதும் சரிதான். அதுக்காகத்தான் நீ தேடுற மூணு பேரையும் உனக்கு முன்னாடி அனுப்பி வச்சிருக்கேன். பாரு உன்னால இவங்க எத்தனை பேரு உயிர் விட்ருக்காங்க. அதுக்கும் ஒரு நியாயம் வேணாம்?"

பகத்தின் சமநிலை குலைந்தது.

"அவங்கள என்னடா பண்ண?"

விஜய் சிரித்தான்.

"இன்னும் கொஞ்சநேரம்தான் நல்லா சிரி. இந்த பழைய சாமில இன்னும் நான் காப்பாத்தி வச்சுருக்கதே உன்னை மாதிரி வாழத் தெரியாதவனுகள பொதைக்குறதுக்குத்தான். நல்லா சிரி"

"உன்னை மாதிரி வாழ்றவனுகள பொதைக்கவும்கூட இது ஏத்த இடம்தான்"

விஜய் தூரத்தில் ஒரு இடத்தைக் கை காட்டினான்.

"மூணு பேர்ல ஒருத்தன் அங்கதான் இருக்கான். நீ உயிரோட இருந்தா தோண்டிப் பாத்துக்க. டேய் அந்தப் பொண்ணுக்கு சாரா வயசுதான் இருக்கும். கடைசியா அதையும் கொன்னுருக்கீங்க. ஒட்டுமொத்தமா ஒரு குடும்பமே அழிஞ்சிருக்கு. இதேமாதிரி எத்தனையோ குடும்பத்தை உன்கூட உள்ளவங்க அழிச்சிருக்காங்க. நீ அதுக்கு மூளையா இருந்துருக்க"

"இது எல்லாம் முடிவுக்கு வரணுமா? உனக்கு ஒரு சான்ஸ் தரேன். பேசாம நீ எங்கயாவது போய்ரு. உன்னைக் கொல்லாம விட்டுறேன். என்ன சொல்ற? எப்படி பலமுறை தப்புப் பண்ணி திருந்தக்கூடிய ஒரு கெட்டவன் ரொம்ப நல்லவனா இருப்பானோ, அதேமாதிரி ஒரே ஒரு முறை தப்புப் பண்ணிட்டு திருந்தக்கூடிய ஒரு நல்லவன் ரொம்ப ரொம்ப கெட்டவனா இருப்பான். சொல்லப்போனா நான் இனி நல்லவன். நீ ரொம்ப ரொம்ப கெட்டவன். அதுனால நீ என்னை மாதிரி இப்ப செத்துரு. நான் உன்னை மாதிரி வாழ்ந்துட்டுப் போறேன்"

பகத் வெளியே அனுப்ப முயன்ற அதே அடியாள் இப்போது உள்ளே நுழைந்தான். அவர்கள் இருவரையும் பார்த்து குழம்பி நின்றபடி "அண்ணே ஏதோ சத்தம் கேட்டுச்சு அதான் வந்தேன்" என்றான்.

அவனிடம் தூரத்தில் கிடந்த துப்பாக்கியை கை காட்டி பகத் "அத எடுத்து அவனை சுடுடா" என்றான். அவன் தயங்கி நின்றான்.

"என்னடா யோசிக்கிற?"

"அண்ணே உங்களுக்குள்ள என்ன பிரச்சனைன்னு தெரியல. எதுனாலும் பேசித் தீத்துக்கலாம். வேண்டாம்ணே..."

"அநியாயமா நீ இங்க செத்துப்போக நான் விரும்பல. எதுவும் பேசாம சொன்னதைச் செய்"

"எங்க மேல இருந்த கேஸல்லாம் உடைச்சு நாங்கல்லாம் வெளிய சுத்த அண்ணனும் ஒரு காரணம்தான? நான் எப்படிண்ணே? நீங்க எவ்வளவு முக்கியமோ அதே அளவு அண்ணனும்..."

அவன் சொல்லி முடிப்பதற்குள் பகத் இடுப்பில் மறைத்து வைத்திருந்த ஒரு கத்தியை அவன்மீது வீசினான். அது அவனது நெஞ்சில் இறங்க அவன் வலியால் கத்தியபடி கீழே விழுந்தான்.

"பாரு உனக்காக வச்சிருந்தேன். அவன் இடைல வந்துட்டான். ஒவ்வொரு தடவையும் இதான் நடக்குது. நாம ரெண்டு பேரும் கத்துக்கிட்ட ஒரு விஷயம் இப்ப நீ பண்ண விஷயத்துக்காக இவனையும் முடிச்சிருச்சு. பர்ஸ்ட் மர்டர். செகண்ட் நீதான்"

பகத் இன்னொரு கத்தியை விஜய்யை நோக்கி வீச அது அவனது நெஞ்சின் மேல் ஓரத்தில் இறங்கியது. ஆனால் அவன் கீழே விழவில்லை. சோர்வினாலும் வலியினாலும் சுவரில் சாய்ந்தபடி நின்றான். துப்பாக்கி கீழே விழுந்தது. தூரத்தில் நின்ற பகத் கண்களுக்கு அது அதிசயமாக தோன்ற விஜய்யை நெருங்கினான். குழப்பத்தில் இறங்கிய கத்தியைப் பார்த்தான். அது இரண்டு இஞ்ச் அளவில்கூட உள்ளே இறங்கவில்லை. சந்தேகத்துடன் இப்போது அடியாளை நோக்கி ஓடிச்சென்று பார்க்க அவன் அசையாமல் கிடந்தான். உடனே அவனது இதயத்தில் பகத் காதை வைத்துப் பார்க்க அது துடிக்கும் சத்தத்தை உணர்ந்தான்.

“ரொம்பநாள் யூஸ் பண்ணாம இருந்ததுல இப்படி எல்லாம் மொன்னையாயிருச்சு போல”

முனங்கிவிட்டு விஜய்யைப் பார்த்தான்.

“உன்னை எப்படியும் கண்டுபிடிச்சு கொடுத்துருவேன்னு அபர்ணாட்ட வாக்குறுதி கொடுத்துருக்கேன். ஆனா அதுல ஒரு சிக்கல். அது உயிரோடவா? இல்ல பொணமாவான்னு அவள்ட்ட சொல்ல மறந்துட்டேன். பேசாம நீ அபர்ணா மாதிரி தற்கொலைக்கு ட்ரை பண்ணேன். இப்பதான் தகவல் வந்துச்சு”

விஜய் பதறினான்.

“பயப்படாத... வீட்ல உள்ளவங்க அவளக் காப்பாத்திட்டாங்க”

இனிமேலும் அவன் இயல்பில் அனுமதித்தால் அது தனது உயிருக்கு ஆபத்தாக முடிந்துவிடும் என்பதை உணர்ந்த விஜய் பகத்தை நிலைகுலைய வைக்க முடிவு செய்தான்.

“ஒரு காதல் தோல்விக்கு என்னை நீ பழி வாங்க நெனச்சிருந்தா அத நீ எப்பவோ ரொம்ப சிம்பிளா முடிச்சிருப்ப. எனக்கும் அபர்ணாவுக்கும் நீ இவ்வளவு உதவி பண்ணனும்னு அவசியமே இல்ல. உனக்கு அது ஒரு விளையாட்டு. விசித்திரமான மனநிலைல தனியா வாழ்ற உனக்கு ஒரு விளையாட்டு பொருள் வேணுங்குறது நியாயம்தான். ஆனா என்ன? சின்னதா இருந்த ஒரு புண்ணை ஆறவிடாம நோண்டி நோண்டி அதை சீழ் பிடிக்க வச்சிட்ட. அப்படி சீழ் பிடிக்க வைச்சதுக்கு நீயே ஒரு காரணத்தையும் உருவாக்கிக்கிட்ட. அந்தப் புண்ணு மாதிரியே, அந்த அற்ப காரணம் மாதிரியே உன் மனசுல இருந்த எனக்கான தண்டனையும் நாள்பட நாள்பட பெருசாவும் மோசமாவும் ஆகிருச்சு. இப்ப என்ன செய்றதுன்னு உனக்கே ஒரு குழப்பம் வந்துருச்சு. டாக்டர் சொன்னாரு, உனக்கு என்னை ஒரேயடியா கொல்றதைவிட கொஞ்சம் கொஞ்சமா நிறைய தடவை கொல்ல ஆசைன்னு. சந்தேகம்னா அவரை செக்யூரிட்டிக்கு பக்கத்துலதான் உயிரோட பொதைச்சு வச்சுருக்கேன். தோண்டி எடுத்து கேட்டுக்கோ. அப்புறம் உன் ரூம்ல நீ ஒழிச்சு வச்சுருக்கியே என் கல்யாண ஆல்பம்... அதுல இருக்குற என்னை ஏன்டா அப்படி குத்தி குத்தி கிழிச்சு வச்சுருக்க.”

பகத் அசையாமல் நின்றான்.

"கற்பனைல மட்டும் ஒரு மோசமான விஷயம் இருக்குற வரை அது ரொம்ப சிம்பிளாதான் இருக்கும். அத நிஜத்துக்கு கொண்டுவரும்போதுதான் அதோட பயங்கரம் தெரிய ஆரம்பிக்கும். உன் கண்ணுல இப்பவே பயம் வந்துருச்சு. மத்த ரெண்டு பேரும் இங்க இருந்தே போய் சேந்துட்டதுனால, போய் சேர வேண்டிய இடத்துக்கும் இந்நேரம் போய் சேந்துருப்பாங்க. அப்புறம் உன் டைரி அந்த கல்யாண ஆல்பத்துலதான் வச்சிருக்கேன். சமீபமா என்னை கொஞ்சம் கொஞ்சமா கொல்றதுனால அத மறந்துட்டபோல"

பகத் பெருமூச்சு விட்டான். துப்பாக்கியை தூக்கி எறிந்துவிட்டு விஜய்யை தரதரவென்று இழுத்துக்கொண்டு மரம் அறுக்கும் இயந்திரத்தின் டேபிளின்மேல் படுக்க வைத்தான். விஜய் தலையை அதனருகில் கொண்டுபோய் ஸ்விட்ச் போட்டான்.

"தாய் இல்லாத பிள்ளைகளைவிட, இருந்தும் இல்லாத பிள்ளைக வளர்ற விதம், அவங்க ஒரு விஷயத்தை டீல் பண்ற முறை எல்லாம் பாக்க கொஞ்சம் சுவாரசியமா இருக்கும். பாக்குறியா?"

விஜய் அவனை நக்கலாகவும், கோபமாகவும் பார்த்தான்.

"உன்ன கொஞ்சம் வசதியா வளர விட்டேன்ல, அதான் சிக்கல். நீ என்னவும், நான் உன்னவும் இப்படி கொல்ல நடக்குற விளையாட்டை இத்தோட நிறுத்த வேண்டிய நேரம் வந்துருச்சு. உனக்கு இது கடைசி சான்ஸ். எனக்குத் தேவையானதை நீ கொடுத்தா உன் உடம்புல உயிராவது மிஞ்சும், இல்ல அதுக்குப் பதிலா உன் தலையை நீ என்கிட்ட கொடுக்க வேண்டியது வந்துரும். என்ன சொல்ற?"

"என்னை நீ தொந்தரவு பண்ணனும்னு நெனச்சா தொந்தரவு மட்டும் பண்ணாம இரு, அதுனாலயே நான் டிஸ்டர்ப் ஆகிருவேன். மத்தபடி என்னை நீ தொந்தரவு பண்ணா எனக்கு ஜாலியாத்தான் இருக்கும். அதுனாலல்லாம் நான் டிஸ்டர்ப் ஆக மாட்டேன். இந்த சினிமா டயலாக் உனக்கு நியாபகம் இருக்காடா? காலேஜ் எலக்சன்ல நம்மகிட்ட வாலாட்டுன மாத்ஸ் டிப்பார்ட்மென்ட் பசங்ககிட்ட சொல்லிட்டு திரிஞ்சோமே. என்னனு தெரியல திடீர்னு இப்ப நியாபகத்துக்கு வருது"

"என் பொறுமையை ரொம்ப சோதிக்கிற"

“சரி சரி சொல்லிடுறேன். கோபப்படாத... அந்தா விழுந்து கெடக்குறான் பாரு. அவன எழுப்பி கேளு. அவங்கிட்டதான் கொடுத்து வச்சிருக்கேன்”

பகத் அதை நம்பாமல் எரிச்சலுற்றான்.

“சத்தியமா சொல்றேன். அவன்கிட்டதான் இருக்கு. போட்டோஸ் டாக்குமென்ட்ஸ், வெளிநாடு போய் காணாம போனவங்களோட பெத்தவங்க, அவங்க சொந்தக்காரங்ககிட்ட கலெக்ட் பண்ண வீடியோஸ், நியூஸ் பேப்பர் கட்டிங்ஸ், பென்ட்ரைவ்ஸ்னு உங்க எல்லாத்தையும் உள்ள தள்றதுக்கான எல்லா எவிடன்சும் இவன்கிட்டதான் கொடுத்து வச்சிருக்கேன். ஆனா அதுல அதுதான் இருக்குதுன்னு அவனுக்குத் தெரியாது. உன் ஆளுக எல்லாத்தையும் விடுதலை பண்ண எந்தெந்த ஜட்ஜூக்கு, எவ்வளவு எவ்வளவு கொடுத்தோம்ங்குற லிஸ்டுன்னு சொல்லி, இது பகத்துக்குகூட தெரியக்கூடாதுன்னு சொல்லிக் கொடுத்தேன். எங்க கொண்டு போய் வச்சானோ? இப்ப நீ வேற அவனக் குத்திப் போட்ருக்க. நான் என்ன செய்ய?”

“பாவம் அவனை உயிரோட விட்ருலாம்னு நெனச்சேன். நீ அவன்கிட்ட கொடுத்தது அவனோடே போகட்டும்”

“ஏன் இவ்வளவு கோர்லஸா இருக்க, நான் சொன்ன லிஸ்ட்ல உன் கேஸ் டைரி வரலயே. பாரு உனக்கு என்ன வேணும்னு உனக்கே சரியாத் தெரியுறது இல்ல. அடியாளா? அபர்ணாவா? கேஸ் டைரியா? டாக்குமெண்ட்ஸா? மகேந்திரனா? டாக்டரா? தமிழா...? சரி அது யார் கைல இருக்குன்னு சொல்லணும்னா, மொத எங்களை ஒண்ணும் செய்ய மாட்டேன்னு சொல்லு”

“ம்”

“அது உன்கிட்டதான் இருக்கு” என்றான் விஜய்.

"இப்படி தற்கொலைக்கு ட்ரை பண்றது, சாப்பிடாம இருக்குறது, யார்ட்டையும் ஒரு வார்த்தை பேசாம இருக்குறது, இப்படியே போச்சுனா விஜய் திரும்பி வரும்போது நீ ஹாஸ்பிட்டல்லதான் இருப்ப. உன்னால சாராவும் உன்னை மாதிரியே ஆகிட்டு வரா. நீதான் அவளுக்கு தெம்பு சொல்லணும், சாப்பிட வைக்கணும். நீயே இப்படி இருந்தா?"

"அவங்களை சொல்றது இருக்கட்டும். மொத நீ சாப்பிடு. இப்படி எல்லாரும் உண்ணாவிரதம் இருந்தா விஜய் கிடைச்சிருவான்னு சொல்லுங்க. நானும் உங்ககூட சேந்து சாப்பிடாம இருக்கேன். எனக்கு தெரிஞ்ச எல்லா இடத்துலயும் சொல்லி வச்சிருக்கேன். அவன் எங்கயும் போய்ற மாட்டான். கொஞ்சம் டைம் கொடுங்க. இப்ப தயவு செஞ்சு சாப்பிடுங்க"

இளவரசு சொல்லிமுடிக்க அவரது மொபைலுக்கு பகத் எண்ணிலிருந்து அழைப்பு வந்தது. எடுத்துப் பேச அவரது முகத்தில் மகிழ்ச்சி நிரம்பி வழிந்தது. அவரைக் கவனிக்காமல் இருக்கும் மூவரையும் பார்க்கிறார். குறிப்பாக அபர்ணாவை.

"ம்மா... வயிறு நிறைய சாப்பிடு. விஜய் கெடச்சிட்டான். பகத்தான் பேசினான்"

சாரா ஓடிவந்து அவரைக் கட்டிப் பிடிக்க வரும் அழுகையை அடக்கியபடி அபர்ணா அவரை நோக்கி கையெடுத்துக் கும்பிட்டாள்.

எவரும் ஐசியூவிற்குள் நுழைய அனுமதிக்கப்படவில்லை.

“நம்ம பசங்க கொஞ்சபேர காட்டுக்குள்ள அனுப்பி வச்சிருந்தேன். அங்க தேடுனதுல கெடக்கல. அப்டீனா எப்படியும் காட்டுக்கு வெளியதான் வருவான்னு தெரியும். சுத்தி ஆள் போட்டுருந்தேன். அதே மாதிரி தகவல் வந்துச்சு. அநேகமா ஏதோ மிருகம் ஒண்ணு அவனத் தொரத்திருக்கணும். அதுல இருந்து தப்பிக்க உயரத்துல இருந்து கீழ விழுந்துருக்கான். உடம்பு, முகம், தலைனு எங்கெல்லாமோ அடிபட்டுருக்கு. பாதையே இல்லாத மலை அடிவாரத்துலதான் பசங்க அவன கண்டுபிடிச்சிருக்காங்க. அவனோட குமாஸ்தாவத்தான் இன்னும் கண்டுபிடிக்க முடியல. அவரையும் கூடிய சீக்கிரம் கண்டுபிடிச்சிருவாங்கன்னு நெனக்கிறேன். இப்போதைக்கு அவன டிஸ்டர்ப் பண்ண வேண்டாம். ‘பயப்பட ஒன்னும் இல்ல. கொஞ்சநாள்ல அவனே ரெக்கவர் ஆகிருவான்’னு டாக்டர் இப்பத்தான் சொல்லிட்டுப் போறாரு”

அனைவரும் ஆசுவாசப்படுகின்றனர்.

“அப்பா நம்ம பழைய சாமில்ல தீ புடிச்சிருச்சு. அங்க ஆட்கள் எதுவும் இல்லாததுனால ஒரு பிரச்சனையும் இல்ல. முழுசா பரவுரதுக்குள்ள ஃபயர் ஸ்டேஷன் ஆட்கள் வந்து அணைச்சிட்டாங்க. நான்தான் உங்களுக்கு தகவல் கொடுக்க வேணாம்னு சொன்னேன்”

“நல்ல விஷயம். இனிமேலாவது அந்த எளவ விட்டு வெளிய வா. அதுவும் நானும்தான் உன் வாழ்க்கையே மாத்திட்டோம். அப்படியே அந்த பயலுககூட உள்ள பழக்கத்தையும் விட்டுத் தொலை. நல்லாயிருப்ப”

பகத் வீட்டு காம்பவுண்ட்டிற்குள் ஆம்புலன்ஸ் நுழைந்தது. விஜய் சுயநினைவு இல்லாமல் எந்த அசைவுமின்றி இருந்தான். அவனை வீட்டிற்குள் கொண்டுவந்து மருத்துவ வசதியுடன் ஏற்பாடு செய்யப்பட்ட ஒரு அறையில் படுக்க வைத்தார்கள். அவனைக் கண்காணிக்க ஒரு நர்சையும் ஏற்பாடு செய்திருந்தார் புதிய டாக்டர் ஒருவர்.

“இவர் விஜய் ரூம்ல அவர்கூடவே இருக்கட்டும். உடம்ப க்ளீன் பண்றதுல இருந்து எல்லாம் அவரு பாத்துக்குவாரு. நீங்க எதுவும் செய்ய வேண்டாம். ஒரு வாரம் பாத்துட்டோம். இன்னும் ஒரு வாரம் பாப்போம். எதுவும் இம்ரூவ்மெண்ட் இல்லைனா கேரளாவுல இதுக்கான ஆயுர்வேத ட்ரீட்மென்ட் ஒண்ணு இருக்கு. அதுதான் இது மாதிரியான காயங்களுக்கு பெஸ்ட். ஏற்கனவே இதப்பத்தி பகத்ட்ட சொல்லிருக்கேன்”

“நீங்க சொன்னதப் பத்தி நானும் அங்க விசாரிச்சேன் டாக்டர். கேரளாவுக்கே கம்போடியாவுலருந்துதான் சில மூலிகைகள் வரதா கேள்விப்பட்டேன். என்னோட ப்ரண்ட்ஸ் கொஞ்சபேரு அங்க இருக்குறாங்க. வந்தா உடனே குணமாகும்னு சொல்றாங்க. நான் விஜய்யை ஏர் ஆம்புலன்ஸ்ல அங்க கூப்பிட்டுட்டு போகலாம்னு இருக்கேன் டாக்டர்”

“அப்டீனா ஓகேதான். எது பெஸ்ட்டோ அத செய்ங்க. எதுனாலும் கால் பண்ணுங்க”

அந்த மருத்துவர் கிளம்ப சோர்வுடன் அமர்ந்த அபர்ணாவைப் பகத் பார்த்தான். அவள் எதையோ யோசித்தவாறு எழுந்து. எழுந்தவள் விஜய் இருக்கும் அறைக்குள் நுழையாமல் அவளது அறையை நோக்கி நடக்கத் தொடங்கினாள்.

கம்போடியா செல்வதற்கான ஏற்பாடுகள் வீட்டிற்குள் நடந்து கொண்டிருந்தன. உடைகள், மருந்து மாத்திரைகள் என அனைத்தும் எடுத்து வைக்கப்பட்டுக் கொண்டிருந்தன.

“நாளைக்கு எத்தனை மணிக்கு கிளம்பணும்?”

“காலைல ஏழு மணிக்குப்பா.”

“அப்புறம் அவன் என்ன தப்பு பண்ணிருந்தாலும் உன்ன மாதிரியே அவனும் என் மகன்தான். அவனை ஒண்ணும் பண்ணிறாத. தப்பு எல்லாம் என் மேலதான். நான் அவனை ஒழுங்கா வளக்கல. உனக்கு எதாவது பண்ணணும்னா... அதான் எப்பவும் சொல்வியே... ‘அந்தாள ரெண்டு குத்து குத்திப் போடு’ன்னு. அப்படி என்னை பண்ணிப் போட்ரு”

அவர் என்ன சொல்ல வருகிறார் என்று புரிவதற்குள் அவனருகில் வந்தாள் சித்தி.

“நீங்க ரெண்டுபேரும் என் வயித்துல பிறக்கல. ஆனா உங்கள நான் பெத்த பிள்ளைகளாத்தான் பாக்குறேன். உங்களுக்குள்ள என்ன பிரச்சனைனு தெரியல. ஆனா எல்லா பிரச்சனையிலும் மன்னிக்கிறதுக்கு ஒரு இடம் எப்பவும் இருக்கும். எதுவானாலும் கொஞ்சம் யோசிச்சுப் பண்ணுப்பா”

அருகிலிருக்கும் சோபாவில் அப்படியே அமர்ந்தான்.

“அபர்ணாவுக்குத் தெரியுமா?”

“அவதான் மொத கண்டுபிடிச்சா. ஹாஸ்பிட்டல்ல உன்னப் பாத்தவுடனே”

“சரி சீக்கிரம் படுத்துத் தூங்கு...”

உள்ளுறைந்துப் போயிருந்த இரகசியங்களெல்லாம் ஒரு கணம் ஒரேயொரு கணம் ஒற்றைக்கனவுபோல அவன்முன்னது நிழலெனத்தோன்றி மறைந்தது. அப்படி அலைந்தோன்றி மறைந்தழிந்த அந்தக் கனவை அல்லது அந்தவொரு கணத்தை அவன் வெறுக்கவுமில்லை; விரும்பவுமில்லை. எழுந்து அபர்ணா அறையை நோக்கி நடந்தான். சாராவை அணைத்தபடி அவள் உறங்கிக்கொண்டிருந்தாள்.

எதுவும் அறியாதவளாக இத்தனை நாட்கள் தன்னை ஏமாற்றியவள் இப்போது உண்மையிலேயே உறக்கத்தில்தான் இருக்கிறாளா? இல்லையா? என்பதே அவனுக்கு சந்தேகமாயிருந்தது. இமைக்காமல் அவளை முயற்சித்தும் எதுவும் பிடிகொடுக்கவில்லை. புரண்டுப் படுத்தாள். அது ஏதோ அவனை அங்கேயே வாய்மூடி அமரச்சொன்னது போலிருந்தது.

சரிதான் என்று அவள் முன்னமர்ந்தான்.

நேர்த்தியான ஒரு குழி தோண்டுபவன் போலல்லாது சுற்றி நிற்பவர்களின் கட்டளைகளுக்கேற்ப மறைத்திருந்த ஒரு கொலையை எல்லோர் முன்னிலையிலும் தோண்டும் ஒரு குற்றவாளிபோல, அதுவரை தனக்குள் புதைத்திருந்த நினைவுகளை அவள்முன் பதட்டத்துடன் தோண்டி எடுக்கத் தொடங்கினான்.

எப்படி குற்றவாளிக்கு கொலையைவிட அதுவொரு மோசமான அனுபவமாகயிருந்திருக்குமோ அவனுக்கும் அதன் சிறிதளவும் குறையாமலிருந்தது.

“ஒண்ணும் ஆகல, பதறாத? நீ வரதுக்குள்ள நம்ம சம்மந்தப்பட்ட எல்லா டாக்குமெண்ட்ஸூம் உன் முன்னாடி இருக்கும். முக்கியமா உன் டைரி, போதுமா...? டேய் என்னடா...?”

“இப்போதைக்கு எதுவும் கேக்காத. ஏதோ தப்பா நடக்குற மாதிரி இருக்கு. கொஞ்சம் கவனமா இருந்துக்க. காலைல நான் வரதுவர நீயா எதுவும் பண்ணாத. எதுவானாலும் அப்புறம் பாத்துக்கலாம். அவன் முழிச்சா யோசிக்காத, அடிச்சுப் போட்ரு”

மகேந்திரன் பகத்திடம் பேசி முடிக்க “என்ன உன்னை என்கிட்ட ஜாக்கிரதையா இருக்கச் சொல்றானா?” என்றான் விஜய்.

அதுவரை மயக்கத்தில் இருப்பதுபோல நிலவறைக்குள் கண்மூடி கிடந்த விஜய் அப்படி கேட்டதும் திடுகிட்ட மகேந்திரன் பின் சுதாரித்துக்கொண்டான்.

“அடிபட்டு கீழ விழுறது, அடிபட்டுடே கீழ விழுறது; அப்புறம் விழுந்து அடிபடுறது. இப்படி எல்லாம் பட்டும் அடிக்கடி முழிச்சு, அதை தடுக்க மருந்து கொடுத்து, அதுக்கப்புறமும் இப்படி நக்கலா எழுந்து நிக்குறேன்னா... ம்... மெடிக்கல் மிராக்கிள்டா”

“மண்ணாங்கட்டி... ஏண்டா அம்புலன்ஸு, கார் டிக்கினு மாத்தி மாத்திப்போட்டு நாள் முழுக்க குண்டும் குழியும் உள்ள ரோட்ல போட்டு குலுக்கு குலுக்குனு குலுக்கி கூட்டுட்டு வந்தா செத்தவன்கூட முழிச்சுக்குவாண்டா. ஆனா இத நீ கொஞ்ச நாளைக்கு முன்னாடியே செஞ்சுருக்கலாம். இப்ப பாரு ஓவர் டோஸ் கொடுத்து கொடுத்து என் தலையெல்லாம் சுத்துது”

“சுத்துற தலையை இல்லாம பண்ணிட்டா எல்லா பிரச்சனையும் முடிஞ்சிரும்ல. என்ன சொல்ற?”

“அப்புறம் எப்படி உன்னோட டாக்குமெண்ட்ஸ், உன் நண்பனோட டைரி எல்லாம் கண்டுபிடிப்பியாம்?”

மகேந்திரன் மூளைக்குள் பகத் சொன்ன வார்த்தைகள் வந்து போனது.

“அவன் முழிச்சா யோசிக்காத, அடிச்சுப் போட்ரு”

மகேந்திரன் குனிந்து அவர்கள் இருவருக்கும் இடையில் தரையிலிருந்த ஒரு கதவைத் திறந்தான். ஒரு சிறிய அறை அதனடியில் இருந்தது.

“டேய் இன்னும் இதே மாதிரி எத்தனடா வச்சிருக்கீங்க?”

விஜய் கேட்க மகேந்திரன் உள்ளே கைவிட்டு ஐநூறு ரூபாய் நோட்டுக்கட்டுகளாக எடுத்து வெளியேப் போட்டான். அதுவொரு சிறிய மலைபோல அவன்முன்னே குவிய ஆரம்பித்தது.

“என்ன கேட்ட... எத்தனை இருக்குனா? இந்த இடம் புல்லாவே நீ வந்த ரோடு மாதிரி குண்டும் குழியுமாவேதான் இருக்கும். என்ன அங்க கல்லும் மண்ணும் இருக்கும். இங்க இப்படி கரன்சி நோட்டும், பொட்டலமுமா இருக்கும்”

“ஏண்டா கிறுக்கனுகளா.. அதான் இத்தனை குண்டு தோண்டி வச்சுருக்கியே? அதுகளை இங்க கொண்டுவந்து போட்டுருந்தா என் கைல சிக்கியிருக்குமா? பணத்தை சேஃப்பா வச்சிக்கிட்டு அத கொடுக்குற டாக்குமெண்ட்ட ஹாயா அவன் ஆபிஸ் ரூம், வீடுன்னு போட்டு வச்சுருக்க. எவன் வக்கீல் வீடு, ஆபீஸ்னு வரப்போறான்னு அவ்வளவு தைரியம்... ம்..? என்ன முழிக்கிற என் கைல எப்படி கெடச்சதுனா? நீங்க கொடுத்த வேலையெல்லாம் எந்த மறுப்பும் சொல்லாம நான் ஒத்துகிட்டப்பவே உங்களுக்கு சந்தேகம் வந்துருக்க வேணாம்?”

“ஒத்துக்கிறேன் நீ ஒரு ஆளுதான். இதுல எவ்வளவு வேணா எடுத்துக்க. எடுத்ததை மட்டும் கொடுத்துரு. மேட்டர் சிம்பிள். இல்ல அந்த டாக்குமெண்ட்ஸ் எங்கள்ட்ட இருந்து மறஞ்சதுபோல நீயும் மறைஞ்சு போயிருவ. அப்புறம் இதுனால யாருக்கு என்ன லாபம் சொல்லு”

“டாக்குமெண்ட் ஓகே. அப்புறம் உன் நண்பன், என் அண்ணன்... ஒரு டைரி பத்தி சொல்லிருப்பானே? அது வேணாமா? ஆமா அதுல என்ன இருக்குனு அவன் சொல்லலையா? பாவம்டா நீ... அவனப் பத்தி எல்லாம் தெரியும்னு அடிக்கடி என்கிட்ட சொல்லுவியே...”

“நைஸ் ட்ரைடா... அவன்மேல கோபம் வரத்தான் செய்யுது. அது அவன் எனக்கு தெரியாம அவனோட இன்னொரு முகத்தை மறைச்சிட்டு இருக்கான் அப்படீங்குறதுனாலல்லாம் இல்ல. உன்னை அன்னைக்கே அவன் போட்டு தள்ளிருக்கணும்.

விட்டு வச்சிருக்கான் பாரு. அந்தக் கோபம்தான். இங்கப் பாரு... நீ இப்ப உசுரோட இருக்குறதே எங்க புண்ணியத்துலதான். ஒழுங்கா சொன்னதை செஞ்சிட்டு வீடு போய் சேரு. இல்ல உன் அப்பார்ட்மெண்ட் செக்யூரிட்டி செத்த மாதிரி, அநியாயமா போய் சேந்துராத; புரியுதா?"

விஜய் புரியாமல் பார்க்க "இதோ இங்கதான் அந்தாளப் பொதைச்சோம்" என்று ஒரு மூலையை கைகாட்டினான் மகேந்திரன்.

அவனை அடிக்க விஜய்க்கு பலமில்லை. ஆனாலும் எழும் அவனை ஒரே அடியில் விழ வைத்தான் மகேந்திரன்.

"எனக்கும் உனக்கும் தனிப்பட்ட விரோதமே நிறைய இருக்கு. ஒவ்வொரு தடைவையும் நீ என்னை ரொம்ப சாதாரணமா டீல் பண்ணிருக்க. அதுக்கே உன்னை இங்க கண்டந்துண்டமா வெட்டி எரிச்சுப் போட்ருக்கணும். இதுல திரும்பவும் அதே தப்பு செய்ற? என் பொறுமையை சோதிக்காத. அப்புறம் அங்கப் பாரு. செக்யூரிட்டிய பொதைச்ச இடத்துக்குப் பக்கத்துலேயே இன்னொரு குழி அரைகுறையா தோண்டிருக்கு. தெரியுதா? இழுத்துப்போட்டு மிதிச்சு நிரப்பிட்டு போய்ட்டே இருப்பேன்"

கீழே விழுந்து கிடக்கும் விஜய்யை தொடர்ந்து வயிற்றில் மிதித்துவிட்டு மகேந்திரன் ஒரு சாப்பாடு பார்சலைப் பிரித்து சாப்பிட ஆரம்பித்தான்.

"அந்த மனுஷன் என்னடா பாவம் பண்ணாரு? அவர ஏன்டா கொன்னீங்க?"

"நிம்மதியா சாப்பிட விட மாட்ட போல... அவரு பெரிய சிஐடி. "சாவுடா"ன்னு சொல்லி உன்னை பகத் அடிச்சானே, ஞாபகம் இருக்கா? அந்த நேரத்துல அந்த துப்பறியும் சாம்பு ஏதோ மோட்டார் பிரச்சனைன்னு அந்தப் பக்கமா வந்துருக்கான் போல. அது அவன் காதுல விழுந்துருக்கு. ரெண்டுநாள் கழிச்சி நம்ம தமிழ்ட்ட, அவன்கூட நீ பழகுறத வச்சு அவன் உன் ப்ரண்ட்டுன்னு நெனச்சுருக்கான். நேரா ஸ்டேஷன் போய் எல்லாத்தையும் சொல்லிருக்கான். ஸ்டேஷன் உள்ள போனா நம்மாளு அவன வெளிய விடுவானா? நடக்க மட்டும் கொஞ்சமா உயிர மிச்சம் விட்டுட்டு, பகத்ட்ட தகவல் சொன்ன கையோட நேரா இங்க இழுத்துட்டு வந்துட்டான். இங்க வந்ததும்

பகை பாவம் அச்சம் பழியென நான்கு பெருஞ்சித்திரச் சொற்கள் ✺ 237

எவனாவது வெளிய போக முடியுமா என்ன? நானும் டாக்டரும் வேற அப்ப இங்க இல்ல. பகத்தும் தமிழும்தான் அவனை டீல் பண்ண வேண்டியதா போச்சு. நாங்க இருந்துருந்தா கிட்னி சட்னினு வித்து கொஞ்சம் காசாவது பாத்துருப்போம்... ம்..."

மகேந்திரன் விஜய்யிடம் காரியத்தை சாதிக்க நினைத்தான். அதற்கு பயமுறுத்துவது மட்டும்தான் ஒரேவழி என்று அவனுக்குத் தெரியும். விரிவாகவேச் சொல்ல ஆரம்பித்தான். காட்சிகள் விஜய்க்குள் சுழன்றன.

கைகள் பின்னால் கட்டப்பட்டு உடம்பெங்கும் காயத்தோடு நிலவறைக்குள் இழுத்து வரப்பட்ட செக்யூரிட்டி பயந்துபோய் மப்டியிலிருந்த தமிழிடம் கெஞ்சிக்கொண்டிருந்தார். செக்யூரிட்டியின் பூனை அவர் பின்னாலேயே வந்து கொண்டிருந்தது.

"பொண்டாட்டி பிள்ளைக எல்லாம் என்னை நம்பித்தான் சார் இருக்குது. நான் இல்லைனா அது செத்துரும் சார். நான் இந்த விஷயத்தை யார்ட்டையும் சொல்ல மாட்டேன் சார்"

பகத் நிலவறையின் ஒரு ஓரத்தில் அமர்ந்திருந்ததைப் பார்த்ததும் செக்யூரிட்டி ஓடிச்சென்று அவன் காலடியில் விழுந்தார்.

"இது வேற... என்ன பண்ணாலும் இவன் பின்னாடியே வருதுப்பா... அதான் இதையும் அள்ளிப்போட்டு கொண்டாந்துட்டேன்"

பூனையை காலால் மிதிக்க தமிழ் எத்தனிக்க அவனைத் தடுத்துவிட்டு அந்தப் பூனையை மடியில் எடுத்து வைத்துக்கொண்டான் பகத்.

"பூமி உருண்டை இல்ல, தட்டைனு ஒரு காலத்துல எல்லோரும் நம்பிட்டு இருந்தாங்க. அப்ப எல்லோரும் பூனையைப் பாத்து பயந்துட்டு இருந்தாங்க. அதப் பத்தி உனக்குத் தெரியுமா?"

தமிழை தலையை சொறிந்தபடி "எப்பா அது தட்டையா இருந்தா என்ன? கொட்டையா இருந்தா எனக்கென்ன? எனக்குள்ள பேமன்ட் தந்தீன்னா, நானே இன்னும் கொஞ்சநேரத்துல குடிச்சுட்டு மட்டை ஆயிருவேன். என்கிட்ட போயி..." என்றான்.

பகத் இப்போது அவனது பையிலிருந்து வளைந்து நெளிந்த ஒரு கத்தியை எடுத்தபடி செக்யூரிட்டியிடம் கேட்டான்.

"சார்... தெரியாம பண்ணிட்டேன். நான் இல்லைனா என் குடும்பமே அழிஞ்சிரும் சார்"

"ம்... சரிதான். மொத கேட்ட கேள்விக்கு பதில் சொல்லு. தெரியுமா தெரியாதா?"

அவர் 'தெரியாது' என்று தலையை ஆட்டினார்.

“ஏன் எல்லோரும் அப்ப பூனையப் பாத்து பயந்தாங்கன்னா, அது பூமி மேல இருக்குற முக்கியமான எல்லாப் பொருளையும் பூமில இருந்து கீழ தள்ளிவிட்டு, உலகத்தையே அழிச்சிரும்னு நெனச்சிட்டு இருந்தாங்க. இப்ப நீ இல்லைனா உன் குடும்பம் அழிஞ்சிரும். ஒத்துக்கிறேன். ஆனா நீ இருந்தா, இப்படி நான் கொஞ்சம் கொஞ்சமா சேத்து வச்ச எல்லாத்தையும் நீ ஒவ்வொன்னா தட்டிவிட்டா நாங்க அழிஞ்சிருவோமே?”

“எப்பா எப்படிப்பா இப்படி? எப்படி எப்படி எல்லாமோ வில்லத்தனம் பண்ணிட்டு, கத்தை கத்தையா சம்பாதிக்கிறத விட்டுட்டு இப்படி லா புக்கு எல்லாம் படிச்சிட்டு, கோர்ட்ல போய் கத்திட்டு இருக்கியேன்னு ரொம்ப நாளா உன்னை தப்பா நெனச்சிட்டு இருந்தேன்ப்பா. ஆனா படா ஆளுதாம்பா நீ... என்னல்லாமோ பேசுறியே!”

தமிழ் வழக்கம்போல பகத்தை மெச்சினான்.

“சார் நான் வேலையை விட்டுட்டு என் ஊருக்குகூட போய்டுறேன் சார். என்னை தயவு செஞ்சு விட்ருங்க சார்”

“இரு... இரு... இன்னும் கதை முடியல... முழுசா சொன்னதுக்கப்புறம் நீ உன்னோட பஜனையை ஆரம்பி... ஓகேவா?”

அவர் அமைதியாக இருக்க பகத் மிரட்டும் குரலில் “ஒகே வாடா” என்றதும் அவர் பயந்து தலையாட்டினார்.

“அப்புறம் என்னாச்சுனா, அப்படி பூனையை பாத்து பயந்த ஒரு விஞ்ஞானி ஒரு டப்பாவ தள்ளிட்டு போன ஒரு பூனை பின்னாடியே போயி உலகம் தட்டை இல்ல உருண்டை, அது பூனை மாதிரியே அது பாட்டுக்கு ரோடு இல்லாத ஒரு பாதைல சுத்திட்டு வருதுனு கண்டுபிடிச்சாராம். அத நம்பாத பெரிய பெரிய மனுஷங்க எல்லாம் நீ சொல்றது ஒரு வகைல எங்களுக்கு சந்தோஷம்னாலும் உருண்டை தட்டையவிட பயப்படக்கூடிய விஷயம் இல்லையா? அப்படி உருண்டையா இருந்தா நாம எப்படி பூமில இருந்து வழுக்கி கீழ விழாம இருக்கோம்? நாங்க பூனையோட எதிரிகதான்; ஆனா நீ கடவுளோடவே எதிரின்னு அவனை நம்பாம கட்டி வச்சு எரிச்சிட்டாங்களாம்”

பகத் சோகமாக முகத்தை வைத்துக்கொண்டு, செக்யூரிட்டியின் கை கட்டுகளை அவனது நீளமான கத்தியால் அறுத்து, அவரின் உள்ளங்கைகளை ஒன்றின்மீது ஒன்று வைத்து அவை

இரண்டையும் இணைக்கும் வண்ணம் கத்தியை இறக்கினான். இப்போது கைகள் இரண்டும் கத்தியால் கட்டப்பட்டுள்ளது போலாக செக்யூரிட்டி வலியால் அலறித்துடித்தார்.

“எனக்கு இந்த உலகம் உருண்டையா தட்டையா செவ்வகமா, முக்கோணமா, அத கடவுள் படைச்சாரா? சாத்தான் படைச்சாரா? இல்ல பூனை படைச்சுச்சான்னுல்லாம் கவலை கிடையாது. உருண்டை தட்டையவிட பயப்படக்கூடிய விஷயம்னா, நீ சொல்றதும் அதே மாதிரியான ஒரு விஷயம்தானே? நான் எப்படி உன்னை நம்ப முடியும்?”

“என் நாக்க கூட அறுத்துப் போட்ருங்க சார். என்னை மட்டும் விட்ருங்க சார்”

பகத் யோசித்தான். அவன் யோசிப்பதை பார்த்து எங்கே மனம் மாறி விடுவானோ என்று பதறிய தமிழ் சட்டென்று செக்யூரிட்டியின் கைகளில் குத்தியிருந்த கத்தியை உருவி அவரது கழுத்தில் இறக்கினான். பகத் தலையில் கைவைத்தான்.

“ஏன்டா இப்டி?”

“பின்ன நீ யோசிக்கிறதப் பாத்தா பாவம் பாத்து விட்ருவபோல. அப்படி விட்டா உன்கூட சேந்து நானும்ல உள்ள போவேன். நல்லா கேட்டுக்கோ... பயத்துல வாழ்றவனையும் நம்பக்கூடாது; வாழ்றதுக்காகப் பயப்படுறவனையும் நம்பக்கூடாது”

பகத் அவனை ஏறிட்டுப் பார்த்தான்.

“நேத்துதாம்பா தலைவர் படம் பாத்தேன். செம டயலாக் இல்ல”

“நீதான குத்துன, நீயே தோண்டி வேலையை முடி”

அவன் வேலையைத் தொடங்கும் விதமாக அவர் கழுத்தில் சொருவியக் கத்தியை எடுக்க முயன்றான். அது மாட்டிக்கொண்டதுபோல வெளியே வர மறுத்தது.

“எப்பா கத்தி உள்ளுக்குள்ள எதுலயோ மாட்டிருச்சுபோல, என்ன செய்ய அப்படியே வச்சு பொதைச்சிறட்டா?”

“டேய்... நேத்துதாண்டா ஆசை ஆசையா வாங்குனேன். வாங்கி மங்களகரமா நானே இன்னும்கூட குத்திப் பாக்கல. ஏண்டா இப்படி பண்ற?”

செக்யூரிட்டியின் கழுத்திலிருந்து பகத் கத்தியை இலாவகமாக மேழும் கீழும் பக்கவாட்டிலுமாக அசைத்து உருவ முயற்சித்தான். அது வெளிவர மறுக்க பொறுமையை இழந்தவன் அவர் கழுத்தில் ஒரு கையையும், கத்தியில் ஒரு கையையும் வைத்து வேகமாக இழுத்தான். சட்டென்று வெளியேறிய கத்தி பகத்தின் இடது உள்ளங்கையில் ஆழமாக வெட்டியது. பகத் சட்டையில் இரத்தக்கறைப் படிந்தது.

“என்னப்பா நீ... கொஞ்சம் பொறுமை வேண்டாமா? இரு வரேன்”

உள்ளே சென்ற அவன் ஒரு வெள்ளைத் துணியுடன் வெளியே வந்து “என்னப்பா உள்ள மருந்து ஒண்ணுமே இல்ல. சுத்தமா தொடச்சு வச்சிருக்கு” என்றான்.

“காயத்துக்கு மருந்து போடுற இடமா அது. இருக்குறத வச்சு கட்டிவிடு. ஆபிஸ் போய் பாத்துக்கிறேன்”

தமிழ் கட்டுப்போட ஆரம்பித்தான்.

“ஏம்பா உண்மையிலேயே அப்படி ஒரு விஞ்ஞானி பூனை பின்னாடி போனாறாப்பா?”

“அவரு மட்டும் இல்ல, அப்பவும் சரி இப்பவும் சரி உலகமே பூனைக பின்னாடிதான் போய்ட்டு இருக்கு”

“வர வர நீ பண்றதும் பேசுறதும் ஒண்ணும் புரியுற மாட்டுது”

அவன் இறுக்கிக் கட்ட வலி அதிகரித்தது.

“ஒழுங்கா கட்றா”

“நான் என்ன டாக்டரா? ஆபிஸ் போற வரை இந்தக் கட்டு தாங்கும்னு நினைக்கிறேன். உனக்கு ஏதோ சத்து குறைவு போலப்பா, அதான் ரத்தம் உறையாம வந்துட்டு இருக்கு”

“ஏண்டா ஒழுங்கா கட்டத்தெரியாம கட்டிட்டு...”

வெட்டுப்பட்ட காயத்தோடும் தோளில் தொங்கும் பையோடும் பகத் அலுவலகம் சென்றான். அவன் பின்னாலேயே அந்தப் பூனையும் சென்றது.

மகேந்திரன் முழுவதுமாகச் சொல்லி முடிக்கவும் தமிழ் நிலவறைக்குள் நுழைந்தான். விஜய் அடிபட்டு கீழே விழுந்து கிடப்பதைப் பார்த்தான்.

“உண்மையான அதிகாரத்தோட ருசி ஒருநாள் உனக்கு தெரியவரும், அன்னைக்கு சந்திப்போம்னு சொன்னேனே ஞாபகம் இருக்கா விஜய்? பாரு எப்படி கரெக்டா மீட் பண்றோம்”

“சார் என்னை மன்னிச்சிருங்க. இப்பதான் அந்த செக்யூரிட்டிய நீங்க கொன்னதப் பத்தி ஒப்புதல் வாக்குமூலம் சொல்லிட்டு இருந்தேன்”

மகேந்திரன் சொன்னதும் தமிழ் பயப்படுவதுபோல நடித்தான். அப்படி நடித்தபடியே நடந்து வந்து அருகில் இருந்த கபோர்ட் ஒன்றைத் திறந்தான். செக்யூரிட்டியை குத்திக் கொன்ற கத்தியை எடுத்து விஜய்யிடம் காண்பித்தான்.

“அய்யய்யோ... நீ வேற அக்கரன்ஸ்ல இன்வால்வ் ஆன வெப்பனை எடுத்துக் காமிச்சிட்ட?”

விஜய் மெல்ல தட்டுத்தடுமாறி எழுந்து சுவரோடு சாய்ந்து நின்றான்.

“உனக்குப் போட்ட ஊசிகளோட எபக்ட் இன்னும் உன்னைவிட்டுப் போகல. இந்த நேரத்துல உன்னால தெளிவா முடிவு எடுக்க முடியாது. என்ன சொல்ற இப்பவே எல்லாத்தையும் முடிச்சுக்கலாம். நடந்தது எல்லாத்தையும் நாங்களும் மறந்துடுறோம், நீயும் மறந்துடு. ஏற்கனவே பகத்ட்ட நாங்க எல்லாரும் பேசியாச்சு. அவனும் ஒத்துகிட்டான். இது உனக்கு லாஸ்ட் சான்ஸ். இத மிஸ் பண்ணா நீ இங்க இருந்து போகுறதுக்கு ஒரு வழியும் இல்ல, வாய்ப்பும் இல்ல”

மகேந்திரன் பேசுவது விஜய் காதுகளில் அரைகுறையாக மட்டுமே கேட்டது. விஜய் நினைவில் முழுக்க முழுக்க செக்யூரிட்டியின் குரலும் முகமும் மட்டுமே நிறைந்திருந்தது.

“சார் சொல்ல மறந்துட்டேன். போன தடவை நீங்க சொன்ன கனவு சூப்பர் சார். அத என் கனவு மாதிரி என் வொய்ப்க்கு போன்ல சொன்னேன். அது ரொம்ப ஹேப்பியா சிரிச்சிட்டு இருந்துச்சு. இப்ப தினமும் ‘இன்னைக்கு என்ன கனவு...

சொல்லு, சொல்லு'ன்னு டார்ச்சர் பண்ணுது. புதுசா எதாவது கனவு கண்டா சொல்லுங்க சார்; என்னையும் கனவையும் மறந்துறாதீங்க சார்"

"நான்தான் அன்னைக்கே சொன்னேன். இவனை அந்த யானைப்பாலம் அட்டாக் மேட்டர்ல சிக்க வைக்கலாம்னு, அந்த நேரத்துல இவன் ஆபிஸ்ல இருந்தான்னு சொன்னா எவன் நம்பப் போறான்? அப்படியே அந்த வாட்ச்மேன் கொலை கேஸை ஈசியா இவன்மேல இறக்கி விட்ருக்கலாம். இப்பப் பாரு, நமக்கு ஒரு பிடி இல்லாமப் போச்சு. இது சரி வராது. இவன் குமாஸ்தாவ முடிச்சு விட்டதுபோல இவனையும் முடிச்சு விட்றலாம்"

தமிழைப் பார்த்து மகேந்திரன் "யோவ்... யோவ்..." என்றதும் தமிழ் வாயைப் பொத்திக்கொண்டான்.

"இந்த விஷயத்தையாவது இவன்கிட்ட இருந்து மறைக்ககலாம்னு நெனச்சேன்.. அதையும்..."

மகேந்திரன் தமிழின்மேல் பொய் கோபம் கொள்வதுபோல நடிக்க விஜய் தலையில் கைவைத்தான்; தெம்பின்றி அழுதான். பின் மெல்ல மெல்ல அவன் உடல் மொழி மாறுவதை தமிழ் பார்த்தான்.

"பார்ரா... தம்பிக்கு கோவமெல்லாம் வருது. டேய்.. மகி இதெல்லாம் கொஞ்சம் ஓவரா இருக்குடா. பகத் வேற இவனப் பத்தி என்னல்லாமோ பில்டப் கொடுக்குறான். இவன் போனதுக்கு அப்புறம் மெதுவா எல்லாத்தையும் தேடிக்கலாம். வெளிய பசங்க நிக்குறாங்க. நம்ம நாலு பேர தவிர இவன் இங்க இருக்குறது யாருக்கும் தெரியாது. எவனாவது சத்தம் கேட்டு வந்தா சிக்கல் ஆகிரும். அதுனால துப்பாக்கி வேண்டாம். இந்தா இத வச்சு முடிச்சு விட்ரு. செக்யூரிட்டி, குமாஸ்தா பொண்டாட்டிக மாதிரி கொஞ்சநாள் இவன அபர்ணா தேடுவா; அப்புறம் எல்லாம் பழகிரும்"

விஜய் கைக்கு மட்டும் எப்படியோ கொஞ்சம் தெம்பை வரவழைத்துக்கொண்டான். மகேந்திரனை தள்ளிவிட்டு தமிழ் வீசிய கத்தியை பிடித்தான். ஆனாலும் மகேந்திரனோ தமிழோ அதிர்ச்சியடையவில்லை. கத்தியை விஜய் பிடித்திருக்கும் விதமே சோர்வாகயிருந்தது.

"அந்த வாட்ச்மேன் குடும்பம் மாதிரி உன் குடும்பமும் மொத்தமா அழியப்போகுது. பகத்துக்கு அவனும் நீயும் ஒண்ணுதான். அபர்ணா உன்னை அடிச்ச மாதிரி ஒரு கேஸ் போட்டு அவளை அவன் உள்ளத் தள்ளுவான். அப்புறமா அவனுக்கும் அபர்ணாவுக்கும் ஏதோ ஒண்ணு இடைல இருக்குற மாதிரி சாராவுக்கு சொல்லாம சொல்லுவான். அப்புறம் என்ன? அபர்ணா தற்கொலை பண்ணுவா; இல்ல வாட்ச்மேன் மக மாதிரி உன் மக அவ தலையை வெட்டுவா. அவனை அந்தளவு கெட்டவனா மாற வைக்காத"

மகேந்திரன் சொல்லிமுடித்ததும் அவனின் இரு கைகளையும் இணைத்துப் பிடித்து செக்யூரிட்டியைக் குத்தியதுபோல இரண்டு மணிக்கட்டையும் சேர்த்துவைத்து கத்தியால் துளைக்கும்போதுதான் கத்தியை விஜய் சோர்வாகப் பிடித்திருப்பதுபோல நடித்துக்கொண்டான் என்பது என்று அவர்களுக்குத் தெரிந்தது.

"வெளிய பசங்க நிக்குறாங்க. உங்க நாலு பேர தவிர இங்க நான் இருக்குறது யாருக்கும் தெரியாது. எவனாவது சத்தம் கேட்டு வந்தா சிக்கல் ஆகிரும். சத்தம் வேண்டாம். இதோ இப்ப முடிச்சு விட்றலாம்"

விஜய் அப்படியே மகேந்திரனைத் திருப்பி அவன் முதுகில் இருந்த துப்பாக்கியை எடுத்து தமிழை நோக்கி குறி வைத்தான். இப்போது மகேந்திரன், விஜய் இருவருமே தமிழை நோக்கி திரும்பி நிற்க, தமிழ் பதறி தன்னிடம் இருந்த துப்பாக்கியை எடுக்க எத்தனித்தான்.

"இன்னும் இவனுகளை மாதிரி நீ சின்ன வில்லனாகூட ஆகலடா போலீஸ் நாயே. அது உன்னால முடியவும் முடியாது. உனக்குத் தேவை பணமும், அத உருவாக்க தேவையான ஆட்களும். அவங்களுக்கு ஜால்ரா போட்டு ப்ரோக்கர் வேலை பாக்குறதோட நிறுத்திக்க. இந்த நிமிஷம் நீங்க காணாமப் போனா உங்களை தேடுறதுக்குகூட ஆள் கெடையாது. நீங்கள்லாம் குடும்பத்தைப் பத்தி... அப்புறம் மகேந்திரன் சார், வாழ்க்கைல பெரிய பெரிய விஷயத்துக்கு ஆசைப்படும்போது சின்ன சின்ன விஷயங்களை கவனிக்காம விட்ருவோம். உங்க நண்பனோட டயலாக்தான். அவரோட கேஸ் டைரில இருந்துச்சுது. என்ன கொலை

பண்ணனும்னு முடிவு பண்ணீங்க சரி. ஆனா அதக் கத்தியை வச்சு பண்ண முடிவு பண்ணது ரொம்ப தப்புல்ல”

தமிழ் நக்கலாக சிரிக்க ஆரம்பிக்க விஜய் மகேந்திரனின் கைகளை பிணைத்திருந்த கத்தியை உருவி தமிழின் கழுத்தை நோக்கி வீசினான். அது செக்யூரிட்டியின் கொலைபோல முடிய தனது கைகளிலிருந்து வடிந்த இரத்ததைப் பார்த்தும், விஜய்யைப் பார்த்தும் பதறினான் மகேந்திரன்.

“சரி நீ பண்றத நீ பண்ணு. நான் பண்றத நான் பண்றேன். ஆனா நான் என்ன பண்ணுவேன்னு பாக்க நீ இருக்க மாட்ட. ஆனா அபர்ணா இருப்பா. அப்புறம் அவளும் இருக்க மாட்டா. சாரா இருப்பா. அப்புறம் அவளும்...”

எங்கிருந்து அவ்வளவு பலம் வந்ததோ தெரியவில்லை. கைகளாலும், கைகளில் கிடைத்தவைகளாலும் விஜய் மகேந்திரனை சரசரவென முகம், வயிறு, கழுத்து, மார்பு என வெறிகொண்டு அடிக்க எலும்புகள் உடைந்து செத்து விழுந்தான். பின் நிதானத்திற்கு வந்து மகேந்திரன் மூடிய சாப்பாட்டு பார்சலை எடுத்து சாப்பிட்டான்.

அப்போதுதான் டாக்டர் அவரது மருத்துவப் பையுடன் நிலவறையினுள் நுழைந்தார்.

விஜய் சாப்பிடுவதைப் பார்த்தும், தமிழும் மகேந்திரனும் செத்துக் கிடப்பதைப் பார்த்தும் அதிர்ச்சியடைந்த அவர் திரும்பி ஓட முயற்சிக்க விஜய் அவரின் காதுகளை உரசிக்கொண்டு போவதுபோல கத்தியை வீசினான். உறைந்துபோய் நின்ற அவரை துப்பாக்கியை காட்டி அருகில் வரவழைத்தான்

"செக்யூரிட்டியை பொதைச்ச இடம் தெரியும்ல, அதுக்குப் பக்கத்துல இன்னொரு குழி அரைகுறையா இருக்குப் பாருங்க. அத முழுசா தோண்டி முடிங்க. பயப்படாதீங்க அது உங்களுக்கு இல்ல"

திருதிருவென முழித்தார்.

"அரை மணிநேரம் டைம். இல்ல நானே தோண்ட வேண்டியதிருக்கும். ஆனா அதப் பாக்க நீங்க இருக்க மாட்டீங்க"

டாக்டர் கொண்டுவந்த பையைத் திறந்த விஜய் தனக்கென்று கொண்டுவந்த மருந்தை எடுத்து ஊசியில் முழுவதுமாக நிரப்பினான்.

குமாஸ்தாவுடன் அவன் பொய் சண்டை பிடிப்பதும், பதிலுக்கு அவர் அவனை விளையாட்டுத்தனமாக பழிவாங்குவதும் அவனுக்குள் அவரைப் பற்றிய பழைய நினைவுகள் மேலோங்க விஜய்க்கு கண்ணீர் கொட்டியது.

டாக்டர் உடம்பெங்கும் வேர்த்துக்கொட்ட குழி தோண்டிக் கொண்டிருந்தார்.

"முகமே தெரியாம தொழில் பண்றதும் ஒரு திறமைதான் இல்லையா டாக்டர்?"

"நான் வெறும் ஏஜன்ட்தான். எல்லாமே மகேந்திரன்தான். இத்தோட எல்லாத்தையும் விட்டுறேன். என்னை ஒன்னும் பண்ணிறாத விஜய்"

டாக்டர் விஜய்யை நோக்கி வந்தார்.

"அப்படீன்னா உங்க முகம் எல்லாருக்கும் தெரியும் இல்லையா?

தலையாட்டினார்.

“அப்ப எனக்கு ஒரு ஹெல்ப் பண்ணணுமே?”

“நீ என்ன சொன்னாலும் செய்றேன் விஜய். என்ன பண்ணணும் மட்டும் சொல்லு”

“மகேந்திரன் செல்லோட நம்பர் லாக் தெரியுமா?

வேகமாக தலையசைத்தார்.

“அதுல இருந்து நம்ம பெங்களூர் பார்ட்டி நம்பருக்கு கால் பண்ணுங்க”

ஓடிச்சென்று மகேந்திரன் செல்லை எடுத்து கால் செய்தார். டாக்டரிடமிருந்து அதைப் பிடுங்கிய விஜய், பகத் போல பேசினான்.

“நம்ம இன்ஸ்பெக்டர் எதிர் பார்ட்டிகட்ட பணத்துக்காக நம்மளோட எல்லா மெத்தட்களையும், வழிகளையும் பத்தி பேசப் போறதா தகவல் வந்துருக்கு. அதுனால நாளைக்கு அனுப்புற லோட்ல சரக்கு இருக்காது; அவன் இருப்பான். கைக்கு வந்து சேந்தா டிஸ்போஸ் பண்ணிருங்க. எதாவது டவுட் இருக்கா?”

“நீங்க சொன்னதுக்கப்புறம் அதுல என்ன டவுட்? அனுப்பி விடுங்க”

“நாளைக்கு சரக்கு குடோவ்னுக்கு வந்து சேர்ர வர வழக்கம்போல யார்ட்டையும் போன்ல பேசாதீங்க. முடிஞ்சா ஸ்விட்ச் ஆப் பண்ணிருங்க”

விஜய் டாக்டர் அருகில் சென்றான். கிசுகிசுப்பதுபோல அவரிடம் அவன் ஏதோ கேட்க தயங்கியபடியே நிலவறையின் ஒரு கதவைத் திறந்து அவனை உள்ளே அழைத்துச் சென்றார். மரத்தடிகள் சரக்கை கடத்த ஏதுவாக நடுவில் நீளமாக துளையிடப்பட்டு அடுக்கி வைக்கப்பட்டிருந்தது. முழுவதும் இயந்திரமாக்கப்பட்ட அந்த அறையில் எப்படி வேலை செய்வது என ஒரு அந்தந்த இயந்திரங்களிலேயே வழிகாட்டுப் படங்கள் இருந்தன. அதைப்பார்த்து இயந்திரங்களை இயக்கத் தொடங்கினான் விஜய்.

துளையிடப்பட்ட ஒரு நீளமான மரத்தடியை ஒரு இயந்திரம் இழுத்துக் கொண்டு வந்து டேபிளில் வைக்க விஜய்யும் டாக்டரும் சேர்ந்து இன்ஸ்பெக்டர் உடலை எடுத்துக்கொண்டு

வந்து இன்னொரு இயந்திரத்தில் வைத்தனர். மகேந்திரன் மொபைலை இன்ஸ்பெக்டர் உடைக்குள் விஜய் வைத்தான். அந்த இயந்திரம் இன்ஸ்பெக்டர் உடலை பாலித்தீன் கவர் கொண்டு சுற்றி மூடியது. பின் அதுவே எடுத்துக்கொண்டு சென்று துளையிடப்பட்ட மரத்தடியில் வைக்க மரத்தடி, இன்ஸ்பெக்டர் உடல் என அனைத்திலும் வீரியமான பசை தடவப்பட்டது. பின் அந்த மரத்தடியின் இன்னொரு பாகம் அதை மூட அந்த மரத்தடி வெட்டப்பட்டதற்கான எந்த அறிகுறியும் இல்லாமல் தோற்றமளித்தது. விஜய் பெங்களூர் பார்ட்டிக்கான ஸ்டிக்கரை அதன்மேல் ஒட்டிவிட்டு டாக்டரைப் பார்க்க, அவர் ஸ்விட்ச் போட்டார். அந்த அறையின் கூரை திறந்தது. மரத்தடி அப்படியே லிப்ட் செய்யப்பட்டு மேலே சென்றது. மறுபடியும் கூரை மூடப்பட்டது.

“மேல பசங்களுக்குப் ஃபோன் பண்ணி அர்ஜன்ட்டா பெங்களூர் அனுப்பச் சொல்லு. அப்படியே முத்துவ ஆம்புலன்ஸ் எடுத்துட்டு வரச் சொல்லு”

டாக்டர் விஜய்யை சந்தேகத்தோடு பார்த்தார்.

“இல்ல மனசு மாறிருச்சு. மகேந்திரன்தான உங்களுக்கு எல்லாம். அப்ப இவனையும் இவன் கொன்னவங்களை மாதிரித்தான கொல்லனும். உங்க ஆளுகளுக்கு ஃபோன் பண்ணி ‘இவன் துரோகியா மாறிட்டான்; அதுனால கொன்னுட்டேன். எடுத்துட்டுப்போய் அறுத்துப் போட்டுறங்க’ன்னு சொல்லுங்க”

“அவங்க வரதுக்கு ஒருமணிநேரம் ஆகும். முத்துவுக்கு போன் பண்ணி வரச்சொல்லி நானே அறுத்துப் போட்டு வெளிய கொண்டு போய்டுறேன். இங்கேயே வசதி இருக்கு”

விஜய்யை மருத்துவ அறைக்கு அழைத்துச் சென்று அவர் காண்பிக்க அவன் ஆச்சரியத்துடன் வாயில் கை வைத்தான்.

“ம்... இதுவும் நல்ல ஐடியாதான். அப்ப அறுத்து ரெடியா வைங்க. அப்புறமா போன் பண்ணிக்கலாம். எனக்கும் பேச்சு துணைக்கு ஆள் ஆச்சு. இந்த இடம் வேற பாக்கவே பயமா இருக்கு. உங்களுக்கே தெரியும் நான் கொஞ்சம் பயந்த சுபாவம்னு”

விஜய் சிரித்தான். டாக்டர் மகிழ்ச்சியுடன் இயந்திரத்தை இயக்கி மரம் அறுப்பதுபோல மகேந்திரனை அறுக்கத் தொடங்கினார்.

எல்லாம் முடிந்து பாக்ஸ் பாக்ஸாக மகேந்திரனை பார்சல் கட்டி முடிக்க, விஜய் அவரை நோக்கி துப்பாக்கியை நீட்டி "மனசு மாறிருச்சு உங்க ஆளுகளுக்கே ஃபோன் பண்ணி வரச் சொல்லுங்க" என்றதும் சோர்வுடன் போன் செய்து ஆட்களை வரச்சொன்னார்.

"நான் எல்லா உண்மையும் சொல்லிடுறேன். உனக்கு கொடுத்த மருந்தோட சைட் எபக்ட் போக நானே ட்ரீட்மெண்ட்டும் கொடுக்குறேன். பணம் எவ்வளவு வேணும்னாலும் கேளு; எத்தனை கோடின்னாலும்..."

விஜய் இடைமறித்தான்.

"அதெல்லாம் தேவையில்ல டாக்டர். கிட்டத்தட்ட எனக்கு எல்லா உண்மையும் தெரிஞ்சிருச்சு; ஒரே ஒரு விஷயத்தை தவிர. அந்த பாவப்பட்ட வாட்ச்மேனையும் அவன் குழந்தையும் எப்படி கொன்னீங்க? அது கொலைன்னு மட்டும் தெரியும். ஆனா எப்படி கொன்னீங்கன்னு மட்டும்தான் இதுவரை கண்டுபிடிக்க முடியல. இவன்ட்டதான் கேக்கணும்னு நெனச்சிருந்தேன்... அதுக்குள்ள..."

"அதுவா"

ஆர்வக்கோளாரில் சிரித்தபடி ஆரம்பித்தவர் விஜய்யைப் பார்த்ததும் சோகமானார்.

"பரவாயில்ல ஜாலியாவே சொல்லுங்க. பழைய விஷயம்தான, அது பெருசா ஒண்ணும் தோணாது. அதுவுமில்லாம நேரம்போகத்தான உங்களை கூட வச்சிருக்கேன். ஏற்கனவே என்னல்லாமோ நடந்து கொஞ்சம் பதட்டமா வேற இருக்கு"

உடனே உற்சாகமடைந்தார் டாக்டர். விஜய்யிடம் நடந்த அனைத்தையும் அவ்வளவு நேர்த்தியுடனும், சைகையுடனும் விஜய்யை சந்தோஷப்படுத்தும் வகையிலும் சொல்லத் தொடங்கினார்.

"பகத் அடிக்கடி சொல்வான் இந்த உலகத்துல ஈசியான விஷயம் ஏழைகளைக் கொல்றதுதான்னு. அதுவும் தேட ஆள் இல்லாத; இயலாத, இல்ல தேட குறைவான வாய்ப்பு இருக்குற ஏழைகள்தான் அவனோட பேவரைட். அதுல ஆண்டப் பரம்பரை, அடிமை பரம்பரை, அவன் ஒடுக்கப்பட்டவன், இவன்

அடக்குனவன்னு எந்த வித்தியாசமும் கிடையாது. விஷயம் வெளிய தெரிஞ்சா ரெண்டுநாள் கத்துவானுக. மூணாவதுநாள் அவனுகளுக்குள்ளேயே முன்னூறு பிரிவா பிரிஞ்சு, அதுக்கு மூவாயிரம் பொலிடிக்கல் ஸ்டான்ட் எடுத்து அடிச்சிக்குவானுக. பிளாட்பார்ம்ல மனுஷன் கிடந்தா அவனை அழுகுன தக்காளி நெனச்சு கார் விட்டு ஏத்திக் கொல்ற நியூஸ்க்கு இப்பெல்லாம் வரி விளம்பரம் அளவுக்குகூட பேப்பர்ல இடம் ஒதுக்குறது கிடையாது தெரியுமா? இதுவே அப்பர் மிடில்கிளாஸ்மேல கை வச்சோம்னு வச்சுக்க, அது வெளிய தெரிய வரும்போது நகரமே, இல்ல இல்ல இந்த உலகமே ஏதோ பாதுகாப்பில்லாத மாதிரி போராட்டம் பண்ணியே சாவடிச்சிருவானுக. மாட்டிக்கிட்டா தண்டனையும் அதிகம். ஏன்னா அப்பத்தான் அவனுக மனசாட்சி திருப்தியடையும், அவனுக வாக்கையும் அரசியல்வாதிகள் அள்ள முடியும். ஏன்னா இங்க அரசியல்வாதிக, அதிகாரிக துணையில்லைனா ஆண்டவனாலகூட ஒண்ணும் செய்ய முடியாது. நாங்க எம்மாத்திரம். அப்புறம் மொக்கப் பணக்காரனுகளப் பத்தி சொல்லி தெரிய வேண்டியது ஒண்ணும் இல்ல. அவனுக மேல கை வச்சா பணமும், அதிகாரமும் நம்மள சும்மா விடாது. அதேமாதிரிதான் மக்களுக்கு பழக்கப்பட்ட குற்றத்தை செஞ்சா அத அவங்க பெருசா கண்டுக்க மாட்டங்க. புது விஷயம் பண்ணா மாட்டும்போது சிக்கலாகிரும். அதான் பரவலா இருக்குற ஆர்கன் திருட்டு மேல கை வச்சோம்; மனுஷங்களை பரிசோதனை எலியா பயன்படுத்தினோம். அப்படி செய்யுறதுக்கு முன்னாடி அவனையே பிரபலமான ஆன்லைன் திருட்டு வேலைகள்ல ஈடுபடுத்தினோம். ஆர்கன் திருட்டு மட்டும்தான் மகேந்திரன் ஐடியா. மத்த எல்லாமே பகத் ஐடியாதான். 'மனுஷன் எப்படி ஒரே மனநிலைல இருக்க சாத்தியமில்லையோ, அதே மாதிரிதான் அவன் எப்பவுமே ஒரே இடத்துல, ஒரே வேலைல, ஒரே மாதிரியான சூழல்ல இருக்கவேண்டியவனும் இல்ல. அப்படி இருக்கும்போது அவன ஏன் ஒரே மாதிரியா இல்ல ஒரே தடவைல கொல்லனும்? அவன எவ்வளவு தூரம் பயன்படுத்த முடியுமோ, எத்தனை முறை கொல்ல முடியுமோ, அவ்வளவு தூரமும், அத்தனை முறையும் கொல்றதுதானே நியாயம்?' இது நான் சொன்னது இல்லப்பா, உங்கண்ணன் சொன்னது. உன்னக்கூட அந்த மாதிரிதான் அவன் கொல்ல முடிவெடுத்துருக்கான்னு நினைக்கிறேன்."

விஜய் தீவிரமாக யோசிப்பதை உணர்ந்தவர் கொஞ்சம் இடைவெளிவிட்டு ஆரம்பித்தார்.

“விஜய்... இந்த உலகத்துல வாழ்றதையும், சந்தோஷமா இருக்குறதையும், சிரிக்கிறதையும் அளவுக்கதிகமா ஓவரேட்டு பண்ணி வச்சுருக்கானுக; ஆனா சாகுறதும், கொலை பண்றதும், தற்கொலைக்கு தூண்டுறதும்தான் அதோட இயல்புங்குறத மறந்துடுறாணுக. இத நாம புரிஞ்சுகிட்டாலே நாம சூப்பர்மேன் ஆகிடலாம்; வாட்ச்மேன் எல்லாம் ஒரு மேட்டரே இல்ல. ஏன்னா இவங்களை மாதிரி ஆளுகதான் எங்க வளர்ச்சிய கெடுக்கவும் செய்வானுக; அதேநேரம் எங்க வளர்ச்சிக்கு உதவுறதும் இதேமாதிரி ஆளுகதான். அவனக் கொல்றது பத்தி முடிவெடுத்தப்ப அத ஒரு விளையாட்டாவே செய்யணும்னு, அதேநேரம் வழக்கமா கொல்றதுபோல இருக்கக்கூடாதுன்னும் மகேந்திரன் முடிவெடுத்தான். ஆனா அந்த ஊரடங்கு காலத்துல அவனால நெனச்ச எதையும் செய்ய முடியல. அப்பதான் பகத் மகேந்திரனுக்கு அவன் நெனச்சது மாதிரியே விளையாட்டுத்தனமா ஒரு ஐடியா கொடுத்தான். பகத்துக்கு அது ரொம்ப சின்னப்பிள்ளத்தனமான ஐடியாவா இருந்துச்சு. அத அப்படியே பாலோவ் பண்ணி சக்சஸ்புல்லா மகேந்திரன் பண்ணி முடிச்சதுகப்புறமும்...”

டாக்டர் விவரிக்க விஜய்க்குள் காட்சிகள் விரிந்தன.

மகேந்திரன் கைக்கவசம், முகக்கவசம் அணிந்தபடி அந்தச் சாலையின் ஒரு குறிப்பிட்ட இடத்தில் அவனைப்போலவே கைக்கவசம், முகக்கவசம் அணிந்திருந்த அவனது ஆட்கள் இரண்டு பேருடன் தன்னார்வலர்போல நின்று உணவில்லாதவர்களுக்கு சாப்பாட்டுப் பொட்டலங்கள் வழங்கிக் கொண்டிருக்கிறான். இப்போது அந்த வழியே தள்ளாடியபடியே வரும் வாட்ச்மேனிற்கும் அவனது ஆட்களை வைத்து உணவுப் பொட்டலங்கள் வழங்குகிறான். அவர் கையில் ஏற்கனவே இருக்கும் உணவுப் பொட்டலத்தைக் காட்டி மறுத்துவிட்டு சென்று விடுகிறார். மறுநாளும் அதே இடத்தில் நின்று மூவரும் உணவுப் பொட்டலங்கள் வழங்கிக் கொண்டிருக்கிறார்கள். இப்போது அந்த வழியே வரும் வாட்ச்மேனிற்கு அவர்கள் உணவுப் பொட்டலங்கள் கொடுக்காமல் இருக்க அவரே கேட்டு வாங்கிவிட்டுச் செல்கிறார். இப்படியே ஓரிரு நாட்கள் செல்ல, மகேந்திரன் இப்போது அதே சாலையில் நின்று ஒரு பொட்டலத்தில் மட்டும் இரண்டு பூச்சி மருந்து பாட்டிலை திறந்து அதில் கலக்கிக் கொண்டிருக்கிறான். இப்போது அவன் கண்களுக்கு தூரத்தில் வாட்ச்மேன் வருவது தெரிகிறது. பிரித்த பார்சலை கட்டி ஒரு கவருக்குள் போட்டு விட்டு அதோடு ஒரு காலியான பூச்சி மருந்து பாட்டிலையும் போட்டு விடுகிறான். வழக்கம்போல வாட்ச்மேன் வந்து பார்சலை வாங்கிவிட்டு நகர அவரை பின் தொடர்கிறான் மகேந்திரன்.

சின்னஞ்சிறிய வீட்டினுள் அவரது இரு குழந்தைகளும் பாய் விரித்து உறங்கிக்கொண்டிருக்கிறார்கள். அவர் பார்சலைப் பிரித்து சாப்பிட அமர்கிறார். உள்ளே காலியான பூச்சி மருந்து பாட்டிலை பார்க்கும் அவர் குடிபோதையிலும், ஏதோ தவறுதலாக வந்து விழுந்திருக்க வேண்டும் என்ற நினைப்பிலும் அதை ஒரு ஓரமாக எடுத்து வைத்துவிட்டு சாப்பிடுகிறார். அதை ஒளிந்து நின்று பார்க்கும் மகேந்திரன் அவன் கையில் இருக்கும் பாட்டிலையும் அந்த வீட்டிற்குள் எறிந்து விட்டு நகர்கிறான்.

அப்பா வாயில் நுரை தள்ளியபடி இறந்துக்கிடப்பது தெரியாமல் தனது அக்காவைப் போலவே அவரும் உறங்கிக்கொண்டிருக்கிறார் என்று நினைத்து அங்குமிங்கும் ஊர்ந்தும், அவர்மேல் ஏறியும் விளையாடும் அந்தக் குழந்தை அவர் இரவு மீதி வைத்திருந்த

பகை பாவம் அச்சம் பழியென நான்கு பெருஞ்சித்திரச் சொற்கள் ❈ 253

உணவை எடுத்து சாப்பிட ஆரம்பிக்கிறது. சாப்பிட சாப்பிட மயங்கிச் சரிந்து விழுகிறது; வாயில் நுரை தள்ளுகிறது.

விஜய்யினுள் சுழன்ற காட்சிகளை டாக்டர் குரல் இடைமறித்தது.

"இவ்வளவு சிம்பிளா முடியும்னு அவன் நெனச்சுக்கூட பாக்கல; ஆனா என்ன தேவையில்லாம அவன் குழந்தை ஒண்ணும் அதுல போய் சேர்ந்துருச்சு. ஆனா இதுல நீ ஒண்ணப் பாக்கணும் விஜய், இப்படிப்பட்ட அப்பனுக்கும் அம்மாவுக்கும் பிறந்த அது தனியா உயிரோட இருந்துருந்தா அதோட நிலைமையை நெனச்சுப் பாரு? இன்னும் அது கஷ்டப்பட்டுருக்கும்"

டாக்டர் சொல்லி முடிக்கவும் அவர் எண்ணுக்கு அழைப்பு வந்தது. அவரும் விஜய்யும் சேர்ந்து மகேந்திரனை அந்த மருத்துவ அறையிலிருந்தே தமிழை அனுப்பியதுபோல லிப்ட் செய்து மேலே அனுப்பி வைத்தனர்..

டாக்டருக்கு எல்லாம் முடிந்த திருப்தி கிடைத்தது.

"மகேந்திரன் எப்பவுமே அப்படித்தான். ஒரு படத்துலகூட நல்ல டயலாக் ஒண்ணு வருமே... ம்... ஆங்... நாமெல்லாம் மிச்சம் இருக்குற பீரை பாத்தா, அவன் இவ்வளவு தீந்துருச்சேன்னு காலியான கிளாஸைப் பாத்து வருத்தப்படுவான்னு. அதுதான் அவன் அழிவுக்கு காரணம்"

அவர் சொல்லி முடிக்க விஜய் மறைத்து வைத்திருந்த மருந்து நிரம்பிய ஊசியை எடுத்து அவர் கழுத்தில் குத்தி இறக்கினான். அவர் அவனிடம் கெஞ்ச கெஞ்ச எதுவும் பேசாமல் அவரை இழுத்துக்கொண்டு போய் அவர் வெட்டி வைத்திருந்த குழியிலேயே அவரை தள்ளிவிட்டு மண்ணள்ளிப் போட்டான்.

நிலவறையை கொளுத்துவதற்குண்டான மருந்துகளை எடுத்து பணக்கட்டுகள் முதல் எல்லா இடத்திலும் தெளித்து பெரியதொரு துணியை எடுத்து அதில் தீயை பற்ற வைத்து உள்ளே எறிந்தான். அதற்கு முன்பே அடியாளையும் பகத்தையும் இழுத்துக்கொண்டு நிலவறைக்கு வெளியே கொண்டு சென்று காரில் போட்டிருந்தான். நிலவறை தீ பிடித்து எரியத் தொடங்கியதும் அங்கேயே நின்று சீனியரிடம் போனில் பேசினான்.

"விஜய் எல்லா எவிடன்சும் பக்காவா இருக்கு. இவனுக்கு ஞாபகம் திரும்புனவுடன மஜிஸ்ட்ரேட்ட எல்லாத்தையும் சப்மிட் பண்ணிடலாம்"

"இல்ல சீனியர். அவனுக்கு நினைவு திரும்ப இப்போதைக்கு வாய்ப்பில்ல. அதுவுமில்லாம இவனை கோர்ட், ஜெயில்னு கொண்டுபோறதுலயும் ஒரு பிரயோஜனமும் இல்ல. ஈசியா வெளிய வந்துருவான். அதுவுமில்லாம நான் அவனுகளை கொன்னதை வச்சும், வாட்ச்மேன் கொலை வழக்கை வச்சும் கேஸை ஈசியா டைவர்ட் பண்ணிருவான்"

"டேய் அண்ணன் தம்பி நீங்க ரெண்டுபேரும் ஒருத்தர ஒருத்தர் அடிச்ச அடி சரியில்லனு நினைக்கிறன். உன்னை மாதிரியே அவனும் இன்னும் சாகல. இந்த நிலமைல இதவிட எனக்கு வேற வழி தெரியல"

"இவனுக பாவப்பட்டவனுகள வெளிநாட்டுக்கு அனுப்பி என்ன பண்ணானுகளோ அதையே இவனுக்கும் செய்றதுதான் ஒரே வழி. இவனோட கம்போடியா ப்ரண்ட்க்கு எனக்கும் இவனுக்கும் இருக்குற சண்டை பத்தி நல்லாவே தெரியும். ஜோஸ்ட்டகூட அதப் பத்தி பேசிருக்கான். இப்போதைக்கு அதத்தான் யோசிச்சிருக்கேன்"

அப்போது விஜய் முகத்தில் எந்தவித சலனமுமில்லை. ஒருவகையில் பார்க்கப்போனால் அது பகத்போலவே இருந்தது. அது அவனுக்கும் தெரிந்திருந்தது.

பகத்போல பாவனை செய்துகொண்டு விஜய் ஐசியூ வெளியே அமர்ந்திருக்க முதலில் பகத் என்று நினைத்து அவன் முகத்தைக்கூடப் பார்க்காமல் அவனைக் கடந்து சென்ற அபர்ணாவிற்குள் ஏதோ ஒன்று தோன்ற ஓடும் வேகத்தை குறைத்துக்கொண்டு அவனைத் திரும்பிப் பார்த்தாள். பார்த்த கணத்தில் அது விஜய் என்று கண்டுகொண்டாள். அப்படி அவனைப் பார்த்தாவாறே ஐசியூவிற்குள் அவள் சுரத்தில்லாமல் நுழைந்தாள். உள்ளே சென்ற சிறிது நேரத்தில் வெளியே வந்தவள் இளவரசுவையும் சித்தியையும் பார்த்துச் சொன்னாள்.

"உள்ள இருக்குறது பகத்..."

விஜய் கதவைத் திறந்து பகத் அறைக்குள் நுழைந்தான். பகத் படுத்திருந்தான். சிறிது தூரத்தில் இன்னொரு சிறிய பெட்டில் நர்ஸ் தூங்கிக்கொண்டிருந்தார். நாற்காலி ஒன்றை இழுத்துப்போட்டு பகத் அருகில் அமர்ந்து அவனைப் பார்க்கத் தொடங்கினான் விஜய். அவன் நினைவுகளானது, இருவரும் ஒன்றாக கைபோட்டுக்கொண்டு பள்ளிக்கு செல்வது, அம்மா மடிக்கு சண்டை போட்டு படுத்துறங்குவது, சிறிய வயதில் தன்னை அடித்த ஒருவனை பகத் சாவடி அடிப்பது, பின் கல்லூரி காலத்தில் அதேபோல ஒரு சண்டையில் பகத் விஜய்யிடம் சண்டை போடுபவர்களை அடித்துத் துரத்துவது, இருவரும் ஒன்றாக சினிமா பார்ப்பது, குடிப்பது எனப் பின்னோக்கி நகர மோசமான மனநிலையுடன் அங்கிருந்து எழுந்தான்.

மறுநாள் காலை.

பகத் அருகில் நர்ஸ் சென்று அமர ஆம்புலன்ஸின் பின்புற கதவு அடைக்கப்பட்டது. இளவரசு, சித்தி, அபர்ணா, சாரா அனைவரும் இனம்புரியாத உணர்வுடனும், சோகத்துடனும் வழியனுப்பி வைக்க ஆம்புலன்சின் முன்னால் டாக்டரும், காரில் விஜய்யும் ஏற மெதுவாக அது பகத் வீட்டை விட்டு வெளியேறியது.

IV

விஜய் என் கல்லறையின்மேல் அமர்ந்திருந்தான்; நானும்தான்.

"ம்... இதுவரை நீயும் நானும் சொல்லிக்கிட்ட கதைகள்ல இந்த முப்பத்து ஏழாவது வெர்ஷன் கொஞ்சம் நல்லாருக்கு. உண்மையா நடந்த கதைக்கும் இதுக்கும் ரொம்ப வித்தியாசம், சொல்லப்போனா தொடர்பே இல்லாம இருக்கு. உண்மையை தலைகீழா சொல்லும்போது அது உண்மையைவிட அழகா இருக்கும்னு அடிக்கடி நீ ஏன் சொல்றேன்னு இப்ப புரியுது. நீங்க ட்வின்ஸ்னு ஆரம்பத்துல நானும் நம்பல. அதுக்கான எந்த விஷயத்தையும், தகவலையும் பகத் என்கிட்ட சொல்லவும் இல்ல. உன்னையும் பகத்தையும் முதன்முதலா பாத்தப்ப அபர்ணா ஆச்சர்யப்பட்டான்னு சொன்னான். அப்புறம் அவன் தாடியை ஷேவ் பண்ணப்ப எல்லாரும் அவனப் பாத்து திகைச்சாங்கன்னு சொன்னான். அப்புறம் உன்னை அடிக்க வரப்ப எப்எம்ல ஒரு பாட்டு போட்டிருந்துச்சுன்னு அந்தப் பாட்டைப் பாடினான். அப்புறம் அவனோட கனவுகள்ல எல்லாம் அவனே அவனக் கொன்னுட்டு இருப்பான். ஆரம்பத்துல நீ கூட ஊரடங்கையும், சாமிலையும் சேத்து வச்சு ஒரு கனவைச் சொன்னியே, அதுமாதிரி. இன்னும் சில விஷயங்கள் இருக்கு. இப்ப எதுவும் ஞாபகபத்துக்கு வரல. அப்புறம் உன்னை மொத தடவை பாக்கும்போதுகூட பகத்தான் ஆக்ட் பண்றான்னு நெனச்சேன். அந்த இராத்திரிகூட அபர்ணாட்ட பேசிட்டு அவன் நேரா ஹாஸ்பிட்டல் போய், அங்க உனக்குப் பதிலா படுத்துட்டு உன்னை அந்த நைட்டே கடத்தனும்னுதான் அவன் மொதல்ல முடிவு பண்ணிருந்தான். அப்புறம்தான் ப்ளான்

கொஞ்சம் மாறிருச்சு. என்னை தேடியும் வந்தான். பின்னாடி நடந்த விஷயங்கள்தான் உனக்கு தெரியுமே, அத விட்டுத் தள்ளு. இந்தக் கதையை மொத முடி. அப்புறம் என்னாச்சு?"

"உங்களுக்கு மட்டும் தெரியாதா என்ன? என்னவோ மொத முறை என் கதையை கேக்குற மாதிரி..."

"விஷயம் அது இல்ல, ஒவ்வொரு முறையும் ஒரு கதையை சொல்லும்போது புதுசா ஒரு கதையை சேத்தோ, இல்ல இருக்குற கதைல கொஞ்சம் ஓவரா இருக்குற விஷயத்தை தூக்கி எரிஞ்சிட்டோ நீ சொல்லும்போது, அது உண்மையை இன்னும் கொஞ்சம் வெறுப்போடு அழகாக்குற மாதிரியும், பொய்யை இன்னும் கொஞ்சம் சந்தோசமா ஆபத்துக்குப் பக்கத்துல கொண்டுவர மாதிரியும் இருக்குல்ல...."

"போதும் போதும் ஜோஸ்... நீங்க பேச ஆரம்பிச்சாலே அதுல ரெண்டு வரிக்கு மேல புரியுறதுக்கு ஒண்ணும் இருக்காதுன்னு தெரியும். இன்னைக்கு வேற ஆறு லைனுக்குமேல பேசிட்டீங்க. எல்லாத்தையும் சொல்லிடுறேன். என்னல்லாமோ யோசிச்சிட்டு அபர்ணா முன்னாடி அப்படியே உக்காந்துட்டே உறங்கிட்டேன். சாராவோட குரல்தான் எழுப்பி விட்டுச்சு"

“உனக்கு தாடி நல்லா இல்ல.”

விஜய் திடுக்கிட்டான்.

சில நொடிகள் கழித்து “நீ விஜய் மாதிரி க்ளீன் ஷேவ் பண்ணு. அவன் குணமான உடன அவன தாடியோட இருக்கச் சொல்லப்போறேன்” என்றதும் ஆசுவாசமடைந்தான்.

சாரா மீண்டும் உறங்கிப்போனாள். விஜய்யும் கண்மூடி முயற்சித்துப் பார்த்தான். என்னவெல்லாமோ தலைக்குள் மீண்டும் சூழலத் தொடங்கியது. நிஜத்திற்கும் கனவிற்கும் எல்லாம் அவனால் அந்தநேரத்தில் வித்தியாசம் கண்டுபிடிக்க முடியவில்லை. மூடியிருந்த அவன் இமைகளுக்குள் கண்கள் அங்குமிங்கும் அசைந்தது. அது திறந்தால் மட்டும் போதும் என்பதே அவனது அப்போதைய தவிப்பாக இருந்தது. மூச்சுமுட்டக் கண் விழித்தான். எதிரில் அபர்ணா உறங்காமல் அமர்ந்தபடி அவனையே பார்த்துக்கொண்டிருப்பதைக் கண்டான்; பின் அமைதியடைந்தான். சாராவிற்கு போர்வையை இழுத்துப் போர்த்திவிட்டு முகத்தில் கைவைத்து அமர்ந்தவனிடம் அத்தனை மாதங்கள் கடந்து முதன்முதலாக அபர்ணா பேசத் தொடங்கினாள்.

“கனவா?”

“ம்”

“என்ன கனவு?”

“அதிசயமா இருக்கு”

“ம்... எல்லாமேதான்”

விஜய் அமைதியாக இருந்தான்.

“சொல்ல விருப்பமில்லைனா வேணாம்”

“ம்... விருப்பமில்லைனு இல்ல; மறக்கணும்னு நினைக்கிறேன். என்னோட உலகத்துல இந்த மாதிரி யாராவது உருவாக்குற மறக்கமுடியாத ஞாபகங்கள்தான் மறக்குறதுக்கு பொருத்தமான விஷயம்னு நினைக்கிறேன்”

அபர்ணா அருகில்சென்று அவன் கன்னத்தை வருடியபடி காதுக்குள் கிசுகிசுத்தாள்.

“நாம ஒண்ண மறக்க நினைக்கும்போது, இல்ல அந்த மறக்க நினைக்குற ஒரு விஷயத்துல ஒண்ண மறந்து இன்னொன்ன மட்டும் ஞாபகத்துல வைக்க நினைக்கும்போது, அது சம்மந்தமான இன்னொன்ன மறந்து, மறக்க வேண்டியத மறக்காம, மறக்கக்கூடாத ஒண்ண நம்ம விருப்பத்துக்கு எதிரா நாமளே மறந்து போயிடுறோம். அதுனால எதை ஞாபகம் வச்சாலும் நாமே சேந்தே ஞாபகம் வச்சுக்குவோம்; எதை மறந்தாலும் அதை சேந்தே மறந்துருவோம்”

அவன் முன்பு சொன்னதை அப்படியே ஒப்பித்த அவளை அதிசயமாகப் பார்த்தான்.

“என்னோட கனவை நீ கேக்குறதுக்கு நான் எப்படியெல்லாம் அடிவாங்க வேண்டியதிருக்குப் பாத்தியா?”

சொல்லிவிட்டுச் சிரித்தான்.

அவனை அழுதபடியே இறுக்கமாகக் கட்டிக்கொண்டு அவள் அவ்வளவு நேரம் மறைத்து வைத்திருந்த பகத்தின் கேஸ் டைரியை எடுத்து விஜய்யிடம் நீட்டினாள். அதை ஆச்சர்யத்துடன் வாங்கிப் பார்த்துவிட்டு டேபிளில் வைத்தான்.

“அவன் ரூமை செக் பண்ணியா?”

அவள் தலையாட்டினாள்.

“அத அங்க வச்சதே நான்தான்...”

இருவருக்கும் தெரிந்துவிட்ட பகத் குறித்த விஷயங்கள் அவர்களுக்குள் ஒரு விட்டேத்தியான மனநிலையை உருவாக்க அதை தாங்க முடியாமல் அபர்ணா அழுதாள். அவள் விசும்பும் சத்தத்தைக் கேட்டுப் புரண்டுப்படுத்த சாரா புலம்பினாள்.

“அப்பா முழிச்சவுடன ஸ்கூலுக்கு வந்துருவேன் மிஸ். ம்... நான் பேச பேச அப்பா முழிச்சிரும்”

விஜய் கண்மூடினான். மூடிய கண்கள் ஈரமாகி நனைந்தன. அபர்ணா அதைத் துடைத்தபடி அவனை ஏறிட்டுப் பார்த்தாள்.

“எனக்கு உன்னைப் பாத்தாலும் இப்ப பயமா இருக்கு”

“எனக்கும்தான்...”

அமர்ந்திருந்த கல்லறையின் மேலிருந்து விஜய் எழுந்தான்.

"அவ்வளவுதானா?"

"அவ்வளவுதான்"

ஜோஸுக்கு எரிச்சலாக வந்தது. கையில் வைத்திருந்த புத்தகத்தை அவன்மேல் எறிந்தார். அதன் கனமான அட்டை அவனுக்கு சிறியதொரு வலியைக் கொடுத்தது. ஆனால் அது அவன் புறப்பாட்டை தடுக்கவில்லை. விழுந்து கிடந்தப் புத்தகத்தை எடுத்து அவர் கையில் கொடுத்துவிட்டு நடக்க ஆரம்பித்தவனை நோக்கிக் கத்தினார்.

"பகத்துக்கு என்னாச்சுன்னாவது சொல்லிட்டுப் போடா"

நின்றவன் திரும்பாமலேயே "அத நீங்கதான் சொல்லணும்" என்றான்.

அந்தப் பதில் அவருக்கு திருப்தியை அளித்தது.

"நாளைக்கு எப்ப வருவ?"

"இன்னைக்கு வந்த அதேநேரம்"

ஜோஸ் படிக்கத் தொடங்கினார்.

"இன்னும் என்னை ஏன் பைத்தியக்கார ஆஸ்பத்திரியில் தள்ளாமலிருக்கிறார்கள் என்பது எனக்கு ஆச்சரியமாகவே இருக்கிறது. பைத்தியங்களுக்குப் போடும் இறுக்கமான கோட்டை அணிவதைவிட்டு இந்தக் கோட்டை ஏன் அணிந்திருக்கிறேன்? உண்மையிலும் நன்மையிலும் எனக்கு இன்னும் நம்பிக்கையுண்டு; நான் முட்டாள்தனமான இலட்சியவாதி, இந்தக் காலத்தில் அது பைத்தியக்காரத்தனமில்லையா? என்னுடைய உண்மைக்கும் நேர்மைக்கும் கிடைக்கும் பலன் என்ன? கிட்டத்தட்டக் கல்லடிபடுவதுதான். ஜனங்கள் என்னை நன்றாகக் குதிரையேறுகிறார்கள். நான் கேடுகெட்ட கிழட்டு முட்டாள். மிகவும் நெருங்கிய உறவினர்கள் கூட, என்மீது குதிரையேறுகிறார்கள்..."

ஜோஸ் புத்தகத்தை மூடி வைத்துவிட்டு தன்னுடனே பேசிக்கொண்டார்.

"அதனால்தான் நான் விஜயை, இல்லை இல்லை கிரிகோரியைக் கொன்றேன்"

மூடியிருந்த அவர் கண்கள் திறக்க, கல்லறை படுக்கையாக மாறியிருந்தது. எழுந்து அமர்ந்திருந்த - அவர் கதைகளில் வருவதுபோல அவ்வளவு ஒன்றும் வயதாகாத - ஜோஸ் மாத்யூவை மனநல காப்பகத்தின் ஊழியர் ஒருவர் குளிப்பதற்காக அறையைவிட்டு வெளியே அழைத்துச் சென்றார்.

பழி

ம்... அப்படியெல்லாம் இல்லை.

மனிதனின் தாங்கும் அளவைச் சோதிக்கும் வல்லமைகொண்ட ஒரு கடவுள் இன்னும் இந்த உலகில் பிறக்கவில்லை என்றுதான் சொல்லவேண்டும். அப்படிப் பிறந்திருந்தால் அன்று கொல்லப்படுவதற்குமுன்பு எப்போதோ அவர்கள் தங்களைத் தாங்களே கொன்றிருப்பார்கள் அல்லது அன்று கொல்லப்படுவதற்கு முன்பு எப்போதோ அவர்கள் கொல்லப்பட்டிருப்பார்கள்.

கடவுள்கள் மனிதனிடம் தொடர்ச்சியாக தோற்குமிடம் இதுதான் என்று நினைக்கிறேன். மனிதர்களை கடுமையாகச் சோதிப்பதாக நினைத்துக்கொண்டு தாங்கள் கொடுக்கும் இன்னல்களைக்கண்டு அவர்கள் உள்ளூர சிரிக்கிறார்கள் என்ற உண்மை மட்டுமல்ல, இத்தனையாயிரம் ஆண்டுகளில் ஒருமுறையேனும் அதனைச் சிறிதளவும் அவர்கள் மதிக்கவும் மறுக்கிறார்கள் அல்லது கடவுளர்களாகிய தங்களது மனம் புண்பட்டுவிடக்கூடாது என்பதற்காக மட்டுமே அவற்றை மதிப்பதுபோல காட்டிக்கொண்டு தங்கள்முன் நடிக்கவும் செய்கிறார்கள் என்ற உண்மையும் அவர்களுக்குத் தெரிவதில்லை.

அதனாலேயே அந்தந்த காலகட்டங்களில் மனிதர்கள் மத்தியில் நிலுவையிலிருக்கும் கடவுள்கள் திடீரென்று சலிப்படைந்து இனிமேல் அவர்களிடம் தாங்கள் செய்வதற்கு ஒன்றுமில்லை என்ற முடிவுக்குவந்து தங்கள் கைவசமுள்ள எல்லா இன்னல்களையும் இழுத்து மூட்டை கட்டிக்கொண்டுத் திரும்பியும் விடுகிறார்கள்.

ஆனால் அப்படி தாங்கள் திரும்பிச் செல்லும்போதுதான் உண்மையான இக்கட்டுகளானது இடம்மாறி மனிதர்களினருகில் வந்தமர்கின்றன என்ற விஷயத்தையும், அதன்பிறகுதான் மனிதன் மனிதனுக்குக் கொடுத்துக்கொள்ளும் சோதனைகளும், செய்துகொள்ளும் உடன்படிக்கைகளும் அவர்களது தாங்கும் அளவைச் சோதிக்க ஆரம்பிக்கின்றன; தாங்க முடியாதளவிற்கு இன்னொரு கட்டத்திற்கு கொண்டும் செல்கின்றன என்ற விவகாரத்தையும் அவர்கள் ஒருபோதும் அறிவதேயில்லை.

எப்படி முந்தைய விஷயத்தில் சலிப்படையும் கடவுளர்களின் அறியாமை உண்மையானதோ? அதேபோலத்தான் இந்த விசித்திரங்களில் கடவுளின் பாத்திரம் துளியும் இல்லை என்ற உண்மையில் மனிதனின் அறியாமையும் பொய் அல்லாதது.

எங்கள் மூவரைப் பொறுத்த கடவுள் ஒன்று அப்படி திடீரென்று சலிப்படைந்து இனிமேலும் வேலைக்கு ஆகாது என்று எங்களுக்கான துயரங்களை மூட்டைக் கட்டிக்கொண்டுத் திரும்பிய ஒரு மாலைப்பொழுதில்தான் அவர்கள் இருவரையும் வெட்டிச் சாய்த்தேன்.

கணக்கிற்கு மூவர்.

"முன்னூறு ஆண்டுகளுக்கு முன்னர் தஞ்சாவூர் சுற்று வட்டாரத்தில் ஒரு பஞ்சம் உருவானது என்றும் அதிலிருந்து பிழைத்துக்கொள்ள தாமிரபரணி கரையோரமும், பின் பழையாறு பக்கமும், பின்னர் சம்மந்தமே இல்லாமல் தேயிலை காடுகளுக்கும் அங்கிருந்து துறைமுகத்திற்கும் என மாநிலத்தின் அத்தனை வேறுபட்ட சமவெளிகளையும், மலைகளையும், கடல்களையும், ஆறுகளையும் பார்த்து வந்தவர்கள்தான் வியாகப்பன் வம்சத்தினர்" என்று ஊருக்குள் எங்கள் குடும்பத்தைப் பற்றி ஒரு பேச்சு இருந்து வந்தது.

அது எல்லாமே எங்களது அப்பா வியாகப்பன் தனது துறைமுக கடத்தல் நாட்களில் அம்மா காதரீனை காதலித்து திருமணம் செய்துகொள்ளும்வரைதான். அதன்பின்னர் அவரைச் சுற்றியிருந்த கதைகள் நவீனமாயின; கொஞ்சம் சுவாரசியமாயின. பின் மெல்ல மெல்ல அம்மா சீர்வரிசையாகக் கொண்டுவந்த அயல்நாட்டுப் பொருட்களுக்கு இடம்மாறி ஒட்டுமொத்தமாகத் திசைமாறின.

அந்தக் கதைகளில்...

துறைமுகத்தில் வந்திறங்கும் கடத்தல் பொருட்களை உள்நாட்டு வெளிநாட்டு மனிதர்களுக்கு விற்ற நேரம்போக மீதி எல்லா நேரமும் அவர் காதரீனுடன் கடற்கரைகளில் காலாற நடந்தார்...

அப்படி நடந்துகொண்டே பெரியதொரு குளத்தை கடலென நினைத்த அவரது சிறுவயது அனுபவத்தையும், எண்ணெய் டப்பாவை சுத்தம் செய்து கருப்பட்டி வாங்கித் தின்ற வறுமையையும், தன் கண்கள் பார்த்திராத தாயையும், எண்பத்தைந்து வயதிலும் ஒற்றையாளாக குடும்பத்தை காப்பாற்றி வந்த அவரது பாட்டி ஞானதாச்சியின் தேயிலை பறிக்கும் வேகத்தையும், பிரிட்டிஷ் காலத்து ஒரு ரூபாய் நோட்டுக் கட்டுகளை, நாணயக் குவியல்களை தேயிலை காடுகளுக்கு நடுவில் கட்டுகட்டாக சுமந்துசென்ற கங்காணியான அவரது அப்பா உருண்டு விழுந்து இறந்ததையும் அவளிடம் கதை கதையாகச் சொன்னார்...

அந்தக் கதைகளின் வழியாகவே அவளை காதலிக்க வைத்தார்; கரம் பிடித்தார்...

காதரீன் வீட்டு சம்மதமில்லாமல் அல்லது வியாகப்பனைப் பார்த்து பயந்து ஒதுங்கிக்கொண்ட காதரீன் பெற்றோர்கள் இல்லாமல் நடந்த அந்தத் திருமணம் முடிந்ததும், அதுவரை அந்த ஊரில் இல்லாத - காதரீன் சீர் வரிசையாக வியாகப்பன் அவளது வீட்டிலிருந்து கடத்தி எடுத்து வந்த - அலமாரியை பரிமாற்றம் செய்து இரண்டு ஏக்கர் நிலத்தை வியாகப்பன் விலைக்கு வாங்கினார்...

சுவரில் பொருத்தக்கூடிய ஒரு செம்பு விளக்கை விற்று மாடி வீடு ஒன்றை விலை பேசி முடித்தார்...

வேட்டைக்குப் பயன்படுத்தப்படும் ஒரு இரஷ்ய ஈட்டிக் கம்பைக் கொடுத்து அன்றைய தேதிக்கு இன்றைய மதிப்பிலான இருபத்தைந்து இலட்சம் ரூபாய் ரொக்கத்தை, வேலைக்கும் வேட்டைக்குமாகாத முட்டாளும் புத்திசாலியுமல்லாத ஒரு அரைகுறை பிரிட்டிஷ் கனவானிடமிருந்து பெற்றுக்கொண்டார்...

இறுதியாக காதரீன் வீட்டிலிருந்து எடுத்து வந்தக் கட்டிலை மட்டும் தன்னிடமே வைத்துக்கொண்டார். அதில்தான் இருவரும் சேர்ந்து படுத்தார்கள்; சல்லாபித்தார்கள்; ஜோஸ் மாத்யூவையும், ஜான் கிரிகோரியையும் பெற்றெடுத்தார்கள்.

பின்னாட்களில் எனது தம்பியான கிரிகோரிக்கும், எனது மனைவியான செர்ஜியாவிற்கும் இடையே இருந்து வந்த காதலை ஜோஸ் மாத்யூவான நான் அறிந்துகொண்டபோதுதான் காதரீன் அல்லது வியாகப்பன் குடும்பம் சம்மந்தப்பட்ட ஆண்டுகள் பல நீடித்தும் புதுப்பிக்கபட்டும் வந்த இப்படியாகப்பட்ட ஈர்ப்புமிக்க காதல் கதைகள் ஒரு முடிவுக்கு வந்து உடனடியாக அவை செர்ஜியா வசம் இடம்மாறின.

விஜய், பகத், அவர்களின் சித்தி, அபர்ணா, இளவரசு போன்றவர்கள் என் வாழ்க்கையில் இருந்தனரா? இல்லையா? என்றுத் தெரியாது. ஒருவேளை எனது மூளை குழப்பமில்லாமல் இயங்கிக்கொண்டிருந்த நாட்களில் தன்னுடைய தொழில் நிமித்தமாக அது சந்தித்த மனிதர்களாக இருந்திருக்கலாம் அல்லது எனக்குப் பிடித்த நபர்களின் பெயர்களாக இருந்திருக்கலாம். ஆனால் கிரிகோரி, செர்ஜியா, வியாகப்பன், காதரீன், போன்ற பெயர்கள் என்னுடன் இருந்தன என்று நான் சொன்னால் அதை நீங்கள் நம்புவதும் நம்பாமல் போவதும் என் பிரச்சனையல்ல என்று மட்டும் இங்கு சொல்லிக்கொள்ள விரும்புகிறேன்.

காரணம், நான் எப்போதும் உண்மைக்கு மாறான அல்லது நம்பமுடியாத கதைகளையும், பெயர்களையும், சம்பவங்களையும் ஒன்றுகொன்று இணைத்து என்னை நம்பி வருபவர்களை - அது அவர்களுக்கு ஆர்வத்தைத் தூண்டும் விவகாரமாக இருந்தாலும்கூட - ஏமாற்றி வருகிறேன் என்றவொரு மோசமான அடையாளம் என்மீது இருக்கிறது. அதற்குத்தான் இதை நான் முதலிலேயே சொல்லிவிட வேண்டியதிருக்கிறது.

இப்படியாக அடியாள் லாட்ஜ் பாயாக இருந்தான். சீனியர் வழக்கறிஞர் உளநல மருத்துவராக இருந்தார். தமிழ் இயலிசை நாடாராகவும், நிலப்பாறை என்ற ஜேம்ஸ் செட்டியாராகவும் இருந்தான். டாக்டர் செல்லம் பிள்ளையாகவும் சங்குவர்ணக் கோனாராகவும் இருந்தான். செக்யூரிட்டியும், பூனையும், டைரியும்... செக்யூரிட்டியாகவும் பூனையாகவும் டைரியாகவுமே இருந்தன; இருந்தது; இருந்தார்.

மகேந்திரன் மட்டும் என் கதைகளில் எதற்கு உருவானான் என்று சீனியர் மருத்துவர்கள் முதல் பயிற்சி மருத்துவர்கள் வரை எவருக்கும் தெரியவில்லை. கடத்தல், கொலை, திருட்டு என நான் பார்த்த சினிமாக்களின், படித்த கதைகளின், தினசரிகளின், கேள்விப்பட்ட விஷயங்களின் தாக்கம்தான் அது என பொத்தாம் பொதுவாக ஒரு முடிவுக்கு வருவதைத் தவிர அவர்களுக்கு வேறு வழியில்லை; எனக்கும் சொல்லத் தோன்றவில்லை.

இதுதவிர சந்ரு, கிருபா, அமீர், நிரஞ்சனா, மார்ட்டின், பெஞ்சமின், சோபியா, ராஜு, விஜயன், திரவியம் போன்ற பெயர்களும்

என்னிடம் இருந்தன. அதைபற்றி அவர்களுக்கும் எனக்குமே எந்தவித முடிவுக்கும் வரமுடியவில்லை.

ஆனால் வாட்ச்மேனும் அவரது குடும்பமும் கிரிகோரிக்காக அவனை கொலை செய்வதற்கு நான் யோசித்த முறைகளில் ஒன்று என்று மட்டும் மருத்துவர்கள் முதல் என்னைச் சுற்றியிருந்த அனைவருக்கும் தெரிந்திருந்தது. அதற்கு ஆதாரம் இல்லாமலில்லை.

எனது வாழ்வின் பின்னாட்களில் சிறைச்சாலையிலிருந்து மனநலக் காப்பகத்திற்கு முழுவதுமாக இடம்மாறியபோது எனது உடைமைகளில் ஒன்றாக இருந்த எனது டைரியின் நடுப்பகுதியில் மூன்று பக்கங்களுக்கு நீண்டிருந்த எழுத்துக்கள்தான் அவர்களை அந்த முடிவுக்கு வர வைத்தன.

அவை கீழ்வருமாறு:

"ஒரு இரவுக்காவலனுக்கு அந்தியில் பொறுப்பை ஒப்படைப்பதுபோல செர்ஜியா கிரிகோரியை வேகவேகமாக மாடிக்கு அழைத்துக்கொண்டு வந்தாள். அது மஞ்சள் அணிந்திருந்தது. கைகாட்டியவள் கேட்டாள்: 'அதுவா? இல்லை நானா?'

பொறுப்பை ஏற்றுக்கொள்ள இன்னும் நேரம் நெருங்கவில்லை என்று சக சீருடையாளனிடம் வம்பு வளர்க்கும் ஒரு நண்பனைப்போல 'அதிலென்ன சந்தேகம் அதுதான்' என்றான் அவன்.

மூன்று நிமிடங்கள் கடந்த மாலை செம்மை பூச ஆரம்பித்தது. அவளும்தான். சீருடையை கழட்டிக்கொண்டே எதிர்வம்பு வளர்ப்பவன்போல முகத்தை வைத்தபடி கை காட்டாமலேயே கேட்டாள்: 'அதுவா? நானா?'

கொண்டுவந்த உடை பொதிந்திருக்கும் பையைத் தொடக்கூட விரும்பாத ஒருவனாக 'முடிவை மாற்றப்போவதில்லை'யென்றான்.

இப்போது இன்னொரு மூன்று நிமிடம் ஆகாயம் அவளுக்காகக் காத்திருக்கத் தொடங்கியது. சாயந்திரம் செக்கர் நிறமானது. இப்போது அவனிடமிருந்த அசைவுகள்கூட அவளிடம் இல்லை. சட்டென்று அதே நிறத்திலொரு பார்வையை மட்டும் அசைத்து அவனை நோக்கி வீசினாள்: 'நான்தானே?'

அவனும் தயங்கவில்லை. 'எத்தனை மூன்று நிமிடங்களுக்கொருமுறை நீ யாசித்தாலும், இருளுக்கு முந்தைய எத்தனை மூன்று நிறங்களைக் காட்டி நீ கோரிக்கை விடுத்தாலும், 6.30, 6.33, 6.36 என எத்தனை நாட்களுக்கு எத்தனை முறை நீ அழைத்து வந்து கேட்டாலும் அதன் அத்தனைக்கும் ஒரே பதில் அது அழகு... அது அழகு... அது அழகு... நீ...' என்று நிறுத்தினான்.

அன்று பணிக்கு விடுமுறை சொல்ல வந்தவன்போல் பேசிய அவனது உடல்மொழி அவளது பொறுமையை இழக்க வைத்தது. அவளும் அதற்கு மதிப்பு கொடுக்கும் விதமாக அதை இழந்தாள். தொடர்ந்து கேட்டபடி இருந்தாள்:

'நீ...?'... 'நீ...?'... 'நீ...?'

வேண்டுமென்றேதானே முடிக்காமல் நிறுத்தினான். அது அவனுக்கும் தெரியும்; அவளுக்கும் தெரியும். அவ்வளவு ஏன்? குடிப்பது எவருக்கும் தெரியக்கூடாது என்று பயந்து அவர்கள் வருவதற்கு முன்பே அங்கு வந்து, மாடியின் ஒரு ஓரமாக அமர்ந்து கொண்டிருந்த அந்த நாட்களின் குடிநோயாளியான எனக்கும் அது தெரியும்.

'அவளும்தான் ஒரு மூன்று நிமிடங்கள் காத்திருக்கட்டுமே!' என்பதுபோல் அவன் அப்படியே நிற்கத் தொடங்கினான்.

மூன்று நிமிடங்களில் மொத்தம் எத்தனை முறை என்றுத் தெரியவில்லை. நான்காவது நிமிடம் ஆரம்பித்த இரண்டாவது நொடியில் அவள் கேட்ட அந்த - எண்ணிக்கை தவறவிட்ட - 'நீ' முடிந்ததும் "பேரழகு" என்றான்.

அத்தோடு நிறுத்தாமல் 'நூறு வருடங்கள் கடந்த பழைமையான இந்த உத்தி இன்னும் எத்தனை நூறு வருடங்கள் கடந்தாலும், இன்னும் எத்தனை நூறு மில்லியன் ஆண்கள் அவர்கள் அத்தனைப் பெண்களின் முன்னால் நின்றுகொண்டு 'நீ'யில் ஆரம்பித்து பேரழகில் முடித்தாலும், வெட்கத்தில் முகம் சிவக்கும் உன்னைப்போன்ற பெண்கள் சூரியனை தோற்கடிக்கத்தான் செய்வார்கள்; தோல்வியை ஏற்றுக்கொண்டு சூரியனும் அதை ஆமோதிக்கத்தான் செய்வான்' என்றான்"

"எனக்கு காது கேட்காதது வரை என் வாழ்க்கை மகிழ்ச்சியாகத்தான் இருந்தது"

எனது க்ளைண்ட் ஒருவர் சொன்னது அடிக்கடி என் நினைவுகளுக்குள் வரும். அப்போதெல்லாம் நானும் நினைத்துக்கொள்வேன்: "அம்மா மேஜைமீது இரண்டு சுத்தியல்களை ஏன் வைத்து விட்டுச் செல்லவில்லை? அவை இரண்டுமே எனது இரண்டு கண்களிலும் ஏன் விழுந்திருக்க கூடாது?"

பின்னாளில் அவர்கள் இருவரையும் வெட்டிக்கொன்றபோது கதாநாயகத் தோரணையில் எனக்கு நானே இவ்வாறு சொல்லிக்கொண்டேன்:

"வெட்கத்தில் மட்டுமல்ல; இரத்தத்திலும் முகம் சிவக்கும்"

வயது ஒன்று இருக்கும்போது எனது வலது கண்ணில் சுத்தியல் விழுந்தது. இலட்சங்கள் செலவழித்தும் பார்வையில் பாதியில் மீதிதான் திரும்பக் கிடைத்தது.

சுத்தியலை மேஜைமீது வைத்துவிட்டு சென்றது காதரீனம்மா என்பதால் அவள் இறக்கும்வரை – "அன்று சுத்தியல் விழாவிட்டால் எப்படியானாலும் அன்றே அவன் இறந்திருப்பான்; அவன் ஜாதக அமைப்பு அப்படி" என்று ஒன்றுக்கு நான்கு ஜோசியக்காரர்களும், கிறிஸ்தவக் குருமார்களும் சொல்லியும் அதை நானும், வியாகப்பனப்பாவும் முழுமையாக நம்பியும்கூட – அந்தக் குற்றவுணர்ச்சி மட்டும் அவளிடமிருந்து விலகவில்லை.

அதனாலேயே அவளுக்கு கிரிகோரியைவிட என்னிடம் எப்பொழுதும் ஒரு சொல் அன்பு உயர்ந்தே இருக்கும். அந்த அன்பானது கிரிகோரியிடமிருந்து மட்டுமல்ல, அவளது கடவுள் நம்பிக்கையிடமிருந்தும், ஏன் கடவுளிடமிருந்தும்கூட கொஞ்சம் உயர்வானதாகவே இருக்கும். எவரிடம் என்னை அறிமுகப்படுத்தினாலும், அது தர்க்கத்திலிருந்து எவ்வளவு தொலைவு இருந்தாலும் அவள் இப்படித்தான் ஆரம்பிப்பாள் அல்லது முடிப்பாள்:

"அவன் சாதாரணப்பட்டவனல்ல; மற்றவர்களின் பாவங்களுக்காக செத்துப் பிழைப்பதில் இயேசு கிறிஸ்துவைவிட ஒருபடி மேலானவன். ஒருநாள் முன்பாக இரண்டாம் நாளிலேயே உயிர்தெழுந்தவன்"

ஒரு பியரை 13 முயற்சியில் சிரமப்பட்டு குடிக்க ஆரம்பித்த நாள் முதல் காவல்துறை கைப்பற்றுமளவிற்கு என்னால் பதுக்கி வைக்கப்பட்டிருந்த மாம்பட்டை சாராயம் நீதிமன்றத்தின் பின்புறம் குழிதோண்டி எரித்த நாள் வரையிலும் – அப்படி எரித்ததினால் எழுந்த துர்நாற்றமானது ஒருவாரம் முழுக்க அந்த நீதிமன்ற வளாகத்தை துன்புறுத்திய செய்தி நகரெங்கும் பரவியபோதிலும் – அவளது அந்த அன்பில் சிறிதும் மாற்றமில்லை.

ஒருவேளை எனது திருமணத்திற்கு முன்பே அவள் இறந்துபோகாமல் இருந்திருந்தால் நான் இங்கு, இந்த இடத்தில் இருக்க வேண்டிய தேவை இல்லாமல் போயிருக்குமோ? என்னவோ? என்று அவ்வப்போது யோசித்துக்கொள்வேன்.

உலகின் இத்தனையாண்டுகால மனவலிமைக்கான வரலாற்றில் பெண்களைவிட ஆண்களே அதிமுக்கியத்துவம் வாய்ந்தவர்களாக காட்டிக்கொண்டாலும் உண்மை அதுவல்லவென்று ஆண்களுக்கும் தெரியும்; அது பெண்களுக்கும் தெரியும். சொல்லப்போனால் அவர்கள் குழந்தைகளாக இருக்கும்போதே எவரும் கற்றுக்கொடுக்காமல் அறிந்துகொள்ளும் விஷயங்களில் ஒன்றாக அது எப்போதும் இருந்து வருகிறது என்று நான் சொன்னால் அதை யாரும் இங்கு மறுக்கப்போவதும் கிடையாது. ஆனால் அதை ஆண்கள் வெளிப்படையாக ஒத்துக்கொள்வதற்கு அவர்களது அக மற்றும் புறநிலைமைகளில் மாற்றம் வர வேண்டும் அல்லது அது நிலைகுலைந்து தலைகீழாக வேண்டும்.

பெரும்பாலும் அத்தகையத் தலைகீழுக்கு இருவரில் ஒருவரை மட்டுமோ அல்லது இருவரையுமோ அல்லது அவர்கள் இருவரைத் தாண்டி மூன்றாவது நபர்களையோ தனித்த காரணிகளாகக் கைகாட்டிவிட்டு ஒதுங்கிவிடுவது வழக்கமானதாக இருந்தாலும், சில குறிப்பான சந்தர்ப்பங்களில் அப்படி கைகாட்டும்போது எதிரில் ஒருவருமோ அல்லது எவருமோ இருப்பதில்லை.

செர்ஜியாவிற்கும் கிரிகோரிக்கும் எனக்கும் இடையில் அப்படி ஒன்றுதான் நிகழ்ந்தது.

செர்ஜியாவே எங்கள் இருவரையும் இயக்கினாள் என்றும், சைக்காலஜி படிக்காமல் நாங்கள் படித்து வந்த கல்லூரியிலிருந்து விலகி அவன் விருப்பப்பட்ட சட்டக்கல்லூரியில் சேர்வதற்கு இடைப்பட்ட அந்த மூன்று மாத காலத்திற்குள்ளே கிரிகோரிக்கும் செர்ஜியாவிற்கும் நடுவில் காதல் இருந்தது என்றும், ஆனால் அவர்கள் அதை வெளிப்படுத்திக் கொள்ளவில்லை என்றும், தன்னை அழகானவளாக வெளிப்படையாக காட்டிக்கொண்டாலும் உள்ளுக்குள் ஆபத்தானவளாக அவள் இருந்தாள் என்றும் ஒரு பேச்சு அவளது கொலைக்குபின் வெளியே கசிந்துகொண்டாலும், ஏதோவொரு இரகசியத்தை உள்ளே ஒளித்து வைத்திருப்பதுபோல இருளில் மறைந்திருக்கும் கடலை, இருளை விட்டுவிட்டு அதனுடைய புலப்படாமைக்காக குற்றம் சுமத்தினால் எவ்வளவு முட்டாள்தனமாக இருக்குமோ அப்படித்தான் அவளை மட்டும் தனித்து குற்றம் சாட்டுவது என்பதும் என்று அவளது நியாயத்தை சொல்லவும் ஆட்கள் இருந்தார்கள் என்பதினால் அதற்குள் இங்கே செல்ல வேண்டாம்.

அதேபோல கல்லூரியின் முதல் நாளில் செர்ஜியாவை யார் முதலில் பார்த்தார்கள்? காதலித்தார்கள்? அவளுக்காகச் சண்டையிட்டார்கள்? அல்லது எங்கள் இருவரில் யார் தீமை குறைந்தவர்கள் அல்லது நன்மை மிகுந்தவர்கள்? என்ற விவகாரத்திற்குள்ளும் செல்ல வேண்டிய அவசியம் இங்கு இல்லை. சொல்லப்போனால் இங்கு அதுவா முக்கியம்?

எஸ்டிடி பூத்கள், மஞ்சள்நிற ஒரு ரூபாய் நாணயத் தொலைபேசிகள், கணினி மையங்கள் என ஆரம்பகட்ட தொடர்பியல் லாவகங்கள் எங்களைச் சுற்றி வசமான காலத்திலிருந்தே செர்ஜியாவும் நானும் ஒருவரையொருவர் நன்றாக அறிந்துகொண்டோம்.

பற்றாக்குறைக்கு மாநிலமெங்கும் நண்பர்களும் வணிகமும் கொண்டவரான எங்களது தகப்பனாருக்கு சொந்தமான லாட்ஜ் ஒன்றைச் சுற்றி இவற்றையெல்லாம் நிறுவியபோது லாட்ஜின் இடதுபுறத்தில் சிகப்புநிற பீடெல் லேண்ட் லைன் இருந்த அந்த கூண்டுக்குள் எப்போதும் நான் இருப்பேன். மணிநேரம் குறையாமல் அவளிடம் பேசுவேன். பேசி முடித்ததும் அடுத்த ஒருமணிநேரம் அவளுடனான காதலைப் பற்றி லாட்ஜ் பாய் செவி கிழியுமளவிற்கு வம்பளந்துக்கொண்டிருப்பேன்.

தொடக்கத்தில் அப்படி நாங்கள் என்ன பேசுவோம் என்று தெரிந்து கொள்வதற்காக அவன் முயற்சித்ததுண்டு. ஆனால் அதில் அவ்வளவு சுவாரசியம் ஒன்றுமில்லாததால் அந்த ஒட்டுக்கேட்பை அவன் சில நாட்களிலேயே கைவிட்டு விட்டான். ஆனால் ஒருமுறை அவளை லாட்ஜ் அறைக்கு நான் கூட்டிவந்து கதவைச் சாத்தியபோது அவனுக்கு மட்டுமே தெரிந்திருந்த ஓட்டை வழியாக (பகத் நீதிமன்ற அறையில் பார்த்ததுபோல) எங்களைப் பார்த்திருப்பானோ என்ற சந்தேகம் ஒன்று உண்டு.

“செர்ஜியா ஆடைகளை களையாமல் அப்படியே மெத்தையில் படுத்திருந்தாள். அவள் கண்கள் மோட்டு வலையை பார்த்துக் கொண்டிருந்தது. மாத்யூ மட்டும் மேய்ந்து முடித்த ஆடு புல்லை மோர்ந்து பார்ப்பதுபோல அவளை பிரிக்காத உதட்டால் நக்கிக்கொண்டிருந்தான். அப்போதே அவள் கிரிகோரியை நினைத்துதான் அப்படி உணர்ச்சியற்று படுத்துக்கொண்டிருக்க வேண்டும். அவன் இடத்தில் அவனைவிட நேர்த்தியான மாத்யூ இடம்பிடித்தபோது வித்தியாசம் தெரியாத அவளால் ஒன்றும் செய்யமுடியவில்லை. பின்னர் தெரிந்துகொண்டபோது அவளுக்கு திருமணமாகியிருந்தது”

நிஜமா? கனவா? என்றுத் தெரியவில்லை. ஒருமுறை இப்படி அவன் யாரிடமோ தொலைபேசிக் கொண்டிருந்தபோது என் காதில்

விழுந்தவை இவை. அந்த நேரத்தில் நான் ஏன் அவனை ஒன்றும் செய்யவில்லை என்று எனக்கு இப்போதுவரை புரியவில்லை. வருடத்திற்கு இரண்டு ஷூக்கள் கண்டக்டர்களுக்கு உண்டு. அதை விற்று சாராயம் வாங்கும் நடத்துனர் நண்பர்களோடு சேர்ந்து குடிக்கும் அவசரத்தில் அந்த இடத்தை விட்டு நான் நகர்ந்ததாக மட்டும் மங்கலாக ஏதோ நினைவில் உண்டு.

அப்பன் செத்தா அழ வேண்டுமா? என்று யோசிக்கிற மனநிலையில் இருந்த நாட்களில் இவற்றையெல்லாம் மூளைக்குள் ஏற்றி யார் பாரத்தை சுமப்பார்கள் இல்லையா?

விஷயத்திற்கு வருவோம். ஆரம்பத்தில் அவள் அப்படி ஒன்றும் இல்லைதான்.

குழந்தைகள்போல தர்க்கமற்ற அல்லது ஞாபகமற்ற கேள்விகளை கேட்டுக்கொண்டே இருப்பாள். "நான் இந்த இடத்திற்கு வந்துள்ளேனா? இதற்குமுன் இதை நான் சாப்பிட்டுள்ளேனா? இந்த இடத்திற்கு இதற்குமுன் பயணித்துள்ளேனா? இந்த நபரை கடைசியாக எப்போது நான் சந்தித்தேன்?"

கடவுளை தொடர்ச்சியாக சாராயக் கடையிலிருந்து உருவாக்கிக் கொண்டிருக்கும் ஒருவனுக்கு எப்படி இதுபோன்ற கேள்விகளுக்கெல்லாம் திருமணத்திற்குப் பிறகும் பதில் சொல்லிக் கொண்டிருக்க முடியும்?

"கணக்கில் பதினோரு என்கவுண்டர்கள். கணக்கில் வராத இருபத்திநான்கு கொலைகள். அந்த இன்ஸ்பெக்டர் கைல நாம சிக்கினோம், அவ்வளவுதான். நாம படிச்ச படிப்புக்கும் அங்க மரியாதை இருக்காது; நாம பாக்குற வேலைக்கும் அங்க யூஸ் இருக்காது"

கள்ளச் சாராயத்தைச் சுற்றி நடப்பவைகளைப் பற்றி மட்டுமே பேசிக்கொண்டிருக்கும் ஒருவனுக்கு வேறு எதைப் பற்றி கவலை இருக்க முடியும்?

மூன்று ரூபாயில் அதாவது மூன்று மாத சம்பளத்தில் மிச்சம் பிடித்து பொருட்களை வாங்கிச் சேகரிக்கும் என் முன்னோர்கள் அல்லவே நான்? அதனால் நான் எப்போது குடிக்க ஆரம்பித்தேன்? அது என்னை எப்போது ஆட்கொண்டது? என்ற சந்தேகங்களுக்கெல்லாம் இங்கே விளக்கம் சொல்லி ஒரு உபயோகமும் இல்லை.

கிரிகோரியும் செர்ஜியாவும் தெரிந்தவர்கள் அடையாளம் காணமுடியாத தெரு ஒன்றில் சந்தித்துக் கொண்டு தினமும் மாலை வேளையில் வேலை முடிந்து வரும் வழியில் மணிக்கணக்காக நின்றபடியே பேசுகிறார்கள் என்ற தகவல் எனக்கு வந்து சேர்ந்தபோது வேப்பமரத்தில் கொய்யாக்களை தேடுபவன்போல வாழ்ந்துகொண்டிருந்தேன். அவனோ அவள் எல்லாக் கேள்விகளுக்கும் பதில் கூறி அவளை கேள்விகளற்ற ஒருத்தியாக மாற்றிக்கொண்டிருந்தான்.

"வாரங்களாக ஒருவரும் எட்டிப் பார்க்காத அறைக்குள் இனிமேலும் இருக்க முடியாதென்று வெளியேறி எங்கெங்கோ சுற்றிவிட்டு மீண்டும் திரும்பிவந்தபோது, எப்படி எனது இறுதி வேலைநாளில் பூங்கொத்துடன் காத்திருந்தானோ அதைப்போலவே மங்கலாகிப்போன அந்த இரவில் மேசைமேலிருந்த கடிகாரத்தையும் காம்பஸையும் பார்த்தவாறு அமைதியாக அமர்ந்திருந்தான்"

இவ்வாறு நான் முன்பு சொன்னதுபோல எதுவுமே நடக்கவில்லை. அன்று நான் அரைவிடுமுறை எடுக்கவில்லை. அலுவலகத்தில்தான் இருந்தேன். செர்ஜியா கிரிகோரி பற்றி தகவல் வந்த அந்த நாளில் இருந்துதான் நானாக என்னுடைய இன்னொரு நானை உற்பத்தி செய்துகொள்ளவும் அல்லது கிரிகோரியைப்போல இன்னொரு ஒருவனை உருவாக்கிக்கொள்ளவும் அதனுடன் என் எல்லா வழக்குகளையும், க்ளைண்ட்களையும், என் சொந்த வாழ்க்கையையும் இணைத்துக் குழப்பிக்கொள்ளவும் ஆரம்பித்தேன் என்று என்னைச் சுற்றியிருப்பவர்கள் சொல்லத் தொடங்கியதுவரைதான் என் ஞாபகங்கள்.

அதன்பிறகு என்னிடம் இருப்பது எல்லாம் மரணத்தைக் காத்துக் கிடக்கும் ஒருவனிடம் தோன்றும் அர்த்தமற்ற நினைவுத் துணுக்குகள் போன்று தோற்றமளிக்கும் சம்பவங்கள் அல்லது இந்த உலகம் எந்த காலத்திலோ பயன்படுத்தி வந்த, தற்போது கால பயனற்ற ஒரு பொருளைப் பார்ப்பதுபோல தோன்றும் வெறும் முகங்கள் அல்லது குணமாக்கக்கூடிய ஒரு வியாதியை அலட்சியத்தால் கவனிக்கத் தவறியதன் பலனாக அநியாயமாக இறந்துபோன ஒருவனைப் போன்றிருக்கும் பலவீனமான வார்த்தை வடிவங்கள்.

கானலில்கூட அடிவானம் எட்ட முடியாத எத்தனையோ பொருட்களில் ஒன்றாக என் நினைவுகள், என் மறதிகள், என் கற்பனைகள், என் கனவுகள், என் நிஜங்கள், என் பொய்கள், என் உணர்வுகள், என் விருப்பங்கள், என் தொடர்புகள், என் தொடர்பின்மைகள் என இவை எல்லாமே கலந்துவிட்டன. முன்பே சொன்னதுதான்:

"மறக்கக்கூடாத ஒன்றை மறக்கும்போது அல்லது அதன் பாதியை மட்டும் மறந்து மீதியை நினைவில் வைத்துக்கொள்ளும்போது நமது விருப்பத்திற்கு எதிரான ஒன்றை மறக்கிறோம் அல்லது நமது விருப்பதிற்கு எதிரான ஒன்றை ஞாபகம் வைத்துக்கொள்கிறோம்"

அப்படிப்பார்த்தால் இது என் விருப்பமா? இல்லை ஞாபகமா? என் மறதியா? இல்லை உண்மையா? என்று தெரியாது. நூறாவது பிறந்தநாளில் தற்கொலை செய்துகொண்ட ஒருவரின் துயரத்திற்கு நிகராக என்னிடம் எஞ்சியிருக்கும் ஏக்கம் நிறைந்த பழிமுகம் இது மட்டும்தான்.

அன்று கிளப்பில் குடித்துக்கொண்டிருந்த அனைவரும் என்னைப் பார்த்துச் சிரிப்பதுபோலிருந்தது. முக்கியமாக இயலிசை நாடார்.

“குடியும் செர்ஜியாவும் மாத்யூக்கு சொந்தம். அதே செர்ஜியாவும் அவள் வயிற்றில் வளரும் மூன்றுமாத பிள்ளையும் கிரிகோரிக்கு சொந்தம். கிரிகோரியும் மாத்யூவும் செர்ஜியாவுக்கு சொந்தம். இது பாவமும் இல்லை; அதனால் இதற்கு பரிகாரமும் இல்லை”

ஒரு மடக்கு குடித்தவர் மீண்டும் ஆரம்பித்தார்.

“எனக்கு வந்திருக்கது ஒரு தெய்வம் இல்லப்பா, மொத்தம் இருப்பத்தோரு கூட்டு தெய்வங்க. அதுல வடநாட்டு பிள்ளையாரும் ஒண்ணு. சூதானமா இப்படியே பாத்து நடந்துங்க. உன் வம்சமும், உன் உளவியல் அலுவலகமும், வியாகப்பனின் சொத்துக்களும், கிரிகோரியின் வக்கீல் தொழிலுடனும், செர்ஜியாவின் புத்திசாலித்தனத்துடனும் சேர்ந்து ஒன்றோடொன்று செழித்து வளரும்”

தூரத்திலிருந்து அவர் பேச்சுக்கு நானே சிரித்தேன். மற்றவர்களை சொல்ல வேண்டுமா என்ன?

தீபாவளிக்கும்கூட மகனுக்கு காக்கிப் பேன்ட்டும், வெள்ளை சட்டையும் மட்டுமே வாங்கிக் கொடுக்கும் காசும் கஞ்சத்தனமும் நிரம்பி வழிந்த செல்லம் பிள்ளை முறை வந்தது.

“நல்ல அடியாளுக்கு, நல்ல சமையல்காரனுக்கு, நல்ல டாக்டருக்கு ஏன் ஒட்டுமொத்த மனுசனுகளுக்குமே ஒரு கை போதும். ரெண்டு கை இருக்குறதுனாலதான் அவன் இத்தனை தப்பு பண்றான். இப்ப நம்மளையே எடுத்துக்கோங்க ரெண்டு கை வச்சு எடுத்தா பெக் அடிக்கிறோம். ஒரு கைதானே? இது கைக்கு மட்டும் இல்ல. ஒரேமாதிரி இருக்குற எல்லா ரெண்டு விஷயத்துக்கும் பொருந்தும். செர்ஜியாவுக்கு இது நல்லாவே தெரிஞ்சிருக்கு. அவளுக்கு ரெண்டுல ஒண்ணு போதும். அதுவும் வலது கை மட்டும் போதும்”

இயலிசை நாடார் கொடுக்கும் ஸ்பான்சர்ஷிப்க்கு செல்லம் பிள்ளை என்றுமே குறை வைத்ததில்லை. சங்குவர்ணக் கோனார் பக்க வாத்தியத்தை ஆரம்பித்தார்.

“அண்ணே அப்ப காலு?”

செல்லம் பிள்ளை தத்துவத்திடமும் குரங்குகளிடமும் இப்போது தாவினார்.

“அதுல மட்டும் ஒண்ணு ரெண்டு போதாதுடா, நாலு வேணும். குரங்கு மாதிரி தாவுறதுக்கு. சொல்லப்போனா அவன் அப்படியே இருந்திருக்கலாம். எதுக்கு இந்த வளர்ச்சி எல்லாம் சொல்லு? ஒருத்தனப் போட்டு ஒருத்தன் மிதிக்குறதுக்கா? இல்ல ஒருத்தன் மிதிய இன்னொருத்தான் வாங்குறதுக்கா?”

“மிதி கொடுக்குறதுக்கும் ஒரு ‘இது’ வேணும்லண்ணே? நம்ம மாத்யூவ எடுத்துக்கோங்க. ஆபிஸ்க்கும் கிளப்புக்கும் மாறி மாறி வரதுக்கு மட்டும்தான் அவனுக்கு கால் யூஸ் ஆகுது”

செல்லம் பிள்ளை அமைதியானதும் நிலப்பாறை என்ற ஜேம்ஸ் செட்டியார் சத்தத்தை உருவாக்கினார்.

“டேய் அவன் மட்டும் தான்டா ஒரே நேரத்துல கால் இல்லாமலும், ரெண்டு காலோடையும், இங்க இருந்து வெளியப் போகும்போது தவழ்ந்து தட்டுத்தடுமாறி நாலு கால்லயும் நடந்து போறான். என்ன கேட்டா இந்த உலகத்துல மாத்யூவ தவிர வேற யாருக்குமே காலே வேண்டாம்னு சொல்லுவேன்”

உயிர் வாழ்வதற்கும் உயிரை விடுவதற்கும் இடைப்பட்ட பொருத்தமான சில மணிநேரங்களை கொண்ட அற்புதமான நாள் இது என்று மட்டும் மனதிற்குள் நினைத்துக்கொண்டேன்.

“நீ படுற கஷ்டத்துக்கு உலகத்துல உள்ள அத்தனை பேருக்கும் துரோகம் பண்ண தகுதி உள்ளவன்டா நீ” என்றார் இயலிசை நாடார்.

அவர் “நீ”யில் ஆரம்பித்து “நீ”யில் முடித்தது எனக்குப் பிடித்திருந்தது.

“தன் ஒருவனுக்கு இரு நிழல்களை ஏற்படுத்திகொண்ட ஒரே மனிதன்” என்றார் செல்லம் பிள்ளை.

“ஆனா ஒரு நிழலுக்கு மட்டும்தான சாராயத்தை காட்டுறான்” என்றார் ஜேம்ஸ் செட்டியார்.

“இப்ப போனாக்கூட அவங்கள அந்தத் தெருவில் பார்க்கலாம்” என்றார் சங்குவர்ணம்.

யாரென்றுத் தெரியவில்லை. பின்னாட்களில் அது வேறு யாருமில்லை நான்தான் என்றுகூட நினைத்ததுண்டு. குரல் மட்டும் கேட்டது.

“கொல்றா கொல்லு அப்பத்தான் தூக்கு தண்டனை கிடைக்கும். பயந்தேன்னா, இல்ல பத்து வருஷம் போதும்னு நெனச்சா கை காலோட முடிச்சுக்கோ. குறைந்தபட்ச நேர்மையோட வாழ்றது ரொம்ப ஆபத்துடா. எல்லாரையும் கேள்வி கேட்கச் தோணும்; சண்டை போட வைக்கும்; கோபத்தைக் கிளறும். ஒண்ணு நேர்மையில்லாம வாழணும். இல்லையா அதிக நேர்மையோட வாழணும். எதிலுமே இரண்டும் கெட்டான் ஆபத்துடா மாத்யூ”

அவனோ அவளோ அவர்களின் காதலுக்காக என்னை கொடுமைப்படுத்தியதாகவோ அவமதித்ததாகவோ, இல்லை ஒழித்துக்கட்ட திட்டம் தீட்டியதாகவோ என் நினைவில் இல்லை. நான் இல்லாத நேரம் கிரிகோரி என் வீட்டிற்கு வந்ததுகூட கிடையாது. அவர்கள் சந்திக்கும் இடம், பரிமாறும் பார்வைகள், குற்றவுணர்ச்சிகள் என எல்லாவற்றையும் வைத்துப் பார்க்கும்போது அவர்கள் இருவரும் ஒரே ஒருமுறையிலும் உறவு கொண்டதாகக்கூடத் தெரியவில்லை. அப்படிப்பார்த்தால் அவள் வயிற்றில் வளரும் குழந்தை நிச்சயமாக என்னுடையதுதான்.

“அப்படியே அது அவன் குழந்தையாக இருந்தால் எப்படி கண்டுபிடிப்பாய்? நீயும் அவனும் ஓர் உருவாய் இருக்கும்போது?”

ஜேம்ஸ் கேட்டது அர்த்தமில்லாத கேள்வி என்று தெரிந்துதான் பிறக்கப்போகும் என் மகளுக்கு - பெண் என்று உறுதியாக நம்பியிருந்தேன் - சாராவெனப் பெயரும் யோசித்திருந்தேன். பகத் கேட்ட கேள்விகள் ஏனோ நினைவிற்கு வருகிறது:

“எனக்கும் அபர்ணாவுக்கும் குழந்தை பிறந்திருந்தா அதுவும் சாரா மாதிரிதானப்பா இருந்திருக்கும்?”

செல்லம் பிள்ளையிடமிருந்து தத்துவத்தைக் கடன் வாங்கிக்கொண்டு அன்று இயலிசை சொன்னதும்கூட சரிதான்:

“ஆணுக்கும் பெண்ணிற்கும் இடையில் காதல் இல்லாத இடத்தில் அவர்களின் மத்தியில் இன்னொரு வகையான காதல் இருக்கும். அதுவும் இல்லாத இடத்தில் மற்றொரு வகையான காதல் இருக்கும். அந்தக் காதல்கள் மனிதர்களுக்கு இடையில்தான் அல்லது காமத்தை மையமாகக் கொண்டுதான் இருக்க வேண்டும் என்ற அவசியம் இல்லை. பொருட்கள், விலங்குகள், பணம், ஆடம்பரம், போதை, வன்முறை, அதிகாரம், ஏமாற்று, மோசடி, சித்ரவதை, பகட்டுத்தனம் என எதைச் சுற்றி வேண்டுமானாலும் இருக்கலாம். ஆனால் இது எதுவுமே இல்லாதபோதுதான் அவன் பதட்டமாகிறான்; தன்னை இழக்கிறான்; மீண்டு வரவே முடியாத அளவிற்கு தலைகீழாகிறான். சொல்லப்போனால் அப்படி அவன் மீண்டு எழ இந்த உலகமும் அனுமதிப்பதில்லை. எது எப்படியோ ஒரு குறிப்பிட்ட சந்தர்ப்பத்தில் அப்படி மனிதர்களை இல்லாமலாக்க விரும்பும் இந்த உலகிற்கு அந்த

நேரத்திலும்கூட இன்னொரு வகையான மனிதர்கள்தான் தேவைப்படுகிறார்கள். ஒரு காதலுக்கு மாற்றாக இன்னொரு காதல் இருப்பதுபோல. அதாவது உனக்கு மாற்றாக உன் தம்பி இருப்பதுபோல"

"அதைத்தான் நானும் சொல்கிறேன். தற்கொலை இல்லாத இடத்தில் மனப்பிறழ்வு இருக்கும். மனப்பிறழ்வு இல்லாத இடத்தில் கொலை இருக்கும். கொலை இல்லாத இடத்தில் மனிதர்கள் இருக்க மாட்டார்கள். அப்படி இருக்க இந்த உலகமும் அவர்களை அனுமதிக்காது. அப்போது மனிதர்களுக்கு இடையில் கடவுளே வந்தாலும் அவரும் கொலையுண்டாக்கப்பட வேண்டியவர்தான். காரணம் மனிதன் காதல் இல்லாத இடத்தில் ஒருபோதும் கடவுளை அனுமதிப்பதில்லை.

நிற்க... அப்படியா சொல்கிறேன், இல்லை இல்லை தவறு. உண்மையில் காதலுக்கும் கடவுள்களுக்கும் சம்மந்தமே இல்லை. காதல் மனிதனின் தனிப்பட்ட விவகாரம். அதன் ஏற்ற இறக்கங்களை, இன்ப துன்பங்களை அவன் மட்டும்தான் சந்தித்துக்கொள்ள வேண்டும். முடியாத பட்சத்தில் கடவுளின் எதிர் வடிவத்திடம்தான் அவன் உதவி நாடவேண்டுமே தவிர கடவுளிடம் அல்ல. ஏனென்றால் காதலைப் பொறுத்தவரை சாத்தான்தான் கடவுள்; அவன் மட்டும்தான் கடவுள்"

அன்று அவருக்கு ஒரு வீம்புக்கு இப்படி நான் பதில் சொன்னதாக நினைத்திருந்தேன். சொல்லிவிட்டு நேராக ஐசக்கிடம் சென்றேன். தென்னை மரமேயானாலும் ஒரே வெட்டில் சாய்க்கும் பதம்கொண்ட அரிவாள் ஒன்றைச் செய்யச் சொல்லி முழுத் தொகையையும்கூட கொடுத்திருந்தேன். அதை மறந்தும் போயிருந்தேன்.

ஆனால் இன்று என்னிடம் செர்ஜியாவைப் பொறுத்த மட்டில் எஞ்சியிருப்பது ஒரே ஒரு கேள்வி மட்டும்தான்: "அவளையே அவள் ஏமாற்றுகிறாளா?"

இந்தக் ஒரு கேள்விதான் என்னைப் பல கேள்விகளுக்கும் துயரங்களுக்கும் இட்டுச் செல்கிறது: "மிகக்குறைவான காம உணர்ச்சிகொண்ட ஒருத்திக்கு கணவனைத் தள்ளி இன்னொருவன் எப்படி அல்லது எந்த வகையில் தேவைப்படுகிறான்? அவன் என்னைவிட வேறுபட்டவனாக இருந்தால்கூட பரவாயில்லை. ஒரே உருவம். என்மீது வெறுப்புக்கொண்டு அவள் என்னை

ஏமாற்றுகிறாளா? என்றால் அதுவும் இல்லை. போதும் போதும் என்றளவிற்கு அவ்வளவு அன்பு கொட்டுகிறாள். ஒருவேளை அவளையே அவள் ஏமாற்றுகிறாளா?"

கிரிகோரியைப் பொருத்தும் இதே கேள்விதான்: "அவன் அவனையே ஏமாற்றுகிறானா?"

"யோசித்துப்பார்த்தால் அவனுக்கு இருக்கும் ஒரே வியாதி தூக்கமின்மைதான். கண்ட கண்ட கனவுகளை கண்டுவிட்டும், புத்தகங்களை வாசித்துவிட்டும் அலைந்து கொண்டிருப்பான். தூக்கமின்மையும் உணர்ச்சியின்மையும் காதலுக்கு அவ்வளவு நெருக்கமானவைகளா என்ன?"

கோனார் ஒருமுறை சொன்னதுபோல அவளுக்கும் அவனுக்கும் பேய்தான் பிடித்திருக்க வேண்டும்.

இருவரைத் தள்ளி என்னைப் பொறுத்தவரை எஞ்சியிருப்பதும் - பார்ப்பதற்கு பல கேள்விகள்போலத் தோன்றும் - இந்த ஒரே ஒரு கேள்விதான்: "அவர்கள் இருவரும் அவர்களை இருவரையும் நான் முட்டாள்கள் என்று ஒப்புக்கொள்ள என்னை வலியுறுத்துகிறார்களா? இல்லை அவர்கள் இருவரும் ஒன்றாகச் சேர்ந்து என்னை நானே முட்டாள் என்று ஒப்புக்கொள்ள கோரிக்கை வைக்கிறார்களா? இல்லை இப்படி எங்கள் மூவருக்கும் இடையிலான இத்தகைய குழப்பத்திலேயே அவர்களும் நானும் வாழ்வைத் தொடர வேண்டும் என்று அவர்களோ இல்லை நானோ திட்டுமிட்டுக் கொள்கிறோமா? ஒரு வகையில் இது அவர்களின் புத்திசாலித்தனமா? இல்லை என்னுடையதா?"

ஐசக்கிடம்தான் சென்று கொண்டிருந்தேன்.

நாளாக நாளாக எல்லாம் சரியாகிவிடும் என்று எத்தனை நாள்தான் காத்திருப்பது? உலகின் அத்தனை கொலைகளும் ஒருவர்மீது ஒருவர் கொள்ளும் சந்தேகத்தின்பால் நடப்பதுதானே?

“ஒருவேளை நான் அவர்களை கொலையே செய்தாலும் அதை ஒரு கோமாளியின் செயல் என்று என்னைப் பார்த்து எள்ளி நகையாடத்தான் செய்வார்கள்”

காரினுள் இருக்கும்போதே தோன்றவும் நிலப்பாறை செட்டியார் அன்று கேட்டது காதில் விழத் தொடங்கியது:

“அவர்கள் இல்லாத நேரத்தில் நீ இப்படி யோசிப்பதுபோல நீ இல்லாத நேரங்களில் அவர்கள் உன்னைப் பற்றி என்ன பேசியிருப்பார்கள் மாத்யூ? நீ வெளிப்படையான அறிவுஜீவி. இந்த குறைந்த வயதில் அதுவும் இந்த சகிக்கமுடியாத உலகில் நீ கற்றுக்கொண்ட அனைத்தும் சாதாரணமானது அல்ல. அந்த அசாதாரணங்களின் குறிப்பிட்ட ஒரு பகுதியை உன்னிடம் கேட்டுத் தெரிந்துகொண்டால்கூட வாழ்வு முழுமைக்கான ஒரு ஒளியை அவர்கள் அடைவார்கள். அது அவர்களுக்கும் தெரியும். அப்படித் தெரிந்தும் அவர்கள் ஏன் உன்னிடம் நெருங்கவில்லை தெரியுமா? அவர்கள் உன்னை ஏமாற்றுகிறார்கள். மறைமுகமாக உனது அறிவின் பலனை விரோதமான முறையில் சுரண்டுகிறார்கள். அந்தக் குற்றவுணர்ச்சிதான் அவர்களை உன்னிடமிருந்து பிரிக்கிறது. அந்தச் சுரண்டலும் குற்றவுணர்ச்சியும்தான் உன்னை மீண்டும் மீண்டும் மோசமாக ஏமாற்ற அவர்களைத் தூண்டவும் செய்கிறது”

அன்று அவருக்குப் பதில் சொல்லவில்லை. இருந்த கோபம் இன்னும் அதிகமாக எழுந்து வெளியே சென்றுவிட்டேன். பின்னர் போதையும், துணிவும், கோபமும், வெறுப்பும் தணிந்த மறுநாள் எனக்குள்ளே சொல்லிக்கொண்டேன்:

“உண்மையில் அவர்கள் கண்ணிற்கு நான் வேறு ஒருவனாகத் தெரிகிறேனா? இல்லை என் கண்களுக்கு அவர்கள் தோன்றுவதுபோல அல்லாமல் வேறு விதமானவர்களாக தோன்றுகிறார்களா? என்பதும் முக்கியம்தானே ஜேம்ஸ்?”

பின்னர் அந்த மனநிலை எங்கு சென்றது என்றுகூடத் தெரியவில்லை. என்னிடம் நானே தொடர்ந்து இவ்வாறு

பகை பாவம் அச்சம் பழியென நான்கு பெருஞ்சித்திரச் சொற்கள் ✺ 289

சொல்லிக்கொள்ளத் தொடங்கினேன்: "நான் கொலைகளைத் தேர்தெடுக்கும் அளவிற்குப் பைத்தியக்காரன் அல்ல. ஆனால் பைத்தியத்தை தேர்ந்தெடுக்கும் தைரியம் கொண்ட கொலைகாரன். அதில் எனக்கு மகிழ்ச்சிதான்"

அது ஒரு உச்சகட்டத்தை எட்டித்தான் ஐசக் பட்டறை முன்பு போய் நின்றேன். தயாராக வைத்திருந்தான். நெடுநாள் நான் வராதது குறித்தும், செய்த பொருளை என்ன செய்வது என்று அவன் தத்தளித்தது பற்றியும், அதன் நேர்த்தியைக் குறித்தும் வம்பளந்தான். கூடுதல் பணத்தை பெறுவதற்கான அவனது பிரசங்கம் தொடர்ந்து கொண்டிருந்த போதே கையில் இருந்த அரிவாளை எடுத்துக்கொண்டு காரை நோக்கி நடக்க ஆரம்பித்தேன். என் இயல்பு அதுவல்ல என்பதால் அவன் என்னை விசித்திரமாகப் பார்த்தான். முன்பே பணம் கொடுக்காமல் இருந்திருந்தால் அதுவும்கூட அவனுக்கு அன்று நான் கொடுத்திருக்க மாட்டேன் என்றும், பணம் கொடுப்பது என்னுடைய கொலை செய்யும் வெறியை தணிக்கும் ஒரு செயலாக இருந்தது என்றும் இப்போது யோசித்துப் பார்க்கும்போது தோன்றுகிறது. கூடவே அவனது கட்சிக்காரன் குறித்து ஒருநாள் கிரிகோரி சொன்னதும்:

"கொலை செய்யும் உணர்ச்சி அவனிடம் ஒரே ஒரு கணத்தில்தான் தோன்றியது. அதன்பின் அன்று முழுவதும் அது மறையவே இல்லை. போலீஸ், கைது, நீதிமன்றம், சிறை என எல்லாமே அவனது பைத்தியக்காரத்தனத்தின் முன் நிற்கவில்லை. அவனே சொன்னதுபோல அவை அனைத்தும் அவனிடம் அஞ்சின. அந்த நொடியிலிருந்து பயமற்ற அவனை அவன் காணத் தொடங்கினான். அது நீடிக்க வேண்டும் என்று விரும்பினான். அவனது எதிரியை மட்டும் அவன் வாழ்விலிருந்து நீக்கினால் அவன் நினைத்ததுபோல அவனது வாழ்வு அவனிற்கு திரும்பக் கிடைத்துவிடும் என்று நினைத்தான். அதனால் அவனது எதிரியைப் பொறுத்தவரை அவசியமுள்ளதும், அவனைப் பொறுத்தவரை அவசியமில்லாதததுமான அந்தக் கொலைகளைச் செய்தான். மடத்தனம்; சுத்த மடத்தனம் மாத்யூ"

அவ்வளவு வெயிலிலும் எனக்கு வியர்வையே துளிர்க்கவில்லை.

"காதலின் விதிகளுக்கு உட்பட்டு காதலிப்பது, அதன் விதிகளை மதிக்காமல் காதலிப்பது என மனிதர்கள் காதலையும்

அல்லது காதலிப்பதையும் இருவகையாகப் பிரித்ததில்தான் உண்மையான மடத்தனம் இருப்பதாக நான் உறுதியாக நம்புகிறேன். அதிலும் இரண்டாவது வகை காதலைத்தான் அவர்கள் அனைவரும் விரும்பும் ஒன்றாகவும், சுவாரசியம் மிக்கதாகவும் வைத்துக்கொள்வதில் அடையும் ஆனந்தத்தில்தான் சுத்த மடத்தனம் இருக்கிறது; மாறாக கொலைகளில் அல்ல என்பதிலும் எனக்கு மாற்றுக் கருத்து இல்லை"

இப்படி எனக்குள் நான் பேசி முடித்ததுமே "ஒரு புது உலகை படைத்து அதில் அவனை நான் இரு மனிதனாகப் பிளந்து அதில் ஒருவனுக்கு இரண்டு கண்களைப் பறித்து காதலை மட்டும் கொடுக்க வேண்டும். இன்னொருவனுக்கு இரண்டு கண்களை மட்டும் கொடுத்து காதலை பறித்துக்கொள்ள வேண்டும். துப்பாக்கிகள், அரிவாள்கள், கத்திகள், ஏன் நாற்காலிகள் முதல் அனைத்தையும் பயன்படுத்தி அவனைக் கொஞ்சம் கொஞ்சமாக கொல்ல வேண்டும்" என்று தொடர்பற்று எதையெல்லாமோ யோசிக்கத் தொடங்கினேன். அதை மடைமாற்ற காரை இன்னும் வேகமாக அந்தத் தெருவை நோக்கி அழுத்தினேன்.

என்னை எவருடனும் பிணைத்துக்கொள்ள முடியாதபோது, குறைந்தபட்சம் ஒரு கொலையுடனாவது என்னை பிணைத்துக்கொள்ள வேண்டியது எனக்குத் தேவையாகவிருந்தது.

நினைவுத் துணுக்குகள் என்று ஆரம்பித்து நிறைய பேசிவிட்டேன் என்று நினைக்கிறேன்.

இதற்கு முன்பே இந்தத் தெருவிற்குள் பலமுறை நுழைந்திருக்கிறேன். குடிபோதையில் வேறு ஏதோ ஒரு காரணத்தைப் புகுத்தி வேண்டுமென்றே செர்ஜியாவிடம் சண்டையிழுத்து அடித்து மிதித்து அவள் முகத்தில் மெலிதான இரண்டு கத்திக் கீறல்களை இட்ட மறுநாள் மாலையிலிருந்து தொடர்ந்து மூன்று வாரங்கள், இதே இந்த தெரு முகப்பில் ஒளிந்து நின்றுதான் அவர்களைப் பார்த்துக் கொண்டிருந்தேன்.

செர்ஜியா அழவில்லை. கிரிகோரி அவளுக்குச் சமாதானம் சொல்லவில்லை. இருவரும் ஒருவர் கையை ஒருவர் மாற்றிப் பிடித்து கசக்கிக் கொண்டிருக்கவில்லை. சுற்றிக் கண்களை அலையவிட்டு எவரும் இல்லாத நொடிகளில் முத்தங்களைப் பரிமாறிக் கொள்ளவில்லை. கட்டிப்பிடித்து அங்கங்களை உரசி உடலின்பம் காணவில்லை. சுவரோரம் சாய்ந்து நின்று ஒருவரை ஒருவர் பார்த்துக் கொண்டிருந்தார்கள். அவ்வப்போது ஏதோ பேசிக்கொண்டார்கள். வெறும் ஐந்து நிமிடங்கள் மட்டுமே நீடித்த அந்த சந்திப்பில் இருவரின் கண்களும் ஒருபோதும் ஒருவரை விட்டு அகலவில்லை. அவ்வளவுதான், அவர்கள் வந்த தனித்தனி கார்களில் ஏறி அன்றாடத்திற்குள் திரும்ப விரைந்தார்கள்.

அத்தனை நாட்களாக என்னிடம் சொல்லப்பட்டது அல்லது நான் எதிர்பார்த்தது எதுவும் அங்கு எப்போதும் நடக்கவில்லை. ஒரு கட்டத்தில் "நானே அவர்களின் சந்திப்பை ரசிக்க ஆரம்பித்து விடுவேனோ? கிரிகோரியே அவளுக்கு ஏற்றவன் என்ற முடிவுக்கு வந்து விடுவேனோ? ஒருவேளை அவர்கள் முத்தங்களைப் பரிமாறிக்கொண்டால் அதை ரசித்து விடுவேனோ?" என்ற பயம் தொற்றிக்கொண்ட நாளிலிருந்துதான் இந்தத் தெருவிற்கு வருவதை நிறுத்தியிருந்தேன்.

இடைப்பட்ட காலங்களில் எனக்குள்ளும் புறமும் எவ்வளவோ நடந்துவிட்டது; மாறிவிட்டது. இப்படி ஒருநாள் அரிவாளோடு இங்கு வந்து நிற்பேன் என்று நினைத்தும் பார்த்ததில்லை. ஆனால் செர்ஜியா இதை முன்பே அனுமானித்திருந்தாள்.

கீறல்கள் இல்லாத ஒரு சண்டை நடந்து முடிந்த மறுநாள் கள்ளத்தனமாக - எப்போதும்போல அவளுக்குத் தெரியாது என்று

நான் மட்டும் நினைத்துக்கொண்டு - அவள் அலுவலகத்தினுள் நுழைந்து அவளது அன்றாட க்ளைண்ட் பற்றிய குறிப்புகளை (மகேந்திரன் விஜய் அலுவலகத்தில் நுழைவது ஏனோ இங்கு ஞாபகத்திற்கு வந்து தொலைகிறது) - என்னைப்போலவே அவளும் அதில்தான் தன்னை வெளிப்படுத்தியிருப்பாள் என்பதால் - புரட்டத் தொடங்கினேன். என்னை ஒரு நோயாளியாகப் பாவித்து அவள் எழுதிருந்த ஒவ்வொரு சொற்களும் இப்போதும்கூட என்னிடமிருந்து அகலவில்லை.

"மாத்யூவின் கழுத்துக்குமேல் இப்போது இருக்கும் முகங்களில் ஒன்றுகூட அவனுடைய சொந்த முகம் இல்லை. அதற்குக் காரணம் நானோ கிரிகோரியோ அல்ல. சொல்லபோனால் அவன் முகம் ஒன்றை விட்டு ஒன்றை அணிந்துகொள்ள ஆரம்பித்த அவனது பித்து நிறைந்த நாட்களிலிருந்துதான் எனக்கு கிரிகோரி தேவைப்பட்டிருக்க வேண்டும் என்று நினைக்கிறேன். அந்தத் தேவை ஒருநாள் எங்கள் முகங்களை எங்கள் கழுத்திலிருந்து அகற்றும் என்றும் எங்களுக்குத் தெரியும். அதற்குமுன் அதைத் தவிர்க்க மாத்யூவை விட்டு வெகுதூரம் செல்ல பலநாள்போல இன்றும் நாங்கள் முடிவெடுத்தோம். ஆனாலும் வார்த்தைகளைத் தவிர மற்ற அனைத்தையும் உமிழக்கூடிய ஒரு முகம், பார்வையற்ற நான்கைந்து கண்கள் கொண்ட முகம், உள்வாங்குவதற்குப் பதிலாக வெளியிடும் செவிகள் கொண்ட ஒரு ஒலிமுகம், நான்காவதாக - அது எப்போதும் தனியாக வருவதில்லை - குழப்பங்களை மொத்த குத்தகைக்கு அள்ளிக் கட்டிக்கொண்டு மற்றவர்களின் முகங்களில் கொட்டும் ஒரு முகம் என ஒவ்வொரு முகத்தையும் அணிந்துகொண்டு வந்து அவன் என்னிடம் வீசும்போதும் அவை அத்தனையிலும் எந்தவித உணர்ச்சியுமில்லாத ஒரு பிணத்திடம் தோன்றும் ஏக்கத்தைத்தான் எப்போதும் நான் பார்த்து வந்திருக்கிறேன். ஐந்தாவதாக அல்ல ஐநூறாவதாக ஒரு முகத்தை அவன் என்னிடம் காட்டினாலும்கூட அவனை விட்டு நான் விலகாதிருக்க அந்த ஏக்கம் மட்டும்தான் ஒரு சலிப்பற்ற காரணமாக என்னை பின்தொடர்ந்து வருகிறது என்றும் தோன்றுகிறது. இப்போதெல்லாம் அவனுக்கேத் தெரியாமல் எத்தனை மாத்திரைகள் கொடுத்தாலும் அவன் தூங்குவது நாளில் அரைமணிநேரம் மட்டுமே; அதுவும் சுத்தியல்கள் எப்போது வேண்டுமானாலும் விழுந்துவிடக்கூடும் என்ற பதட்டத்துடனும் குழப்பத்துடனும் திறந்திருக்கும் கண்களோடு..."

சொல்லப்போனால் இது நீங்கள் நினைப்பதுபோல வழக்கமான ஒரு தெரு போன்றதல்ல. இந்தத் தெருவின் இருபுறமும் உள்ள எந்த வீட்டிற்கும் முன் வாசல்கள் கிடையாது. பெரும்பாலும் அடைத்துக்கிடக்கும் பின் வாசல்கள் மட்டுமே. அணிவகுப்பில் பின்பக்கத்தை காட்டியவாறு இருபுறமும் திரும்பி நிற்கும் இராணுவ வீரர்களைப்போல வீடுகள் தங்கள் பின்புறத்தை காட்டிக்கொண்டு வரிசையில் காத்திருப்பது போலிருக்கும். அவ்வீடுகளின் கிழவிகளையும், கிழவன்களையும், வேலைக்காரர்களையும் தவிர வேறு எவரும் அதன் வாசல்களை பயன்படுத்துவது கிடையாது. அவ்வீடுகளின் வாகனங்கள்கூட முன்புறமிருந்தே எடுக்கப்பட்டன; விடப்பட்டன; காவல்நிலையங்களில் நிற்பதுபோல துருவும் தூசியும் படிந்து நின்ற ஒன்றிரெண்டு கைவிடப்பட்ட வாகனங்கள்தவிர.

காதலைப்போலவே காத்திருந்து சந்திக்க அவர்கள் தேர்வு செய்த இடமும் கொஞ்சம் புத்திசாலித்தனமாகவே இருந்தன. ஒவ்வொரு செயல்களிலும் அவர்களுக்கு இருக்கும் இத்தகையை நேர்த்திதான் என்னை இந்த இடத்தில் கொண்டுவந்து நிறுத்தியிருக்கிறது.

இன்னும் கொஞ்சநேரத்தில் அதன் இத்தனையாண்டுகால அமைதியில் மோசமான ஏதோ ஒன்று நிகழப்போகிறது என்று தெரியாமல் வழக்கம்போல அவர்கள் சந்திக்கும் தெரு நாய் குடலெனச் சுருங்கிக்கிடந்தது. அதைப் பார்க்கும்போதே அவ்வளவு எரிச்சலாக இருந்தது.

ஒரு கொலையின் வழியாக அதன் அத்தனை முட்டாள்தனங்களையும் ஒரேநாளில் முடித்து வைக்க விரும்பினேன். பின் என்ன நினைத்தேனோ தெரியவில்லை. அதேநாளில் அதே கொலையின் வழியாக அதன் அதே முட்டாள்தனங்களையும் மீண்டும் தொடங்கி வைக்கவும் விரும்பினேன். என் முடிவைக் குறித்து அந்தத் தெரு கண்டுகொண்டதா? இல்லையா என்றுத் தெரியவில்லை. என் பார்வைக்கு அது தன் முட்டாள்தனங்களை உதறவும் பின் உடுத்தவும் அதற்கு ஏற்ற நாளாகத்தான் பட்டது.

அப்படி நான் தொடங்கி வைக்கும் பட்சத்தில், இத்தனை கொலைகள் செய்தும் மனிதனதில் கைத்தேறவில்லை என்ற குறைபாடு அதற்கு எப்போதும் இருந்து வந்தாலும்

கொலைகளையும் குழப்பங்களையும் மனிதர்களுக்கது இனிமேற்கொண்டும் வெற்றிகரமாகப் பழக்கப்படுத்தும். ஒரு கட்டத்தில் அள்ள அள்ளக் குறையாத அக்கொலைக் குழப்பங்கள் அதன் சோம்பல் வயிற்றை நிரப்பி விரியும். எந்தளவு முடியுமோ அந்தளவு அதன் உள்ளே அவற்றை மனிதர்களானவர்கள் தள்ளிக்கொண்டேயிருப்பர். அப்போது இன்னும் விரியும் அதன் பெருத்த வயிறு அவர்களின் பைத்தியத்தினளவு விரிந்திருக்கிறதாவென அதுவே சோதனை செய்யும். அப்படி அது சோதிப்பதைக்கண்டு ஏற்படுத்துவதற்குப் பதிலாக இரத்தமும் பயப்படும்.

அப்படி ஒருநாள்தான் இது என்று நினைத்தேன். நாய் போவதற்கும் பேய் வாழ்வதற்கும் பயப்படும் அதன் இடங்களிலெல்லாம் நேரங்களிலெல்லாம் கிரிகோரி நாக்கில் மட்டும் உயிர்கொண்டு ஓடுவான் அல்லது அல்லது காமாசோமாவென்று வெட்டப்பட்டுத் தரைச் சாய்க்கப்பட்டிருப்பான்.

கதைகளும் கனவுகளும் காதல்களும் கொலைகளும் அதை உருவாக்குபவர்களின் அகக்கடவுள்களுமென பார்ப்பதற்கெல்லாமே வேறுபாடற்றத் தெருநாய்கள்போல "அதிர்ஷ்டசாலிகள் நகரங்களில் வாழ்வதில்லை" என்ற சொற்கள் அச்சடிக்கப்பட்டப் பாதாகையை கழுத்துக்களிலும் சில நேரங்களில் கால்களிலும் இழுத்துக்கொண்டும், அணிந்துக்கொண்டும் ஏராளமான துன்பங்களை இன்னும் அனுபவிக்க வேண்டிய இத்தெருவை அதன் நகரங்களைக் காரணமின்றி வெறுமனேச் சுற்றிவரும்.

அவற்றை பகலிற்கும் இரவிற்கும் நேரம் கொடுப்பவரெல்லோர் கண்களும் பார்க்கும். வெயிலையும் மழையையும் உணர்வோரெல்லோர் சொரணையும் உணரும். உணவையும் பசியையும் சுவைக்குமெல்லோர் முகங்களும் சுழிக்கும். எதை நினைத்து நான் வாழ்ந்தேனோ அதைக் கொடுக்காத இந்நகரங்களுக்கும் அவர்களுக்கும், எதை நினைத்து அவர்கள் இந்தத் தெருவை தேர்ந்தேடுத்தார்களோ அதைக் கொடுக்காத எனக்கும் என் வாழ்வுக்கும் நான் கொடுக்கும் ஒரே முடிவு இது மட்டும்தான்.

அவர்கள் இருவரும் ஒருவர்பின் ஒருவராக தெருவிற்குள் நுழைந்தார்கள்.

முலைகள் மட்டும் இளமையாக இருக்கும் கிழவி போன்றதும், மூக்கைத் துளைக்கும் தகர மணம் சூழ்ந்ததுமான ஒரு காரின் பின்புறம் மட்டித்தனத்தின் உச்சத்துடன் ஒளிந்து நின்றேன். அவர்கள் என்னைப்போல இன்னொரு வாகனத்தைச் தேர்வு செய்திருந்தார்கள்.

மீண்டும் ஒருமுறை என் திட்டத்தை எனக்கு நானே சொல்லிக்கொண்டேன்.

இரத்தக்கறை சட்டைமேல் படியாமல் இருக்கும்பட்சத்தில் வெட்டி முடித்ததும் இரண்டு கிலோமீட்டர் தொலைவிலிருக்கும் இரயில் நிலையத்திற்கு நடந்தே செல்ல வேண்டும். இல்லாவிடில் கார் நிறுத்தியிருக்கும் இடத்திற்கு ஓடிச்சென்று அதிலிருக்கும் ஆடைகளை அணிந்துகொண்டு (பகத் நெடுஞ்சாலையில் சட்டையை மாற்றுவது ஏனோ நினைவிற்கு வருகிறது) காரை மீண்டும் கைவிட்டுவிட்டு நிலையத்திற்கு சென்றுவிட வேண்டும். பர்சில் இருந்த டிக்கெட்டை எடுத்துப் பார்த்துக்கொண்டேன். அது அந்த இரயிலின் கடைசி நிறுத்தம். இங்கிருந்து ஆயிரத்து ஐநூறு கிலோமீட்டர். உடமைகளை, பணத்தை, நகைகளைப்பற்றி கவலைப்படவில்லை.

இளவரசுவின்... மன்னிக்கவும்... வியாகப்பனின் அனைத்துச் சொத்துகளும் இந்த நாசகார நகரத்திற்கே போய் தொலையட்டும்.

“...ஆத்தியமாயி விவாகம்... ஸ்திரீ காத்தவளுக்கு இங்ஙனே நாலு பெண் குஞ்சுங்ஙள். ஒண்ணு மரிச்சு போயி. ஒன்னு புத்தி கெட்டு போயி. கெட்டியவளும் காணாம போயி. எனக்கு ஸர்கார் ஜீவனம். மீதி ரெண்டதையும் ஆபரணங்கள் இட்டு கட்டிக்கொடுத்து சாரே... பிற்காலம் பாகப்படி பத்திரங்கள் மூலமாய் ஒரு உடம்படி ஏற்படுத்தி, ஆயிரமாயிரம் சர்கார் ரூபாய் அர்த்தம் பிடிக்குந்துமாய இவ்வஸ்துக்களை காலஷேஷம் கிரய விக்கிரய சர்வ சுவாதந்திரிய அவகாசங்களோடு புருஷன்மார்களோடு சேர்ந்து ஜீவித காலம் வரை கூடி அனுபவிச்சு அவர்களவர்கள் பேருக்கு தனித்தனியாக கரம் தீர்த்து, கைவசம் வைத்து நாளது முதல் தீர்த்து கழியட்டும். ஏதெங்கிலும் ஆவசியம் பிரமாணிச்சு பணத்தினு ஆவசியப்படாதவரை அன்னியாதீனப் படுத்தாமல் கொள்ளேண்டட்டும். ஆவசியப்பட்டால் இருவரும்கூடி

பட்டிகை வஸ்துகளையும் சேர்த்து வில்லங்கப்படுத்த அவகாசம் அடையட்டும்"

பழைய பத்திரத்திரத்தின் வார்த்தைகள் ஏனோ தலைக்குள் துண்டுதுண்டாக அரைகுறை மொழியில் தவறு தவறாக சுழல்கிறது. காதரீனம்மா எவ்வளவு அழகாக இதைச் சொல்லுவாள்? நாங்கள் இருவரும் சேர்ந்து வாழத்தானே செர்ஜியாவின் தகப்பனார் எங்களுக்கு இத்தனைச் சொத்துக்களை எழுதிக் கொடுத்தார்?

சொத்துக்களை விட்டு இறந்துபோகும் மனிதர்களைப் பற்றிய ஒரு சிறிய கருத்துகூட இதுவரை எனக்குள் உருவாகவில்லை. ஆனால் சொத்துக்களை இழந்துவிட்டு ஓடும் மனிதர்கள் பற்றி இப்போது ஒன்று உருவாகிவிட்டது.

இப்படி யோசித்ததும் என் முதுகிற்குப் பின்னால் யாரோ நின்றுகொண்டு "சொத்துக்களைப் பொறுத்து சரி. ஆனால் ஒருவனும், அவனது நோய்களும், அவன் நிழல்களும், அவனுள் அலைபாயும் நினைவுகளும் இதுபோன்ற நகரங்களுக்கு மட்டுமே சொந்தமானவை. இவை எவற்றையும் வெட்ட முடியாதவரை மனிதனால் கண்டுபிடிக்கப்படும் எந்த ஆயுதமும் அவனுக்குப் பயனில்லாதவை" என்று முணுமுணுப்பதுபோல இருக்கவும் திரும்பிப் பார்த்தேன். குரல் மட்டும் ஒலித்தது.

"ஆனாலும் நீ செய்யப்போகும் செயலால் இந்த உலகிற்கு உன்னிடமிருந்து கற்றுக்கொள்ள குறிப்பிடத்தகுந்த விஷயங்கள் ஒன்றும் இல்லாமல் போவதில்லை. அதனால் உன்னால் முடிந்த பங்கை நீ அதற்கு தாராளம் வழங்கு"

திடுக்கிடவெல்லாம் இல்லை. முதன்முதலாக மனிதனற்ற குரலை மட்டும் கேட்கும் அதிர்ஷடம் யாருக்கு கிடைத்துவிடப் போகிறது?

இப்போது எங்கள் இருவரின் சுவாசத்தையும் தகரநெடி நிரப்பத் தொடங்கியது. உள்ளே சென்ற அது கடந்தகாலம் எதிர்காலம் நிகழ்காலம் என எல்லாவற்றையும் எனக்குள் ஒன்றை மாற்றி ஒன்றுக்குள் புகுத்தும் வேலையை செய்வது போலிருந்தது.

"வீடு, அலுவலகம், பூங்கா என எத்தனையோ இடங்கள் இருக்க இவர்களுக்கு இந்தத் தெருதானா கிடைத்தது? எவ்வளவு சிரமப்பட வேண்டியதிருக்கிறது...!"

என் மனநிலையை குரல் பிரதிபலித்தது. எங்களின் சிரமம் துளிகூட அவர்களுக்கு இல்லை. அவ்வளவு மகிழ்ச்சியாக பேசிக் கொண்டிருந்தார்கள்.

“வீட்டு முன்பு ஓலைப் பந்தல்களிட்டு அதை வெள்ளைத் துணிகளால் அலங்காரம் செய்ய வேண்டும். பந்தலுக்குள் ஆற்று மணலை இட்டு, தரையை நிரப்பி வீட்டின் இருபுறமும் செவ்வாழை தோரணங்கள் அமைக்க வேண்டும். ஒலிப்பெருக்கி கட்டி பாடல்களை இசைக்கவிட்டு குழந்தைகள் ஆடிப்பாடி கொண்டாடுவதை ரசிக்க வேண்டும். இப்போதுபோல அல்லாமல் ஒரு மாதம் முழுக்க நம் திருமண வைபவம் நீடித்து... வரும் அனைவருக்கும் வயிறார உண்ண உணவு கொடுக்க வேண்டும்”

அவர்கள் பேசுவதை ஏதோ ஒட்டுக் கேட்டதுபோல ஓடிவந்து இதை பெருமிதத்துடன் என்னிடம் சொல்லவும் முதல்முறையாக அக்குரலிடம் அதிருப்தி கொண்டேன். அது கண்டுகொண்டதாகக்கூடத் தெரியவில்லை. ஒரே நேரத்தில் அது என்னை ஒரு குற்றவாளிபோல கண்காணிப்பதாகவும், அலட்சியப்படுத்துவதாகவும் தோன்றியது. நான் இல்லாத நேரத்தில் தனிமையில் அவர்கள் என்ன பேசுவார்கள் என்ற கற்பனைநோய் மட்டும்தான் என்னிடம் குறைவாக இருந்தது. இப்போதும் அதுவும் தொற்றிகொண்டவுடன் கொஞ்சம் பதட்டமானது.

குடிக்கும் நேரத்தை எவ்வாறு நான் தவற விடுவதில்லையோ, அதேபோல கொலை செய்ய வேண்டிய நேரத்தையும் தவறவிடக்கூடாது என்பதில் உறுதியாக முடிவெடுத்துதான் இந்தத் தெருவிற்குள் நுழையவே செய்தேன். இந்தக் குரலால் அது சிக்கலுக்கு உள்ளாகப் போகிறதாக தோன்றவும், அவர்கள் விரும்பிய வெள்ளைத் துணி அலங்காரம்போல வெள்ளைச் சாக்குப் பையினால் சுற்றி மறைத்து வைக்கப்பட்டிருந்த அரிவாளை காருக்குள் இருந்து வெளியே எடுத்தேன்; பின் பையினுள் இருந்தும். கிழித்துக்கொண்டு வெளியே வந்தது.

“தோட்ட முதலாளிகளே... குறைந்தபட்ச சம்பளத்தை தினசரி பத்து ரூபாயாக்கு! சம்பளத்தோடு உள்ள நான்கு நாள் விடுமுறையை ஏழு நாளாக்கு! எல்லா வீடுகளுக்கும் மின்சார விளக்குப் போடு! புதிய லேபர் ஆக்ட்டை பூரணமாக உடனே அமுலாக்கு!”

பாக்டரி வாட்சர், ஆயில்மேன் என எண்ணற்ற வேலைகளை இழுத்துப் போட்டு பார்த்த வியாகப்பனப்பா அவரது கதையைச் சொல்வது இப்போது ஏன் நினைவுக்கு வந்து என்னை குழப்ப வேண்டும்? சிறிதுநேரம் அமைதி காத்தேன்.

“அந்தப் போராட்டத்திலேயே பலரைப்போல அவரும் கோரமாக மாண்டிருந்தால் இப்போது இந்த நிலை உனக்கு ஏற்பட்டிருக்காதல்லவா?” என்று என் பின்னிருந்து குரல் கேட்டதும் அந்த நினைவுகள் என்னை விட்டு அகன்றன. ஆனால் கோபம் தொற்றிக்கொண்டன.

“இதுபோன்று மோசமாக எனக்கு தெரிந்து உனக்காக நான் நிறைய யோசித்திருக்கிறேன்; தவறு செய்திருக்கிறேன். இது இப்போது உனக்கு கேட்டு விட்டதால் என்மீது கோபம் கொள்கிறாய்; வசை பாடுகிறாய். அதற்கு நான் விளக்கமும் சொல்கிறேன். ஆனால் உனக்குத் தெரியாத எனக்கு மட்டுமே தெரிந்து உனக்காக நான் செய்த தவறுகளும், செயல்களும் இன்னும் அதிகமாக என்னிடம் உள்ளது. சிலநேரம் அதற்கு நானே என் மீது கோபம் கொண்டதுண்டு. அது இப்போது உனக்கு தெரிந்ததைவிட பன்மடங்கு மோசமானது என்பதை மட்டும் சொல்லிக் கொள்கிறேன். நான் யாரைப் பற்றி என்ன பொய் சொன்னாலும் அதில் உண்மை இருக்கும். அப்படி நான் சொல்லும்போது ஏற்கனவே ஒருவன் வாழ்ந்த வாழ்க்கையை மீண்டும் இன்னொருவனின்மேல் போட்டு அதில் அவனை வாழ வைத்ததுபோல இருக்கும். என் மொழி என்பது எனக்கு உணவளிப்பவர்களின் கதை. நீ அளிக்கும் உணவிற்கு நான் ஒரு வாழ்வை உனக்கு கொடுக்கிறேன்; அவ்வளவுதான். என்னைப் பொருத்தவரை சம்பவங்கள்தான் முக்கியமேதவிர மனிதர்களல்ல. அதனால்தான் நான் மனிதர்களை சம்பவங்களுக்காக உருவாக்குகிறேன் என்ற குற்றச்சாட்டும் என்மீது உண்டு. எனவே என் கதையை நம்புவது என்பது என்னைப் போன்ற ஒருவனின்

துறவறத்தின் மீதான காதலைப் போன்றது. ஏற்கவும் மனம் ஏங்கும்; ஒதுக்கவும் தோன்றும். ஒரு வரலாற்று உதாரணம்கூட இந்த இடத்தில் நான் சொல்லலாம்தான். ஆனால் உனக்கு கோபம் வரும். அதனால் முதல் முறையாக நியாயமான ஒன்றை உன்னிடம் கேட்கிறேன்: உனக்கு உண்ண உணவு கொடுத்திருக்கிறாள். உன்னை பராமரித்திருக்கிறாள். அவள் உட்பட உன்னுடன் எல்லாவற்றையும் நேர்மையாக பகிர்ந்திருக்கிறாள். ஆனாலும் இவளுக்கு ஏன் நீ இதைச் செய்ய வேண்டும்?"

அவர்களை நோக்கி நடந்து கொண்டிருக்கும்போது கேட்டதால் அந்தக் குரலுக்கு என்னால் பதில் சொல்லவும் முடியவில்லை; அது என்னை தொந்தரவு படுத்தவுமில்லை. எப்போதுமே செய்யக்கூடாததை செய்வதில்தான் அதிக ஆர்வம் இருக்கிறது என்பதை மனிதன் உணர்ந்திருக்கிறான் இல்லையா? அவன் இப்பூமியில் வாழவா வந்திருக்கிறான்? ஒருபோதும் இல்லை. அடுத்தவரின் வாழ்வில் தலையிட வந்திருக்கிறான். எனவே எனக்கிருந்த இந்த தெளிவு அந்தக் குழப்பத்தை அனுமதிக்கவில்லை.

என்னையே எடுத்துக் கொள்ளுங்கள், நான் என்னுடைய அவஸ்தைகளை இத்தனைதூரம் பொறுத்துக்கொள்கிறேன் என்றால் நான் செய்யப்போகும் கொலை எனக்கு தேவையான ஒன்றாகத்தானே இருக்கும்? வாழ்வும் சாவும் மூவருக்குமிடையில் ஒரு இறுதி முடிவை கோருகையில் அதை முதலில் யார் தீர்மானிக்கப் போகிறார்கள் என்பதில்தானே வெற்றியும் சுவாரசியமும் இருக்கிறது.

அந்தவகையில் பார்த்தால் கொலை என் காதுகளில் ஒலிக்கும் இசையாக இருக்கிறது. மரணம் என்பது எனக்கு நானே அதேநேரம் என்னிடம் அடிபணிந்து பேசப்படும் ஒரு உரையாடலாக இருக்கிறது. மனப்பிறழ்வானது என்னையல்லாது மற்றவர்களைக் குழப்பி என்னை தெளிய வைக்கும் கதைகளானது அல்லது மருந்தானது.

அதனால் வெட்டியபிறகு எனக்குள் வரும் புதிய நோயைப் பற்றி நான் கவலைப்படவில்லை. ஆனால் வெட்டுவதைத் தவிர வேறெந்த செயலும் என்னுடைய நிலுவையிலிருக்கும் நோயை குணப்படுத்தப் போவதில்லை என்று மட்டும் எனக்குத் தெரியும். அதனால்தானே வெட்ட முடிவெடுத்தேன்.

செப்டம்பர் மாத பௌர்ணமி ஆகாய வெளிச்சத்திலேயே தெரிந்தது. அருமையான பருவச் சூழ்நிலை. மேகங்களைப் பார்க்கத் தோன்றியது. நிமிர்ந்தேன். கட்டடங்களும் அதுவும் ஒன்றை மாற்றி ஒன்றிற்கு போர்வையாக இருந்தது. சவேரியார் கோவிலின் மணி அடித்தது. ஐந்தா? ஆறா? ம்கூம்... தெரியவில்லை. தூறலே விழாமல் உடல் நனைவது போலிருந்தது. அது இளம்பெண்ணை தொடும் உணர்வைத்தரும் குளிர்ந்த ஆற்றில் எதிர்பாராமல் குதித்தது போலவுமிருந்தது. வண்டிகளின் சத்தமும் அதன் ஒலிப்பான்களும் சம அளவில் காற்றில் கலந்திருந்தன. காற்றும் பலமாக ஒன்றும் வீசவில்லை. ஆனாலும் மரங்கள் அசைந்தன; வராது வந்த உறவினர்களைப் பார்த்த குழந்தைகளைப்போல. யாரோ பெருமூச்சு விடும் சத்தம் கேட்டது. அது நான்தான்.

நான் அவர்கள் அருகில் சென்றதும் ஏதோ எதிர்பார்த்ததுபோல என்னைப் பார்த்தார்கள். என்னை பார்ப்பதற்கு முன்பு அவர்கள் முகத்திலிருந்த அதே புன்னகை அப்படியே நீடித்தது. என் கையைப் பார்த்தார்கள். அவர்களிடம் எந்த மாற்றமுமில்லை. அது எப்படி அரிவாளை தவிர்த்து அதைத் தாங்கும் கையை மட்டும் பார்க்க முடியும்? என்று ஒரு கணம் அதிசயித்தேன்.

நான் பெருமூச்சு விடுவதைப்பார்த்து கிரிகோரி என் தோள்பட்டையில் கை வைத்தான். மூச்சின் ஏக்கமும் சத்தமும் இன்னும் அதிகரித்தது. அரிவாள் தாங்கியிருக்கும் கை பலவீனமாக மாறுவதைப்போல உணர்ந்தேன். தெரிந்தேதான் அதை இடது கையில் வைத்திருந்தேன்; வலதிற்கு மாற்றினேன். அதை அவன் எதிர்பார்க்கவில்லை.

அவர்களில் இருவருக்குள் காதலை யார் முதலில் கெஞ்சினார்கள் என்ற கேள்வி என் தலையைக் குடைந்தபோதிலும் ஒன்றை மட்டும் என்னிடம் நானே சொல்லிக்கொண்டேன்: வெட்டுவதற்கு முன்பு ஒரு வார்த்தைக்கூட உன்னிடம் நான் பேசப் போவதுமில்லை; உன்னிடமிருந்து ஒரு வார்த்தையும் நான் கேட்கப் போவதுமில்லை.

அவன் ஏதோ பேச வாயெடுத்தான். அவ்வளவுதான். செர்ஜியா அலறினாள். ஆனால் அடிக்கவோ தாக்கவோ என் பக்கம் வராமல் உடலில்லாத கழுத்தின் மேலிருக்கும் தலையைத் தேடி ஏன் ஓடினாள் என்றுதான் தெரியவில்லை. அது என் சீரான

மனநிலையை குலைத்து. குனிந்திருந்த அவள் கழுத்தை இழுத்துத் தூக்கினேன். தனியே தத்தளித்து தவித்துக் கொண்டிருந்த ஒன்றிற்கு ஜோடியாக்கினேன். கழுத்தில் அரிவாள் மாட்டி வெட்டத் தத்தளிக்க வேண்டி வருமோ என்று நான் பட்ட சந்தேகம் கொஞ்சம் நஞ்சம் இல்லை. சும்மா சொல்லக் கூடாது ஐசக் நன்றாகவே பதம் பார்த்திருக்கிறான்.

ஒரு கொலை முடிவு செய்யாத இன்னொரு கொலைக்கு வழி வகுத்தது. ஆனாலும் ஏதோ ஒன்று என்னை வேகப்படுத்தியது. ஒருவேளை அவர்களை துண்டு துண்டாக வெட்ட ஆசைப்பட்டிருப்பேனோ என்னவோ? தலையில்லாத உடலின்மேல் எவ்வளவு நேரம் அரிவாள் வீசிக்கொண்டிருந்தேன் என்று தெரியவில்லை. ஒருவேளை அது வெட்ட வெட்ட துளிர்ப்பதுபோல எனக்குத் தோன்றியிருக்கலாம்.

வெட்டுவதற்கான தயாரிப்பு கொடுக்கும் கொடுந்துன்பம் வெட்டுவதில் இல்லை என்று அப்போது உணர்ந்தேன். வெட்டுவது மிக எளிதாக இருந்தது. இதற்கு மேல் எத்தனை கொலைகள் வேண்டுமானாலும் செய்யலாம் என்ற உற்சாகமும் தொற்றிக்கொள்ளவே என் முடிவை மாற்றிக்கொண்டேன். பழையதை கழி. புத்தம் புதியதை புகுத்து.

சிகெரெட் பற்ற வைத்துக்கொண்டு இரத்தக்கறையுடன் நடக்க ஆரம்பித்தேன். தூரத்தில் அமர்ந்திருந்த ஒரு காவலாளியின் பூனை அவனைத்தாண்டி ஓடிவந்து சிந்தியிருந்த இரத்தத்துளிகளை நக்கத் தொடங்கியது. அத்தோடு அவர்களது நிழல்களும் என் நோயும் செத்து ஒழிந்தன. அவர்களது நினைவுகளும் என்னுடைய புதிய நோயும் ஒன்றாயின.

நேர்த்தியாகக் காதலித்தும் நேர்த்தியாக மரித்தும்போன அவர்கள் இல்லாத அந்தத் தெரு இனிமேற்கொண்டு நிச்சயம் வெறிச்சோடிப் போய்தான் கிடக்கும்.

"நீங்கள் மட்டும் என் மனைவியாக இருக்க இசைந்தால், எனக்குரியதையெல்லாம் கொடுத்து விடுவேன். ஒவ்வொன்றையும்... உங்களுக்காக எந்தவிதத் தியாகத்தையும் நான் செய்யத் தயார்" என்று மெதுவாகக் கூறினான். தன் குரல் மற்றொருவனின் குரல்போல் அவனுக்குத் தெரிந்தது.

அவள் திடுக்கிட்டுப்போய் அவனைப் பார்த்தாள். அப்பார்வையில் அச்சமும் ஆச்சரியமும் கலந்திருந்தன. "இல்லை முடியவே முடியாது. என்னை மன்னிக்க வேண்டும்" என்றாள். அவள் முகம் வெளறிப் போய்விட்டது.

அதன்பொருள் என்ன என்பதை லாப்தேவ் உடனே புரிந்துகொண்டான். அவன் ஆத்மாவில் விளக்கு அணைந்து போய்விட்டதுபோல் ஓர் உணர்ச்சி ஏற்பட்டு அவன் மனநிலை சட்டென்று மாறியது. விரைவாக வீட்டைவிட்டு வெளியேறினான்; தான் ஏற்கத்தகாதவன், விரும்பத்தகாதவன், அருவருக்கத்தக்கவன், ஒருகால் மற்றவர்கள் விலகி ஓடும் அளவுக்கு அசிங்கமானவன்கூட என எண்ணி, வெட்கமும் அவமானமும் உள்ளத்தை அரிக்க அவன் அங்கிருந்து விரைந்தான்.

"எனக்குரியதையெல்லாம் கொடுத்து விடுவேன்" என்று தான் கூறியதை எண்ணி, அதற்காகத் தன்னையே பரிகாசம் செய்துகொண்டு, தகிக்கும் வெய்யிலில் வீட்டை நோக்கி நடந்தான். "எல்லாவற்றையும் கொடுத்து விடுவேனாம். சரியான வியாபாரியப்பா நீ! யாருக்கப்பா வேண்டும் உனக்கு உரியதெல்லாம்!"

– அந்தோன் சேகவ் (மூன்று ஆண்டுகள்)